தவுட்டுக் குருவி

(சிறுகதைகள்)

பாமா

நியூ செஞ்சுரி புக் ஹவுஸ் (பி) லிட்.,
41-பி, சிட்கோ இண்டஸ்டிரியல் எஸ்டேட்,
அம்பத்தூர், சென்னை- 600 050.
☎ : 044 - 26251968, 26258410, 48601884

Language: Tamil
Thavuttu Kuruvi
(Sirukathaigal)
Author: **Bama**

N.C.B.H. First Edition: December, 2019
Second Edition: September, 2023
Copyright: Author
No.of Pages: 220
Publisher:
New Century Book House Pvt. Ltd.,
41-B, SIDCO Industrial Estate,
Ambattur, Chennai - 600 050.
Tamilnadu State, India.
email: info@ncbh.in
Online: www.ncbhpublisher.in

ISBN: 978 - 93 - 8897 - 383 - 0
Code No. A 4247
₹ 210/-

Branches

Ambattur (H.O.) 044 - 26359906 **Spenzer Plaza (Chennai)** 044-28490027
Trichy 0431-2700885 **Pudukkottai** 04322- 227773 **Thanjavur** 04362-231371
Tirunelveli 0462-4210990, 2323990 **Madurai** 0452 2344106, 4374106
Dindigul 0451-2432172 **Coimbatore** 0422-2380554 **Erode** 0424-2256667
Salem 0427-2450817 **Hosur** 04344-245726 **Krishnagiri** 04343-234387
Ooty 0423 2441743 **Vellore** 0416-2234495 **Villupuram** 04146-227800
Pondicherry 0413-2280101 **Nagercoil** 04652-234990

தவுட்டுக் குருவி
(சிறுகதைகள்)
ஆசிரியர்: **பாமா**
என்.சி.பி.எச்.முதல் பதிப்பு: டிசம்பர், 2019
இரண்டாம் பதிப்பு: செப்டம்பர், 2023

அச்சிட்டோர்: பாவை பிரிண்டர்ஸ் (பி) லிமிடெட்,
16 (142), ஜானி ஜான் கான் சாலை, இராயப்பேட்டை, சென்னை - 14
☎: 044 - 28482441

All rights reserved. No part of this book may be reprinted or reproduced or utilised in any form or by any electronic, mechanical, or other means, now known or hereafter invented, including photocopying and recording, or in any information storage or retrieval system, without permission in writing from the publishers.

விட்டு விடுதலையாகி....

ஃபாஸ்டினா என்ற பாமாவை எனக்கு ஏறக்குறைய 20 ஆண்டு களுக்கும் மேலாகத் தெரியும். நாங்கள் அவ்வப்பொழுது, வருடம் ஓரிருமுறை பார்த்துக்கொண்டால் அதிகம். ஆனால் அவர் மீது தீராத அன்பும் மதிப்பும் எனக்கு எப்போதும் உண்டு. அவருடைய சிரித்த முகம், கனிவான குரல், அழுத்தமான சிந்தனை - இவற்றின் இணைந்த இணைவாக இருக்கும் அலாதியான வசீகரம் என்னை அவர்மீது பிரியம் கொள்ளச் செய்துள்ளது. இந்த வசீகரத்தை அவர் எழுத்தில் கொண்டு வந்து நிறுத்தும் போது குறிப்பிட்ட கதை யுலகத்தை மாத்திர மல்லாது, அதைக் கடந்த ஆழமான உள்மன உலகத்துக்கு நம்மை இட்டுச் செல்கிறார். அவரது எல்லாக் கதைகளும் இதைச் செய்வதில்லை தான். ஆனால், அதைச் செய்யும் கதைகளை நாம் திரும்பத் திரும்ப நினைவு கூர நேரிடுகிறது.

ஏறக்குறைய கடந்த 15 ஆண்டுகளில் அவர் எழுதிய கதைகளே இந்தத் தொகுப்பில் இடம் பெற்றுள்ளன. இவற்றில் சில இதற்கு முன்னால் வந்த தொகுப்புகளிலுள்ள கதைகளிலிருந்து வேறுபட்டவை. அவர் பிறந்து வளர்ந்த தென்தமிழக மண் விளைவித்த அனுபவங்களில் விளைந்தவை அவை. சாதி இந்து குடியானவர்களின் பேச்சும் ஏச்சும் வாழ்க்கையும், கூலிக்கு உழைக்கும் தலித் உழைப்பாளிகள், குறிப்பாக உழைக்கும் பெண்களின் பாடு, உணர்வுகள், அவர்களை வாழ வைக்கும் நம்பிக்கை சார்ந்த நட்புகள், சாதி அடக்குமுறைக்கு இணங்க மறுக்கும் சாமான்ய மக்களின் எதிர்ப்பு, ஆண்களின் நச்சரிப்பையும் தொல்லையையும் தாங்கிக் கொண்டும் அவற்றை மீறியும் வாழும் பெண்களின் மனப்போக்கு, ஊருக்கு ஊர் இன்றளவும் இருக்கக்கூடிய துடுக்குத்தனமான, சமுதாய வெளிக்குஅப்பாற்பட்ட கற்பனை உலகில் சஞ்சரிக்கும் கதை சொல்லிகள், பித்தர்கள் - இவைதான் அவருடைய முந்தைய தொகுப்புகளில் இடம்பெற்றுள்ள கதைகளுக்கான ஆதாரங் களையும், அடிப்படைகளையும் வழங்கின.

இந்தத் தொகுப்பு வேறுபட்டது. கடந்த 20 ஆண்டுகளாக அவர் பணிபுரிந்து வரும் காஞ்சிபுரம் மாவட்டத்திலுள்ள பள்ளியில் அவருக்கு வாய்க்கப் பெற்ற அனுபவங்களையும் வாழ்க்கையையும்

அவர் கதைகளாகப் படைத்துள்ளார். இன்னும் சொல்லப் போனால், குழந்தைகளின் அனுபவங்கள், பேச்சு, அவர்களது மனப்பாங்கு ஆகியவைதான் இந்தக் கதைகளை நகர்த்திச் செல்கின்றன. இத்தொகுப்பில் இடம் பெற்றுள்ள தென் தமிழகம் சார்ந்த கதைகளுங்கூட குழந்தை களின் பார்வையினூடே விரிபவையாக உள்ளன.

சாதி எதிர்ப்பு, பெண்களின் போராட்ட குணம், வைராக்கியம் ஆகியவற்றை மையமாகக் கொண்டு கட்டப்பட்டுள்ள கதையுலகி லிருந்து விலகி வேறொரு பாதையில் பாமா பயணிக்கத் தொடங்கி யுள்ளதை இக்கதைகள் மூலம் அறிய முடிகிறது. சாதிய அநீதிகள் மலிந்து கிடக்கும் மனிதத்தன்மையற்ற இந்தச் சமுதாய வெளியை அவர் முற்றிலும் புதிய நோக்குநிலையிலிருந்து அணுகுகிறார். இந்த வெளியை உய்விக்கவில்லை, அதனை ஏற்றம்புரியச் செய்யும் பண்புகளை குழந்தை களிடமிருந்தும் இயற்கை உலகத்துடன் நமக்குள்ள உறவிலிருந்தும் பெற முடியும் என்ற ரீதியில் அவர் சிந்திப்பதாகத் தோன்றுகிறது. இந்தத் தொகுப்பில் இடம்பெற்றுள்ள முக்கால் வாசிக்கும் மேற்பட்ட கதைகள் இத்தகையவைதான். பட்டாம்பூச்சியின் பிறப்பை குழந்தை களுக்கு உணர்த்தும் ஆசிரியை சாரதா, பள்ளியில் மதிய உணவு சாப்பிடாமல் இரவல் உணவுக்காக ஏங்கும் குழந்தையின் மனம் படும்பாட்டை அறிந்து செயல்படும் சுந்தரி, இழப்பின் சோகத்தையும் அதனால் வாடும் நினைவையும் கடந்து வாழ்வது எப்படி என்பதை டீச்சருக்கே சொல்லிக் கொடுக்கும் சிறுமி துர்கா, அகால மரணம் எய்தியுள்ள பெண்ணின் பிணத்துடன் புதைக்கப்படும் கோழிக் குஞ்சை நினைத்து அழும் சிறுவன் பால்பாண்டி, தான் எவ்வளவு முயன்றாலும் தன்னைத் திருந்தவிடாதபடிக்கு சொல்லிச் சொல்லிக் காட்டி வருத்தமுறச் செய்யும் உலகத்தைக் கண்டு மனம் நொந்து போகும் இசைஞன் சந்திரன் (இவனும் சிறுவன்தான்), பாட்டியைப் படாதபாடுபடுத்தும் அதே வேளையில் பெரியவர்கள் காண மறுக்கும் குழந்தைமையின் சாரத்தை தனது வஞ்சகமற்ற செயல்கள் மூலம் அவர்களுக்குத் தொடர்ந்து உணர்த்தும் 4 வயது ஆனந்து - இப்படி குழந்தைகளும் ஆசிரியர்களுமாக பாமாவின் படைப்புலகத்தை ஆட்கொண்டுள்ளதை இந்தத் தொகுப்பு உணர்த்து கிறது.

சிட்டுக் குருவிகள், தேன்சிட்டுகள், பால் மாடுகள், பட்டாம்பூச்சி, ஓணான்கள் என்று பல்லுயிர் ஓம்பும் கதாபாத்திரங்களையும் இந்தத் தொகுப்பிலுள்ள கதைகள் நமக்கு அறிமுகப்படுத்துகின்றன. உயிரினம் ஒன்றுடனான நட்பின் மூலம் குழந்தை மனம் பெறும் வளத்தையும் வளர்ச்சியையும் பேசும் கதைகள் முக்கியமானவை. உயிரினங்களை

குழந்தைகள் "துன்புறுத்து"வதை நாம் அனைவரும் அறிவோம். ஆனால் அந்தத் துன்புறுத்தும் செயலானது அந்த உயிரினத்துடன் அக்குழந்தை கொள்ள நினைக்கும் உறவை நோக்கியதாக உள்ளதை நம்மில் பலர் புரிந்து கொள்வதில்லை. அத்தகைய உறவுகளை வளமான வையாக மாற்ற நாம் ஏதும் பெரிதாகச் செய்வதில்லை. உயிரினங் களுடன் குழந்தை கொள்ள விழையும் உறவு ஏன் முக்கியமானது, அது நமக்கு எதை உணர்த்துகிறது என்பதை பல கதைகளில் பாமா போகிற போக்கிலும் குறிப்பாகவும் உணர்த்திச் செல்கிறார். நமது மன வளர்ச்சி, பிறரை நேசிக்கப் பழகுதல், பிறர் துன்பம் கண்டு இரங்குதல் என்பன போன்ற பண்புகள், உணர்ச்சிகள் ஆகியன பிள்ளைப்பருவத்தில் உருவாகும் இயற்கையுடனான உறவுகளில் தான் வேரூன்றியுள்ளன என்பதையும், சாதிகளாகப் பிரிந்தும் அநீதிக்கு ஆட்பட்டும் இருக்கும் சமுதாயத்தில் இத்தகைய உறவுகள் பேணி வளர்க்கப்படுவதில்லை என்ற கசப்பான உண்மையையும் இந்த அனுபவங்களைப் பேசும் கதைகள் குறிக்கின்றன.

இவ்வகையில் பள்ளிப்பருவம் என்பதன் முக்கியத்துவத்தை பாமா கோடிட்டுக் காட்டுகிறார். ஒன்றாம் வகுப்புக்கு வரும்போது உற்சாகத் துடனும், எல்லாவற்றையும் தெரிந்து கொள்வதில் ஆர்வமுடனும் உள்ள குழந்தைகள் வளர வளர ஏன் தமக்குள் முடங்கிப் போய் விடுகிறார்கள். பள்ளிகள் செய்யத் தவறுவன என்ன, ஆசிரியர்கள் பாராட்டும் சாதி வன்மம், குழந்தைகளைப் புரிந்து கொள்ளாமல் அவர்களை ஒழுங்கிற்குள் வைப்பதை மட்டுமே தமது பணியாகக் கொள்வதால் அவர்கள் செய்யத் தவறும் விஷயங்கள், குழந்தைகளின் விளையாட்டுத்தனத்தைக் கண்டித்து அவர்களைச் செயலற்றுப் போகச் செய்யும் நமது கல்வி முறை ஆகியவற்றை பாமா நமது கவனத்துக்குக் கொண்டு வருகிறார். குழந்தைகளைக் கொண்டாடவும் வேண்டிய தில்லை, தூற்றவும் தேவையில்லை, அவர்களுக்குரிய கவனத்தையும் மரியாதையையும் செலுத்தினால் போதும் என்ற யதார்த்தத்தை நாம் பல நேரங்களில் காணாமல் தவறவிடும் ஒன்றை, பல கதைகள் பேசுகின்றன. குழந்தை ஆனந்வாக இருக்கட்டும், சிறுமி காளீஸ்வரியாக இருக்கட்டும், அவர்கள் மனம் தேடும் கற்பனையும் அன்பும் கவனமும் எவ்வளவு முக்கியமானவை என்பதை அவர்கள் குடும்பத்தினர் உணரத் தவறுவதால் வேறு எதைஎதையெல்லாம் உணரத் தவறுகிறார்கள் என்பதை பாமா நயமாகவும் வருத்தத்துடனும் எள்ளலுடனும் கோபத் துடனும் சித்தரிக்கிறார். பெரியவர்களின் இயலாமை குழந்தைகளைப் படுத்தும்பாட்டை அவர் துல்லியமாகச் சித்தரித்துள்ளார்.

இத்தொகுப்பிலுள்ள சில கதைகளில் சாதி வன்மம் பற்றிய அவரது பார்வையும் சற்றே மாறுபட்டுள்ளதைக் காண முடிகிறது. வன்மத்தினூடே துலங்கும் மானுடம் பற்றி அவர் தொடர்ந்து பேசி வந்த போதிலும், இந்தத் தொகுப்பிலும் அத்தகைய குரலெடுத்து அவர் பேசினாலும், சாதியம் கலைத்துப் போடும் நுண்ணுணர்வுகள் குறித்து இங்குக் கூடுதலாகப் பேசுகிறார். தனது வீட்டில் மழைக்காகவும் தன் வீட்டு மாதுளை மரத்தில் கூடு கட்டியுள்ள குருவிகளைக் காண்பதற் காகவும் ஒதுங்க நினைக்கும் ஏழைச் சிறுமிகளை ஏற்காத ஆனால் அதே சமயம் குருவிக் கூடு கலைந்துவிடுமோ என்று பதறும் மனத்தைப் பற்றிய பதிவு முக்கியமானது. அது போல பால் மாடுகள் பொருட்டு சண்டையிடும் முட்டாள்தனத்தை பதிவு செய்யும் கதை, மாடுகள் பேணும் அன்பை முன்நிறுத்தி மனிதர்களின் குரூரத்தையும் அறிவற்ற நிலையையும் விமர்சனப்படுத்துகிறது. பகடியும் எரிச்சலும் தலைப் படும் இக்கதையில் மாடுகள் மாத்திரமே அன்புக்கான இலக்கணமாக உள்ளன!

போராடுதல் என்ற கருத்தை விட்டுக்கொடுக்காமல் வாழ்தல், குறிப்பாக சகமனிதருடன் வாழ்தல் என்பதன் அடிப்படைகள் என்னவாக இருக்க முடியும் என்பது குறித்து பாமா இக்கதைகளின் வழி யோசிப்பதாகக் கொள்ளலாம். தனி மனுஷி ஒருத்தி வாழும் வாழ்க்கை, ஊர் சுத்தும் பித்தன் ஒருவனது நாடோடி வாழ்க்கை, அம்மா - மகள் - பேத்தி என்று பெண்கள் மட்டுமே உள்ள குடும்பங்களில் வாழப்படும் வாழ்க்கை, கணவனை இழந்து பரிதவிக்கும் உழைக்கும் பெண்களை எதிர்நோக்கும் இலக்கற்ற எதிர்காலத்தைக் காட்டும் வாழ்க்கை - எல்லா நேரமும் போராட்டமும் கோபமும் சாத்தியமில்லை, வாழ்வதற்கு வேறு பண்புகளும் தேவை என்பதை அவருக்கே உரிய பாணியில் இக்கதைகளில் முன்வைக்கிறார். எல்லாப் பிரச்சினைகளுக்குப் பதில்கள் இல்லை. தேவையுமில்லை. சில பொழுதுகள், கணங்கள், சில காட்சிகள் என்று நுணுக்கமாகச் சிலவற்றைப் பதிவு செய்வதால் சில அனுபவங்களில் தெளிவு பெற வாய்ப்புள்ளன என்ற ரீதியில் இத் தொகுப்பில் இடம் பெற்றுள்ள சில கதைகளை வித்தியாசமாகப் படைத்துள்ளார் என்று கூடச் சொல்லலாம்.

கல்வி, குழந்தைகள், சாதி சமுதாய உளவியல், அன்றாட வாழ்வில் சாதியத்தைத் தொலைத்தல் - இவற்றில் அக்கறையுடையவர்கள் இந்தத் தொகுப்பை விரும்பிப் படிப்பர். குறிப்பாக பாமா சார்ந்திருக்கும் ஆசிரியர் சமுதாயத்தினரும் குழந்தை வளர்ப்பு குறித்து யோசிக்கும் பெற்றோரும் கற்றுக்கொள்ள இங்கு நிறைய உள்ளன.

ஏப்ரல் 14, 2015 **வ. கீதா**
சென்னை.

முதல் பதிப்புக்கான என்னுரை

2009ஆம் ஆண்டு வெளியான 'கொண்டாட்டம்' என்ற எனது சிறுகதைத் தொகுதியில் 20 கதைகள் வெளியிடப்பட்டன. அதன் பிறகு நான் எழுதிய பல சிறுகதைகளில் ஐந்து கதைகளைத் தெரிவு செய்து இத்துடன் இணைத்து மொத்தம் 25 கதைகளைக் கொண்ட தொகுதி யாக 'தவுட்டுக்குருவி' என்ற தலைப்பில் இச்சிறு கதைத் தொகுதி இப்போது வெளிவருகிறது. 1978-இல் தொடங்கிய எனது ஆசிரியப் பணி பல்வேறு இடங்களில் பல்வேறு வகையான பள்ளிகளில் தொடர்ந்து இப்போது 2015-இல் எனது 31 கால ஆசிரியப்பணியினை நிறைவு செய்வதை நினைவு கூரும் விதத்தில் இத்தொகுதியினை வெளியிடுவதில் மகிழ்ச்சி அடைகிறேன்.

எனது முந்தைய சிறுகதைத் தொகுதிகளான 'கிசும்புக்காரன்', 'ஒரு தாத்தாவும் எருமையும்' ஆகியவற்றில் வந்த கதைகளிலிருந்து இத்தொகுதியிலுள்ள கதைகள் மாறுபட்ட களங்களையும் கருத்து களையும் கொண்டவை. சாதி, பெண்களைப் பற்றி பெரும்பாலும் பேசிய எனது கதைகளிலிருந்து சற்று மாறுபட்டு, சமூகத்தின் விளிம்பு நிலைக்கு விரட்டப்பட்ட பல்வேறு நிலையிலிருக்கும் பலவகைப்பட்ட மாந்தர்களின் வாழ்க்கையைப் பற்றி சொல்லும் கதைகள் இத்தொகுதியில் இடம்பெற்றுள்ளன. சமூகத்தில் வித்தியாசமாகப் பார்க்கப்படும் பல மனிதர்களின் கதைகளோடு குழந்தைகளின் மனவோட்டங்களைப் பற்றிப்பேசும் கதைகளும் இத்தொகுதியில் இருக்கின்றன.

குழந்தைகளின் கனவுகளையும், அவர்களது மனவெழுச்சிகளையும், அவர்களது ஊக்கத்தையும் உற்சாகத்தையும் பிரதிபலிக்கும் பல நிகழ்வு களையும், அவர்களுக்கே உரிய வானத்தில் அவர்கள் உல்லாசமாகச் சிறகடித்துச் செல்லும் தருணங்களையும் பார்த்துப் பரவசமடைந் துள்ளேன். அவர்களிடமிருந்து நான் கற்றுக்கொண்ட பல மனித நேய விழுமியங்களைப் பதிவு செய்யும் நோக்கில் படைக்கப்பட்ட கதைகளும் இடம்பெற்றுள்ளன. இக்கதைகளில் வரும் பாத்திரங்கள் அனைத்தும் என் வாழ்க்கையின் பல்வேறு கால கட்டங்களில் பல்வேறு நிலைகளில் நான் சந்தித்தவர்கள்; அல்லது எனக்கு அறிமுகப்படுத்தப் பட்டவர்கள். எனக்குள் பலவகைப்பட்ட தாக்கங்களை ஏற்படுத்தி யவர்கள். இவர்களை நான் கதைப்படுத்திய பின்பும் என் எண்ணங ்களையும், உணர்வுகளையும், நினைவுகளையும் எந்நேரமும் ஆக்கிரமித்துக்

கொண்டிருப்பவர்கள். வாழ்க்கையை பிரமிப்போடு உற்று நோக்கச் செய்தவர்கள். ஒவ்வொரு கணமும் உயிர்த்தெழுதலின் உன்னதத்தை உணரச் செய்தவர்கள்.

கற்றல் கற்பித்தல் நிகழ்வுகள் வகுப்புகளுக்குள் மட்டுமின்றி வெளியில்தான் அதிகம் நிகழ்வதாக நான் அவதானித்திருக்கிறேன். ஆரம்பப் பள்ளிகளில் பத்து வயதுக்குட்பட்ட குழந்தைகள் அள்ளித் தெளிக்கும் அளப்பரிய பாசமும் நம்பிக்கையும் என்னை அசர வைத்து உள்ளன. கள்ளமில்லா உறவுக்குச் சொந்தமான அவர்களின் வெள்ளை மனதுகள் என்னை மலைக்கச் செய்துள்ளன. எனக்கு எழுச்சியூட்டி என் கனவுகளை விசாலப்படுத்தி சவால்களைச் சாதனைகளாக்க என்னை வலுப்படுத்தியுள்ளனர். கவலையும் கண்ணீரும் கம்பலையுமாய்க் கனத்துப் போன என் வாழ்க்கையின் பல பக்கங்களை இலகுவாக்கி சிறகடித்துப் பறந்து திரிய என்னைப் பக்குவப்படுத்திய மாணவச் செல்வங்களுக்கு என் அன்பையும் நன்றியையும் தெரிவித்துக் கொள்ள விரும்புகிறேன்.

'விட்டு விடுதலையாகி...' என்ற தலைப்பில் மிகச் சிறப்பானதொரு முன்னுரையை எழுதி இத்தொகுதிக்குச் சிறப்புச் சேர்த்திருப்பவர் என் அன்புக்கும், மரியாதைக்கும், நன்றிக்குமுரிய வ. கீதா அவர்கள். முன்னுரையில் குறிப்பிட்டது போல கடந்த 20 ஆண்டுகளாக நாங்கள் அடிக்கடி சந்தித்துக் கொள்ளாவிட்டாலும் அவர்களுக்கும் எனக்குமான தோழமை உணர்வு உறுதியாகவே இருந்து வருகிறது. இத்தொகுதிக்கு ஒரு முன்னுரை கேட்ட உடனே எழுதித் தருவதாக இசைந்து, சொன்னபடியே சொன்ன தேதிக்குள் எழுதியும் கொடுத்த அவர்களுக்கு என் உளமார்ந்த நன்றியைத் தெரிவிப்பதில் மகிழ்கிறேன்.

வழக்கம் போல இத்தொகுதியையும் கொண்டுவர அனைத்து முயற்சிகளையும் உதவிகளையும் செய்து தந்த பணியாளர் மாற்கு; சே.ச. அவர்களுக்கு என் நன்றிகள் பல.

இதிலுள்ள பல கதைகள் பல பத்திரிகைகளில் வெளிவந்துள்ளன. அக்கதைகளை வெளியிட்ட அனைத்துப் பத்திரிகைகளுக்கும் என் நன்றியைத் தெரிவித்துக் கொள்கிறேன்...

மிகக் குறுகிய காலத்தில் இதனைச் சிறப்பாக அச்சிட்டு வெளியிட்ட விடியல் பதிப்பகத்தினருக்கும் என் நன்றிகள்.

பாமா

14.4.2015
உத்திரமேரூர்.

பொருளடக்கம்

1.	கொண்டாட்டம்	11
2.	அந்தி	18
3.	கோடை மழை	24
4.	வெறுங்கூடு	33
5.	உணர்வு	43
6.	அம்மாவுக்குப் புரிந்தது	53
7.	அழிப்பு	60
8.	விட்டு விடுதலையாகி...	69
9.	நிழலும் நிஜமும்	81
10.	முள்வேலி	87
11.	சாமியாட்டம்	95
12.	தவுட்டுக் குருவி	104
13.	அடையாளம்	111
14.	சிதறல்கள்	117
15.	ஆவிகளும் ஆண்டைகளும்	124
16.	வலி	134
17.	வயிறும் வாழ்க்கையும்	141
18.	ஏடாகூடம்	148
19.	இவன்	157
20.	எள்	166
21.	அந்த...	175
22.	இழப்பு	183
23.	துர்காவும் நானும்	190
24.	மஞ்சள் நிற வண்ணத்துப் பூச்சி	200
25.	பொய்யஞ்சாமி	213

9

கொண்டாட்டம்

நாலஞ்சு நாளா நல்லா வெயிலு காஞ்சது. இன்னைக்கென்னமோ காலைல இருந்தே வானம் மப்பும் மந்தாரமுமா இருக்குது. இப்பெப் பெய்யவா பெறகு பெய்யவான்னு இருட்டிக்கிட்டு வந்துச்சு. பள்ளிக் கொடத்துக்கு மழைக்கு முன்னால போய்ச் சேந்துரனும்னு மங்களம் டீச்சர் வெக்கு வெக்குன்னு நடந்தாங்க. பாதி வழியிலயே மழ புடுச்சுக்குட்டு அறஞ்சது. ஒதுங்குறதுக்குக் கூட ஒரு எடம் இல்ல. வயக்காட்டுப் பாதையில போகும்போது எங்குட்டுப் போயி ஒதுங்க முடியும்? நனஞ்சுக்கிட்டே போனாங்க. ஒரு மூச்சு பேஞ்சபெறகு செத்த ஓஞ்சது. தெருவுக்குள்ள மொழயவும் பாத்த சனம்பூராம் பள்ளிக்கூடம் இருக்கா இல்லையான்னு கேட்டுத் தொளச்செடுத்துட்டாக. அம்புட்டுப் பேத்துக்கும் பதில் சொல்லிட்டு ஒரு வழியா பள்ளிக்கொடம் வந்து சேந்தா... கிளாசுல பாதிப்பேருக்கு மேல வரல. பத்துப் பன்னெண்டு பிள்ளைகதான் இருந்தாக.

"என்ன, மழ பேயவும் இதாஞ் சாக்குன்னு பாதிப் பேருக்கு மேல நின்னுட்டாக போல." டீச்சர் கேட்டாங்க.

"ஆமா டீச்சர். இந்தச் சேரிப் பசங்கல்லாம் நின்னுட்டாங்க டீச்சர்," கரோலின் மேரி சொன்னா.

"என்னது. சேரிப் பசங்களா? அப்பிடியெல்லாம் சொல்லக் கூடாது. அவுங்க சேரிப் பசங்கன்னா நீங்க என்ன பசங்களாம்? அவுங்க தெருப் பக்கம் ரொம்பத் தண்ணி கெட்டிக் கெடக்கும். அதான் வரல போல."

"நாங்கள்ளாம் ஊர்ப்பசங்க டீச்சர்."

"அப்பிடி யாரு சொன்னது? நீங்க எல்லாருமே பூம்பாக்கத்துல இருந்துதான வர்ரீங்க? அப்பறம் என்ன சேரி, ஊருன்னுக்கிட்டு?"

"இல்ல டீச்சர், எங்கம்மா அப்படித்தாஞ் சொல்லுவாக டீச்சர் நாங்கள்ளாம் பூம்பாக்கம் ஊரு, அவுங்கள்ளாம் பூம்பாக்கம் காலனி."

"அவுங்கள்ளாம்னா யாரு?"

"சோசப்பு, வியாகுலமேரி, மோச்சராக்கினி, அந்தோணி, சேசுக் கண்ணன், செவத்தியான், இருளப்பன் இவுங்கெல்லாம் காலனிப்பசங்க டீச்சர்."

“எல்லாரும் ஒரே ஊருலருந்துதான் வர்ரீங்க. அப்பறம் அதுலென்ன காலனி, ஊருன்னு பிரிச்சுக்கிட்டு? அப்பிடியெல்லாஞ் சொல்லக் கூடாது சரியா?”

“அப்பிடியில்ல டீச்சர் அவுங்கள்ளாம் தலித்துங்க டீச்சர்”, ரோஸலின் ரொம்ப அழுத்தந் திருத்தமாச் சொன்னா.

“இந்த வயசுலயே ஒங்களுக்குத் தலித்துகள்ளாம் தெரியுமா?”

“ஆமா டீச்சர், தலித்துங்கன்னா கீச்சாதிப் பசங்களாம் டீச்சர்; நாங்கள்ளாம் மேச்சாதிப் பசங்க டீச்சர்.”

மங்களம் டீச்சருக்குப் பயங்கரமாக் கோவம் வந்துச்சு. ஆனா இந்தச் சின்னப் பிள்ளைகிட்டயா கோவத்தக் காட்ட முடியும்? இந்தச் சின்ன வயசுலயே இவுங்க மனசுல இப்பிடிச் சாதிவெறிய ஊட்டி வளக்குற பெரியவுங்களா இருக்குற சின்னத்தனமான ஆளுங்கள நெனைக்கயிலதான் கோவமும், ஆத்துரமும், வேதனையுமா இருந்துச்சு. அதுக்கு மேல எதுவும் பேசாமலே ஒக்காந்திருந்தாங்க. அடுத்த வாரம் நடக்கப் போற கிறிஸ்துமஸ் கொண்டாட்டத்த நெனச்சு இப்பயே அவுங்களுக்குக் கவலயா இருந்துச்சு.

பூம்பாக்கம் கிராமத்த ரெண்டாப் பிரிச்சுக்கிட்டு ஒன்ன ஊருன்னும், ஒன்னக் காலனின்னும் வச்சுருக்காங்க. மெயின் ரோட்டுப் பக்கம் ஊர்ல இருக்குறவுங்கள்ளாம் மேச்சாதிக் கிறிஸ்தவங்க. ஊருக்குக் கீழக்கடே சில காலனில இருக்குறவுங்கள்ளாம் தலித் கிறிஸ்தவங்க. ஊர்க் கிறிஸ்தவங்க வீடுங்கள்ளாம் கோயில் பக்கத்துலேயே இருக்கும். பள்ளிக்கொடமும் அங்னக்குள்ளதான் இருக்கும். அவுங்க பத்து அம்பது குடும்பம் இருப்பாங்க. தலித் கிறிஸ்தவங்க ஒரு முன்னூறு குடும்பம் இருப்பாங்க. ஆனாக் கோயில் நிர்வாகம் பூராமே ஊர்க் கிறிஸ்தவங்க கையில்தான். கிறிஸ்துமஸ், ஈஸ்டர், ஊர்த்திருவிழா எல்லாமே அவுங்க தலைமையிலதான் நடக்கும். பங்குச் சாமியாரும் அவுங்க சாதிதான்.

இத்தன வருசகாலமா ஒதுக்கப்பட்டே கெடந்த தலித் கிறிஸ்தவங்க, இந்தக் கிறிஸ்துமஸ்ஸ ஊர்க் கிறிஸ்தவங்களோட சேந்து நல்லபடியாக் கொண்டாடனும்னு முடிவு செஞ்சாங்க. அதுனால கிறிஸ்துமஸ்க்கு வீட்டு வீட்டுக்கு வரிப் போடும்போது தாங்களும் வரிக் குடுத்து எல்லாருமாச் சேந்து கொண்டாடுவோம்னாங்க.

அம்புட்டுத்தான், ஊர்க் கிறிஸ்தவங்களுக்கு வந்த கோவம் இன்னமட்டும்னு இல்ல. அதெப்பிடி இம்புட்டு வருசமா எங்களுக்கு எடுபிடியாக் கெடந்த நாய்ங்க இன்னைக்கு எங்களுக்குச் சமமா கோயில்ல திருநாள் கொண்டாடுவாங்களா? அதெல்லாம் முடியாது. வழக்கம் போல நாய் மாதிரி கோயிலுக்கு வெளிய நின்னு கும்புட்டுட்டுப் போகட்டும், வரி குடுக்கானுகளாம் வரி.... இவனுக வரி யாருக்கு வேணும்? பிச்சக்காரப் பெயல்க... நம்மகிட்ட கூலி வேல செய்ற நாயிங்க அத வாங்கி நம்ம கிட்டயே வரி குடுக்கப் போறானுகளாம். கோயில் கிட்டத்துல வந்தா கால வெட்டிப் போடுவோம்... ஆமா... நம்ம வேலவெட்டிக்குக் கூப்புடாட்டெ பட்டினி கெடந்துச் சாகனும்.... இவனுக நம்மள மாதிரி வரி குடுத்து, நம்ம கூட சேந்து திருநாக் கொண்டாடனுமாம்... நண்டு கொழுத்தா வளைல நிக்காதும்பாங்க... அந்தக் கத தான்... இப்ப நாலஞ்சு பெயல்க நாலெழுத்துப் படுச்சுக் கிட்டானுகள்ள... அந்தத் திமுருதான்... வேறொன்னுமில்ல.

இதக்கேட்ட தலித்துங்க நேராப் பங்குச் சாமியார்ட்டப் போனாங்க.

“இம்புட்டு நாளாத்தான் ஏதோ வெவரமில்லாமெக் கெடந்தோம் சாமி. கடவுளுக்கு முன்னாடி எல்லாரும் சமமின்னுதானெ நம்ம மதம் சொல்லுது. அப்பிடி இருக்கையில எங்ககிட்ட எதுக்கு வரி வாங்கக் கூடாது? நாங்க எதுக்குக் கோயிலுக்குள்ள மொழயக் கூடாது? திருநாளுக் கொண்டாட்டத்துல நாங்க ஏன் பங்கேக்கக் கூடாது? இந்த வருசக் கிறிஸ்துமஸ் கொண்டாட்டத்துல நாங்க கண்டிப்பாக் கலந்துக்கிருவோம். கோயிலுக்குள்ள வந்து எல்லாரையும் போல ஒக்காந்து பூசை பாப்போம். இதுக்கு நீங்க ஏற்பாடு செய்யனும் சாமி” - ரொம்ப உறுதியான குரலுல சொல்லி முடுச்சாங்க.

சாமியாருக்கு என்ன சொல்றதுன்னு ஒன்னும் புரியல. மென்னு முழுங்கிக்கிட்டே பேசுனாரு.

“இந்த கோயிலுக் கட்டி கிட்டத்தட்ட அம்பது வருசம் ஆகப் போகுது. இதக் கட்டுறதுக்கு அவுங்க நெறைய உதவி செஞ்சுருக்காங்க. கோயிலு சரித்திரத்தப் பாத்தீங்கன்னா இதெல்லாந் தெளிவாத் தெரியும். இவ்வளவு வருசமா இல்லாமெ இப்பெ என்னமோ புதுசா நீங்க கேக்குறீங்க. நல்ல விசயந்தான். கடவுளுக்கு முன்னால எல்லாருஞ் சமந்தான். நானு இல்லங்கல. நானு அவுங்களக் கலந்து பேசிட்டு ஒங்களுக்குச் சொல்றேன்.”

“அவுங்கள என்ன சாமி கேக்குறது? பங்குச் சாமியாரு நீங்க; நீங்க பாத்து முடிவு செய்றத உட்டுட்டு நீங்க எதுக்கு அவுங்களக் கேக்கனும்?

கோயிலுச் சரித்திரத்தப் பாக்கச் சொல்றீகளே... எங்க சரித்திரத்தயும் கொஞ்சம் பாருங்க சாமி. எம்புட்டு வருசமா எங்கள ஒதுக்கி வச்சுருக் காங்க... வெளிய சமுதாயத்துலதான் அப்பிடீன்னா இங்க நம்ம திருச்சபைக்குள்ளயும் எங்களுக்கு என்ன நாயங்கெடைக்குது? நாங்களும் ஆளப்போல வரி குடுக்குறோம்னு சொல்றம்ல? நாங்கதான் எங்க உரிமைகள உட்டுட்டோம்; இனி வார எங்க தலமுறைகளாவது மனுசங்களாத் தலநிமுந்து வாழனும் சாமி. அதுனால இப்பமே அவுங்களயும் கூப்புடுங்க. எங்க முன்னாலேயே பேசி முடிங்க. ஏப்பா சவரிநாயகம், சட்டுனு போயி அவனுகளக் கூட்டிக்கிட்டு வாப்பா. இப்ப இந்தக் கூட்டத்துலயே முடிவு செஞ்சாத்தான் நம்மாளுகளுக்கு வரிப் போட்டு வசூல் பண்ண முடியும்.'' ஆசிர்வாதம் சொல்லவும் சவரி நாயகம் விருட்டுன்னு எந்துருச்சு ஓடுனாரு.

சாமியாருக்கு என்ன செய்றதுன்னு ஒன்னும் புரியல, 'இவனுக என்ன இம்புட்டு உறுதியாக இருக்கானுங்க... இவனுக வேகத்தப் பாத்தா இந்த வருசம் திருநாளக் கொண்டாட முடியுமான்னே சந்தேகமா இருக்கே... இவனுகள யாரு இந்த அளவுக்குத் தூண்டி உட்டுருப் பாங்க....? குடிக்கக் கூழு இல்லாத பெயல்க... வரிப் போட்டுத் திருநாக் கொண்டாடனும்னு குதிக்கானுங்க...' இப்பிடி யோசிச்சுக்கிட்டு இருக்கயிலயே ஊர்க் கிறிஸ்தவங்கள்ள இருந்து பத்துப் பேரு வந்தாங்க.

"என்ன சாமி கூப்பிட்டீகளாமே... எங்க காதுக்கும் விசயம் வந்துச்சு. இவனுக கேட்டானுகன்னு நீங்க எங்களக் கூப்பிட்டீகளாக்கும்... இவனுக கெடக்கானுக வெவரங் கெட்ட பெயலுக... நீங்க கூப்பிட்டீ கன்னுதான் வந்தோம்'' அருளப்பன் படபடன்னு பேசுனாரு.

சாமியாரு நிதானமா பேசத் தொடங்குனாரு.

"அதாவது நானு என்ன சொல்றம்னா, இம்புட்டு நாளா இவுங்க கேக்கவும் இல்ல; நம்மளுக்கு அது ஒரு பிரச்சனயா வந்ததும் இல்ல. இப்ப இவுங்களா வந்து கேக்கயில நாம மாட்டம்னு சொல்ல முடியாது. அவங்களும் வரிக் குடுப்போம்னு சொல்லி, நாம அந்த வரியை வேண்டாம்னு சொல்ல, அந்த விசயம் வெளிய தெருஞ்சா நம்மளத்தாங் கேவலமாப் பேசுவாங்க. சரி வரிய வாங்கிக்கிட்டு வழக்கம் போல நீங்க செய்றதச் செய்ங்க... என்ன நாஞ் சொல்றது சரிதானெ?''

"சரியில்ல சாமி; வரியக் குடுத்துட்டு ஒதுங்குறதுக்கு நாங்கென்ன கேனப்பெயல்களா என்ன? அவுகளப் போல நாங்களும் சகலத்துலயும் பங்கெடுப்போம்; கோயிலுக்குள்ள வந்து பூசை பாப்போம்; எங்க தெருவுக்குள்ளயும் தேர்ப் பவனியா கொழந்த யேசுவெ எடுத்துட்டுப்

போவோம்." பவுல் ராசு சொல்லவும் ஊர்க் கிறிஸ்தவங்களுக்கு மூக்கு மேல கோவம் வந்துருச்சு.

"எங்களுக்கு எதிர்க்கவே எம்புட்டுத் துணிச்சலாப் பேசுறானுகன்னு பாருங்க சாமி. இன்னைக்கு இதக் கேப்பானுக; நாளைக்கு நாங்களும் அவனுகளும் ஒன்னும்பானுக. இவனுகட்ட என்ன பேச்சு. இவனுகளோட சேந்து நாங்க கொண்டாட முடியாது. அம்புட்டுத்தான்."

"சரித்தான்; எங்க கூட கொண்டாட முடியாட்டி போங்க, நாங்களா வரிப் போட்டு நாங்களே கொண்டாடிக்கிறோம். என்ன சாமி, நீங்க என்ன சொல்றீக?"

"இப்பிடிச் சண்ட போட்டுக்கிட்டா கிறிஸ்துமஸ் கொண்டாடு வாங்க? கிறிஸ்துமஸ் வந்து சமாதானத் திருவிழா. கிறிஸ்து பிறந்த அன்னைக்குக் கூட வானதூதர் என்ன சொன்னாரு? உன்னதங்களில் கடவுளுக்கு மகிமையும் பூவுலகில் நன்மனத்தோர்க்குச் சமாதானமும்னு சொன்னாருல்ல? அப்பிடியிருக்கயில ரெண்டு தரப்புலயும் கொஞ்சம் விட்டுக்குடுத்துப் போனீங்கன்னா நல்லா இருக்கும்." சாமியார் சாந்தமாச் சொன்னாரு.

"என்னத்த உட்டுக் குடுக்கறது? இப்ப நாங்களா பிரச்சன பண்ணுறோம்? இத்தன வருசமா இல்லாமெ இப்பெ என்ன புதுசா இவனுக ஆரம்பிக்கிறது? எங்களால இப்பெப் பிரச்சன இல்லியே... எல்லாம் இவனுகத்தானே புதுசாப் பிரச்சனய உண்டாக்குறானுக?" ஊர்க்கார ராயப்பன் கோவமாக் கத்துனாரு.

"நீங்க சொல்றதெல்லாஞ் சரித்தான் சாமி. வானதூதர் அன்னைக்குச் சொன்னாருதான். நல்ல மனசுக்காரனுக்குத்தானெ சமாதானம்னாரு. இவுகளுக்குத்தான் நல்ல மனசே இல்லியே. நல்ல மனசு இருந்தா, மனுசன மனுசனா மதிக்கத் தெரியுமே. அவுங்களப் போல மனுசங்க தானெ நாங்க? ஆனாப் பாருங்க எங்களத் தெரு நாயவிடக் கேவலமாவுல நடத்துராங்க. இத்தன வருசமா இவுங்கதானெ எல்லாஞ் செஞ்சுட்டு வாராங்க? நாங்க பொறுமையா விட்டுக் குடுத்தம்ல... இப்ப நாங்க எடுத்துச் செய்றோம். இவுங்க எங்க கூட சேந்து செய்யட்டும்." செவத்தியான் சொன்னதுதான் தாம்சம்... அம்புட்டு ஊர்க் கிறிஸ்தவங் களுக்கும் அண்ட சண்டாளமாக் கோவம் வந்துருச்சு.

"என்னடா சொன்னெ? பொறுமையா உட்டுக்குடுத்தீகளா? என்ன மயித்தடா உட்டுக் குடுத்தீக? பொறம்போக்கு நாய்களுக்கு இம்புட்டுத் துணிச்சல் வந்துருச்சா? ஏ... எந்துருச்சு வாங்கடா... இவனுகள்ளாம் ஒரு மனுசம்னு இவனுககிட்ட பேசிக்கிட்டு இருக்கோம்.

15

சாமி, கொண்டாடுனா நாங்கதாங் கொண்டாடுவோம். இவனுகளோட சேந்துனா அந்தக் கொண்டாட்டமே வேண்டாம். அம்புட்டுத்தான் நாங்க வர்றோம் சாமி. நீங்க போயி வேற வேல இருந்தா பாருங்க சாமி. ஏ... வாங்கடா...'' சூசை சொல்லவும் அம்புட்டுப் பேரும் எந்துருச்சுப் போயிட்டாங்க.

“இவுங்க இவ்வளவு சொன்னமட்டுக்கும் நாங்க இதக் கொண்டா டாமெ உடப்போறதில்ல. அவுக வராட்டிப் போகட்டும். நாங்களே வரிப் போட்டு நாங்களே கொண்டாடுவோம். ஏ... எந்துருச்சு வாங்கடா'', முடியப்பன் சொல்லவும் தலித்துகளும் எந்துருச்சுப் போயிட்டாங்க.

இவ்வளயும் மனசுக்குள்ள நெனச்சுப் பாத்த மங்களத்துக்கு கலக்கமாத்தான் இருந்துச்சு. சரி நடக்குறது நடக்கட்டும். நம்மளும் எம்புட்டு நாளைக்குத்தான் இப்பிடியே ஒதுங்கியே கெடக்குறது? இப்பிடியாச்சும் ஒரு விடிவு காலம் ஏற்பட்டா நல்லதுதான்னு நெனச்சுக்குட்டு பிள்ளைங்ககிட்டச் சொன்னாங்க, “சரி, சரி. ஒங்களுக்கு கிறிஸ்துமஸ் லீவு. புதுவருசம் பெறக்கவும் எல்லாரும் ஸ்கூலுக்கு வந்துரனும், சரியா? சனவரி மாசம் மூனாந்தேதி ஒங்களுக்கு மறுபடியும் ஸ்கூல் தெறக்கும். சரியா?''

அன்னைக்குக் கடேசி நாளுங்கறதுனாலயும் மழ செத்த வெருச்சதுனாலயும் மத்தியானத்தோட லீவு உட்டுட்டாங்க. பிள்ளைங் கள்ளாம் சந்தோஷமா வீடுகளுக்குப் போனாங்க.

சொன்னபடியே தலித்துங்க அவுங்களுக்குள்ளேயே வரிப்போட்டு ரொம்பப் பெருகளமாக் கொண்டாட எல்லா ஏற்பாடுகளையும் செய்தாங்க. திருநாச் சமயத்துல எதுவும் அசம்பாவிதமா நடந்துரக் கூடாதுன்னு முன்னேற்பாடா ஆயருக்கிட்டயும் மனு குடுத்திருந்தாங்க. போலீஸ் பாதுகாப்புக்கும் ஏற்பாடு செய்திருந்தாங்க. கிறிஸ்துவ மதத்துல சாதி ஒழியிரத்துக்கு இது ஒரு நல்ல வழிதான்னு ஆயரே பூசைக்கு வர்ரேன்னு சொல்லவும் தலித் சனங்களுக்கு ரெட்டிப்புச் சந்தோஷம்.

எல்லாத்தயும் கண்கொத்திப் பாம்பு கணக்கா பாத்துக்கிட்டு இருந்த ஊர்க்காரங்களுக்கு வகுத்தெருச்சலா இருந்துச்சு. ஆனாலும் கண்டுங்காணாதது மாதிரியே ஒதுங்கி இருந்தாங்க. திருநாளன்னைக்கு ஆயர் வந்து நள்ளிரவுப் பூசை வச்சார். தலித்துங்க கோயிலுக்குள்ள அவுங்க நெனச்ச எடத்துல ஒக்காந்து சந்தோஷமாப் பூசை பாத்தாங்க. நல்லபடியா பூசையை முடிச்சுட்டு ஆயர் சாமியார் வீட்டுக்குப் போனாரு, எல்லாம் நல்லபடியா முடுஞ்ச சந்தோஷத்துல தலித்துங்க

மேள தாளத்தோட தப்பாட்டம், சிலம்பாட்டத்தோட கொழந்தை யேசு சுரூபத்தத் தூக்கிக்கிட்டு அவுங்களோட காலனிக்குப் போனாங்க. அவுங்க தெருவுச்சாவடில சோடிச்சிருந்த குடிலுல கொழந்தை யேசுவோட சுரூபத்த வச்சு, குடிலுக்கு முன்னாடி விடிய விடியக் கலை நிகழ்ச்சிகளுக்கெல்லாம் ஏற்பாடு செஞ்சிருந்தாங்க.

ஊர்க்காரங்க தெரு வழியா பவனி போகையில திடீர்னு கரண்ட்டு நின்னு போச்சு. ஒரே இருட்டுக் கசமா இருந்துச்சு. அடுத்த நிமிசமே பவனியாப் போன தலித் சனங்க மேல கல்லுகளா வந்து உழுந்துச்சு. அப்பத்தான் அவுகளுக்குப் புருஞ்சுது இது ஊர்க்காரனுகளோட வேலன்னு. கரண்ட்டு கனெக்சனப் புடுங்கி உட்டுட்டு அவுங்க ஆம்பள பொம்பள அம்புட்டுப் பேரும் அவுகவுக வீட்டு மெத்தைகள்ள ஏறி ஒக்காந்துக்கிட்டு தலித்துகமேல சரமாரியாக் கல்லைக் கொண்டி எறுஞ்சாங்க. தலித்துங்க பூராம் தப்பிச்சோம் பொழச்சோமுன்னு ஓட்டமும் நடையுமா காலனிக்குள்ள வந்து சேந்தாங்க. செல பேருக்கு மண்ட ஒடஞ்சு ரத்தக்காடு ஊத்துச்சு. அம்புட்டுப் பேரும் கதறிக்கிட்டே ஓடியாந்து குடிலுக்கு முன்னாடி கூடிக்கிட்டு ஐயோ அம்மான்னு அலறுனாங்க. கொழந்தை யேசு சுரூபம் என்ன ஆச்சுன்னு யாருக்கும் தெரியல. அந்நியாரம் சின்னப்பன் வேகமா ஓடியாந்து, ‘நாங்கொழந்தச் சேசக் காப்பாத்திட்டேன்; நாங்கொழந்தச் சேசக் காப்பாத்திட்டேன்னு’ சத்தம் போட்டுக் கத்திக்கிட்டே குடிலுல சுரூபத்த வச்சான். எல்லாரும் நெடுஞ்சாங்கெடையா குடிலுக்கு முன்னால உழுந்து அழுதாங்க. திடீர்னு தேவராசுத் தாத்தா ஆவேசமாக் கத்துனாரு.

“இப்பெ என்னத்துக்கு நம்ம அழுகனும்? இன்னைக்குச் சேசுநாதர் சாமிய அந்தச் சாதி வெறி புடுச்ச ஊர்க்காரனுகட்ட இருந்து நம்ம காப்பாத்திட்டோம். இன்னைக்குத்தான் நமக்கு உண்மையான கிறிஸ்துமஸ். இன்னைக்குத்தான் சேசு உண்மையாப் பெறந்துருக்கார். அடிங்கடா தப்பெடுத்து.” - தப்பெடுத்து அடிக்கவும் தேவராசுத் தாத்தா எளவட்டங் கணக்கா ஆட்டத்துல எறங்கிட்டாரு. அழுதுக்கிட்டு இருந்த அம்புட்டுப் பேரும் பரவசமா ஆடினாங்க.

- தினமணி கிறிஸ்துமஸ் மலர், 2003.

அந்தி

நசநசன்னு மழ பேஞ்சுக்கிட்டு இருந்துச்சு. ரெண்டு வாரமா இப்பிடியே பிசுபிசுத்துக்கிட்டு இருந்தா, சனங்க என்னனு வேல வெட்டிக்குப் போறது? ரவைக்குரவ ஆன மோண்டது கணக்கா சோன்னு ஊத்துது. விடுஞ்சா இந்த நசநசப்பு. நல்லா பேஞ்சம்னு இல்ல; காஞ்சம்னு இல்ல. இதென்ன எழவெடுத்தபெய மழயோ!

கொளத்தூர்ல ஒத்த சனம் பாக்கி இல்லாமெ அம்புட்டுப் பேரும் பொலம்பிக்கிட்டுக் கெடந்தாக. குண்டுங்குழியுமாக் கெடந்த தெருவுகள்ல பூராந் தண்ணி ரொம்பிக் கெடந்துச்சு... வீடுகளுக்கு முன்னால மாடுக கெட்டுன எடம்பூராம் சாணியுஞ் சகதியுமா பார்க்கவே அரோசியமா இருந்துச்சு. பசுமாடுகளாச்சும் பரவாயில்ல. இந்த எருமை கெட்டுன எடங்கள சொல்லவே வேண்டாம். மாடுகன்னுகள வேற எங்க கொண்டு போயிக்கெட்டுவாக? சனங்க குடியிருக்குறதே இத்தினிக்கானு குடிச. அவுகளுக்கே இருக்க எடம் பத்தாது; மாடுகன்னுகளுக்கு எடத்துக்கு எங்க போறது? அதுனால, எல்லார் வீட்டுக்கு முன்னாலயும் பசுவோ, எருமையோ நிக்கும். மாடுகன்னுகள நம்பித்தான் அவுகளோட பொழப்பே இருக்குது. பகல் பொழுதுல மாடுகள கொண்டு போயி காடு கரைகள்ல மேய உடலாம்னா, எங்க பாத்தாலும் தண்ணிக்காடா இருக்கு. முன்ன மாதிரி கம்மாயிலயும் உட முடியாது. கம்மாயிலகூட தண்ணி வந்துருக்குன்னு சொல்லிக்கிட்டாக. ஆடு வச்சுருந்தவுக பாடு பரவாயில்ல. வீட்டுத்தாவாரத்துலயே அதுகள கெட்டிப் போட்டுக்கிட்டாக. செலபேரு வீட்டுக்குள்ளயே ஆட்டுக் குட்டிகளக் கெட்டிப் போட்டாக.

தவசிப் பாட்டியும் ஒரு ஆட்டுக்குட்டி வச்சுருந்தா. நல்லாத் தெடமா இருந்த காலத்துல, எம்புட்டெம்புட்டோ ஆடுமாடுக வச்சு வளத்தா. இப்ப அவா இஸ்டப்பட்டாலும், வச்சு வளக்க முடியாது. ஒடம்பு ரொம்ப பலவீனமாகிப் போச்சு. இந்தத் தள்ளாத வயசுலயும் தனியாவே கஞ்சிகாச்சிக் குடிச்சுக்கிட்டு இருக்கா. ஏழெட்டு மக்களப் பெத்து ஆளாக்கி எல்லாருக்கும் பொண்ணு புள்ள பாத்துக் கெட்டிக் குடுத்துட்டு, புருசனயுஞ் சாகக் குடுத்துட்டு, இப்ப ஒத்தயில ஒலவச்சுக் காச்சிக்குடிக்கிறதப் பாக்கயில கருமாயமா இருக்கும்... மக்கமாரெல்லாம்

ஓரளவுக்குப் படுச்சுட்டு எங்கெங்கயோ வேல வெட்டி பாத்துக்குட்டுத் தான் இருக்காக. அவுக கூப்புட்டாலும் இவா போகமாட்டா. ரொம்ப ரோசக்காரக் கெழவின்னு ஊர்ல சொல்லுவாக. புருச இருக்குற வரையில கொஞ்சம் நல்லாத்தான் இருந்தா. அந்தக் கெழவம் என்னைக்கு மண்டயப் போட்டானோ, அன்னைக்கே அவளுக்கு அற உழுந்தது கணக்கா ஆகிப்போச்சு. புருசனுக்கு முன்னால போயிச் சேந்துரணும்னு வாய்க்குவாயி சொல்லிக்கிட்டே இருப்பா. ஆனா அவளுக்கு முன்னால மாடசாமிக் கெழவம் போயிட்டான். இப்பயும் அந்தக் கெழவஞ் செத்து அந்தா இந்தான்னு ஏழெட்டு வருசத்துக்கு மேலாகிப் போச்சு. தவசிக் கெழவியும் ஏதோ அவளுக்குத் தக்கன வேல செஞ்சு கொதிக்கவச்சு குடிக்கா. வருசத்துல ஒருவாட்டி ஊருத்திருநா வரும்போது மக்கமாரு, மருமக்கமாரு, பேரனுக, பேத்திமாருக ரொம்பப் பெருகளமா வந்து போவாக. அப்பத்தா அவா கைல அஞ்சோ, பத்தோ குடுத்துட்டுப் போவாக.

இந்த ஒரு மாசமா இப்பிடி அடமழ புடுச்சுக்குட்டதுனால. தவசிப் பாட்டி வேல வெட்டி எதுக்கும் போக முடியல. அறுப்புக் காலத்துல வைக்கப் போட்ட தரைக, களத்து மேட்டுகளத் தூத்துப் பெறக்கிச் சேத்து வச்சிருந்த நாலு மரக்கா நெல்ல அவுச்சுப் போட்டு குத்தி வச்சிருந்த அரிசியத்தான் காச்சிக்குடிச்சுக்கிட்டுப் பொழுத ஓட்டுறா, வையாசி மாசம் திருநாளைக்குப் பிள்ளைக வரும்போது, அந்த அரிசிய காச்சிக்குடிக்கலாம்னு இம்புட்டு நாளாப் பொத்திப் பொத்தி வச்சிருந்தா. இப்ப இந்த மழைன்னால வேல வெட்டிக்குப் போக முடியாம அரிசிய எடுக்க வேண்டியதாயிப்போச்சு. தவசிப் பாட்டியோட சொந்த பந்தங்கள்ளாம் இதே ஊர்லதான் இருக்காக. ஆனா, தவசி ஒருநா ஒரு பொழுது அவுககிட்டப் போயி கையேந்தி நின்னது கெடையாது. ரொம்ப வைராக்கியமான கெழவிதான்னு ஊர்ல சொல்லுவாக. தவசி கெழவியோட கூடப் பெறந்த தம்பி கிட்ணங்கூட கூடியமட்டும் சொல்லிப்பாத்தான்.

“இந்த வயசான காலத்துல ஏம்கா இப்பிடிக் கெடந்து ஒத்தையில கஸ்டப்படுற? பேசாம ஏங்கூட வந்துரு; இல்லன்னா மக்கமாருக கிட்டயாச்சும் போயி இரு. நடக்க மாட்டாமெ நடந்துக்குட்டு வேல வெட்டிக்குப் போற, தண்ணிக் கொடந்தூக்குற, கஞ்சி தண்ணியுங் காச்சிக்கிற. பத்தாக்கொறைக்கு ஒரு ஆட்டுக்குட்டி வேற... இந்த வயசுல நீயி எந்த மரத்துல ஏறி கொழ ஒடுச்சுப்போட்டு, அந்தக் குட்டியக் காப்பாத்தப் போற? பேசாம வித்துருன்னாலும் கேக்கமாட்டேங்க... வீம்புக்காரிதான் நீயி...”

தம்பி எம்புட்டுத்தாஞ் சொன்னாலும், ஆட்ட விக்கிற மாதிரி இல்ல. எங்குட்டுக் கூடியாச்சும் அதுக்கு கொழ ஒடிச்சுக் கொண்டாந்து போட்டுருவா கெழவி. தம்பிக்காரனும் நாலஞ்சு ஆடுக வச்சுருந்தான். ஒரு தடவ தவசிக் கெழவிட்ட அவஞ் சொன்னான், "ஏக்கா நீயி வேணும்னா ஓ ஆட்ட ஏங்குட்டிகளோட உட்டுரு. ஏங்குட்டிகளோட அது மேயட்டும். பெருசாகுற காலத்துல புடுச்சு வித்துக்கோ. என்ன சொல்ற?"

"ஒனக்கிருக்குற சள்ளையில இதென்னத்துக்குடா? நானு எங்குனயாச்சும் வேல வெட்டிக்குப் போகயில, இத்தினி, கொழ ஒடிச்சாந்து போட்டம்னா, அது பாட்டுக்குத் தின்னுக்குட்டு கெடக்கு, அது இங்ஙன ஏங்கூடயே நின்னுட்டுப் போட்டும்டா". இப்பிடிச் சொல்லிட்டு குட்டியக் குடுக்க மாட்டா.

"என்ன சாகப்போற நாளைல குட்டிய எங்கிட்ட உட்டா நானு குட்டிய வச்சுக்கிருவம்னு கெழவிக்குப் பயம். அவா என்ன லேசுப்பட்ட கெழவின்னா நெனச்சீக. எம்புட்டுத் தடவ கேட்டுப் பாத்துட்டேன். குடுக்கவே மாட்டம்ங்கா. அவளே வச்சுக்குட்டு லோளுப்படட்டும்", கிட்ணன் தெருச் சனங்ககிட்டச் சொல்லி ஆத்திரப்பட்டான்.

தவசியோட புருசங்கூடப் பெறந்த நாத்துனாக்காரிகூட, தவசிட்ட சொல்லிப் பாத்தா. கொழாயில தண்ணி புடுச்சுக்கிட்டு இருந்த தவசி சொன்னா, "நீங்கள்லாம் புரியாமப் பேசுறீங்கத்தா. ஏந்தம்பிக்காரனும் அவம் பாட்டுக்கு வாயிக்கு வந்ததெல்லாம் பேசிக்கிட்டுத் திரிரான். நீங்க நெனைக்கிற மாதிரி நானு இந்த வயசுல ஆடு வளத்து, சொத்து சொகமாச் சேக்கப் போறேன்? எந்த நேரமும் ஒத்தயிலயே கெடக்குறது வெருக்கு வெருக்குன்னு இருக்குது. கூட இந்த ஆட்டுக் குட்டி இருக்குறது கொஞ்சந் தெம்பா இருக்குது. சாகுந்தட்டிக்கும் இந்த வாயில்லாச் சீவங்கூட இருந்துட்டுச் செத்துப் போகலாம்னு பாத்தா ஆளாளுக்கு என்னென்னமோ சொல்லுறிக."

இதக்கேட்ட அன்னம்மா பாட்டி சொன்னா, "அவா சொல்றதும் நாயந்தான்... அவளுக்கும் ஒரு தொண வேணும்ல... என்னமோ பேரம்பேத்திகூட பேசுறது கணக்கா தவசி அந்தக் குட்டிக்கிட்டப் பேசிக்கிட்டுக் கெடப்பா. அந்தக் குட்டியும் எந்த நேரமும் இவாக் காலச்சுத்திக்கிட்டு இவாகிட்ட ரொம்பப் பிரியமாத்தா இருக்குது... அதுதான் அவளுக்குத் தொணையா நிக்கிது."

"கெழவம் போயிச் சேந்துட்டான். இன்னமும் எம்புட்டு நாளைக்குத்தான் கடவுளு என்னியச் சோதிக்கப் போறாரோ

தெரியலயே... காலு கையி நடமாட்டத்துல இருக்கயிலேயே கடவுளு எனிய எடுத்துக்கிரனும். இந்தக் கொடத்தத் தூக்கி உடுத்தா", ஆராயி தூக்கி உட்ட கொடத்த வாங்கி இடுப்புல வச்சுக்குட்டுப் போனா தவசிப்பாட்டி.

ரெண்டு நாளா மழ செத்த ஓஞ்சிருந்துச்சு. மத்தியானம் கூழக்கரச்சுக் குடுச்சுட்டு, செத்தப் படுத்து எந்திருச்ச தவசிக்கெழவி ஆட்டுக்குட்டியப் பத்திக்கிட்டு வயக்காட்டுச் செம போனா குட்டிய மேய உட்டுட்டு, அடுப்பெரிக்க ரெண்டு முள்ளுப் பெறக்கிட்டு வரலாம்னு ஓடப்பக்கம் போனா, "கொமரிகுட்டச்சியா இருக்கயில சேதரகாரப் பிள்ளைகளச் சேத்துக்கிட்டு சன்ன முள்ளாப் பெறக்கிக் கெட்டியாருவோம்! போட்டிப் போட்டுக்கிட்டுப் பெறக்குவோம்... பச்ச உயிர்வேலி முள்ளக்கூட வெட்டிக் கொண்டாந்து நறுக்கி கெட்டு கெட்டாக் கெட்டி, வெளித் திருண நிமுர அடுக்கி வச்சுருவோம்... இப்பிடி மழ நாளுல எரிக்க வெறகுக்கு அலமோத வேண்டாம்... இப்ப எங்க அருவாப்புடுச்சு வெட்டவா முடியுது? காஞ்ச முள்ளு கூட இந்த மழயில நமத்துப் போயிக்கெடக்கு..." தன்னால பேசிக்கிட்டே முள்ள அள்ளிக் கெட்டிக்கிட்டு வந்தா. பொழுது போயி மசங்குற மாதிரி இருந்துச்சு. இப்பயெல்லாம் வெள்ளனத்துலயே மசங்கிருதுன்னு நெனச்ச தவசிக் கெழவி, இருட்ட முன்ன ஆட்டுக் குட்டியப் புடிக்கணும்னு எட்ட இழுத்து வச்சுப் போட்டா... கெழவி தொலவுல வாரதப்பாத்த ஆடு மே... மேன்னு கத்துச்சு.

"என்னடி ஏஞ்செல்லம் ரொம்ப நேரமாக் காணம்னு தேடுறி யாக்கும்டி.... ரவைக்கிக் கஞ்சி காச்ச இத்தினி முள்ளுப் பெறக்கியார லாம்னு போனேன்... எங்க இந்த மழைக்குள்ள பூரா நமத்துப் போயிக் கெடக்கு... ரெண்டு வரட்டியும், ரெண்டு முள்ளுமா வச்சு ஒப்பேத்தணும்... வேறென்ன செய்றது சொல்லு... ஒத்த பெயமக்களக் காணும்... மழைக்கிப் பயந்துக்கிட்டு, அம்புட்டுச் சனமும் இப்ப யெல்லாம் வெள்ளன வெடுக்குல காச்சிக் குடுச்சுட்டு வீட்டுக்குள்ள சட்டுன்னு மொடங்கிக்கிதுக. எம்மாடியோ... கூதக்காத்தென்ன இப்பிடி அடிக்கி... மழ வார மாதிரில்ல இருக்கு... இனி எந்நியாரம் போயி அடுப்புப் பத்த வச்சு ஒல வைக்கவோ... இந்தப் பச்ச முள்ளு வேற பொகஞ்சுக்கிட்டே கெடக்கும்... இந்தா... பே... பே... வா.. வா... வாம்மா... இந்தா வந்துட்டேண்டி," சொல்லிக்கிட்டே ஆட்டப் பாத்து வேகமா நடந்தா. தவசி வாரதப் பாத்த ஆட்டுக்குட்டி அவள நோக்கி கத்திக் கிட்டே ஓடியாந்துச்சு.

ஆட்டப் பாத்துக்கிட்டே வந்த தவசி, தண்ணி கெட்டிக்கெடந்த வெட்டுக்குழிக்குள்ள உழுந்துட்டா. தண்ணி அவளுக்கு நெஞ்சு வரைக்கும் இருந்துச்சு. அவளால அந்தக் குழிக்குள்ள இருந்து மேல எந்துருச்சு வரமுடியல. கைய வச்சு எம்ப எம்ப வழுக்கி வழுக்கி உள்ளயே உழுந்தா. குழியும் நாலடி ஆழத்துக்கு இருந்துச்சு. பூராஞ் சேறுஞ் சகதியுமா இருக்கவும், அவளால அம்புட்டுச் சாமானியமா ஏறி வெளிய வரமுடியல. இதுக்குள்ள ஆட்டுக்குட்டியும் அவா இருந்த எடத்துக்கு வந்துருச்சு. அவளப் பாத்துக்குட்டு மே... மே...ன்னு கத்திக்கிட்டே அந்தப் பள்ளத்தையே சுத்திசுத்தி வந்துக்கிட்டு இருந்துச்சு.

"இன்னைக்குன்னு பாத்து, ஒத்தச்சனத்தக் காணுமே... இங்ஙன இருந்து கத்துனாக்கூட தெருச் சனங்களுக்கு... கேக்காதே... குளுருல வெரச்சே நானு இன்னைக்குச் செத்துப் போவேன்... மழ வேற தூறுதே... இப்பிடியோ இந்தப் பள்ளத்துலயே செமாதி ஆயிருவேன் போல... கடேசி ஏங்கெதி இப்பிடியா ஆகணும்? ஏ உசுரு இப்பிடித்தாம் போகணும்னு கடவுள் எழுதி இருப்பாரு போல... அம்புட்டுத்தான் எனக்கு விதி முடுஞ்சு போச்சு... ஏ மக்கமாரு பேரம்பேத்திமாரு ஒருத்தரக்கூட பாக்க முடியாமப் போறேனே... வந்தது வந்தேனே, கொஞ்சம் மேப்பகல்லயே வந்திருந்தம்னா, நம்ம தெருச் சனங்களாவது இருந்து காப்பாத்தி இருப்பாகளே... ஏந்தம்பி, கிட்ணங்கூட இப்ப வீட்லதான் இருப்பான்... ஒரு வாத்த சொன்னா ஓடியாந்து மேல இழுத்துப் போட்டுருவானே... பெத்த மக்கமாரு இருந்தும், இப்பிடி அனாதையாச் சாகணும்னு ஏந்தலைல எழுதிட்டானே..." துக்கத்துல தவசி குமுறிக் குமுறி அழுதா.

அவளயே சுத்திச் சுத்தி வந்த ஆட்டுக்குட்டி, அந்த ஏகாந்தர வெளில மே.... மே...ன்னு அலறுனதக் கேக்கயில, மனசே ரெண்டா வகுந்துரது கணக்கா இருந்துச்சு. பொழுது போயி நல்லா இருட்டத் தொடங்கிருச்சு. தவசி மேல ஏறி ஏறிப் பாத்துட்டு, சறுக்கிச் சறுக்கி உழுந்து, சோந்து போனா. குளுருல வெடவெடன்னு நடுங்கிக்கிட்டு, ஆட்டுக்குட்டியப் பாத்துச் சத்தம் போட்டு அழுதா. ஆட்டுக்குட்டி அவளப் பாத்துட்டு இன்னங்கொஞ்சம் சத்தமாக் கதறுச்சு. இந்த ரெண்டு கதறல் சத்தத்தத் தவுர, அந்தச் சுத்து வட்டாரத்துல ராப்பாடி வண்டுகளோட ரீங்காரமும், தவள கத்துர சத்தமுந்தாங் கேட்டுச்சு.

'நெலாக்கூட இல்ல... கும்மிருட்டா இருக்கு... சாகப்போற கழுத, இருட்டுல கெடந்து செத்தா என்ன... வெளுச்சத்துல கெடந்து செத்தா என்ன... நெலா இருந்தா யாராச்சும் தப்பித் தவறி இப்பாடிக் கூடி வந்தா நம்ம இந்தப் பள்ளத்துக்குள்ள கெடக்குறது தெரியும்... இந்நியாரத்துக்குப்

பெறகு, யாரு இங்க வந்து எனியப் பாத்துத் தூக்கப் போறாக? அப்பிடின்னாலும், ஒரு வெயிலுக் காலமா இருந்தாலும், சனங்க வருங்க... போகுங்க... இந்தக் குளுருக்குள்ள ஒத்த ஈங்குஞ்சி வராது' இந்த நெனப்புல தவசிக்கு நெஞ்சே வெடிச்சிரும்போல இருந்துச்சு. ஆட்டுக்குட்டியும் அந்த அத்துவானக் காட்டுக்குள்ள பரிதாபமாக் கத்திக்கிட்டே இருந்துச்சு.

ஆட்டுக்குட்டியப் பாத்துட்டு, தவசி அதுட்ட ஆத்தமாட்டாமெ பொலம்பத் தொடங்குனா.

“ஏ நெலமயப் பாத்தா நீயி அழுகுற? என்ன செய்ய? ஏ விதி அம்புட்டுத்தான். ஏழெட்டு மக்கமாரப் பெத்து, வளத்து, ஆளாக்கி, ஏதோ என்னால ஏண்ட மட்டும் அவுகளப் படிக்க வச்சு, சுடப்பட்டு, ஒடப்பட்டு கலியாணங்காச்சி முடுச்சு... எல்லாந்தாஞ் செஞ்சேன். அம்புட்டுப் பேரும் உட்டுப்போட்டு, அதது வாழ்க்கையப் பாத்துட்டு, எங்கயோ பட்டணத்துக்குப் போயிருச்சுக. கெழவனும் உட்டுட்டுப் போயிட்டான். மக்கமாருக எனியக் கூப்புட்டாலும், அங்னக்குள்ள போயி எம்புட்டு நாளைக்கு இருக்க முடியும்? நம்ம வகுத்துப் பிள்ளைகளான்னாலும், விருந்தும், மருந்தும் மூணே நாளைக்குத் தான்னு பெரியவுக தெரியாமலா சொன்னாக? எம்புட்டுத்தான் வசதி வாய்ப்புன்னாலும் நாம் பெறந்த மண்ண உட்டுட்டு எப்பிடிப் போயி அங்க கெடக்க முடியும்? இப்ப இந்த மண்ண உட்டே நாம் போறேனே...” துக்கத்த அடக்கமாட்டாமெ விம்மி விம்மி அழுதா.

“என்னப் பெத்த ஆத்தா. கடேசில நானு இந்தச் சாவா சாகணும்? குளுருல கை காலெல்லாம் வெரைக்குதே... மழ வேறயில்ல புடுச்சுக் குட்டு அறையும் போல இருக்கே... இந்த நடுக்கத்துல எம்புட்டு நேரந்தாங் கெடக்குறது? நாளைக்குக் கால வரையில இந்த உசுரு நிக்கிமா?” சத்தம் போட்டு அழுதா. ஆட்டுக் குட்டியும் சேந்து கத்துச்சு.

“நீயி என்னத்துக்கு அழுகுற? போம்மா... நீயி வீட்டுக்குப் போ... நாம் பொழைக்க மாட்டேன். நீயி ஏந்தம்பி கிட்ணங்கிட்டப் போயிரு... என்ன? எதோ இந்த மட்டுக்கும், யாருக்கும் தொந்தரவு குடுக்காமெ, கால் கையி உழுந்து கெடக்காமெ, இழுபறியாக் கெடக்காமே போயிச் சேந்துர்ரேன். நீ கத்திக் கத்தி ஒனக்குந் தொண்டத் தண்ணி வத்திப் போகும்.” சொல்லிக்கிட்டே அப்பிடியே மயங்கி உழுந்துட்டா.

அதிகாலை, அவா வெறச்சுப் போயிக் கெடந்தா...

குமுதம் தீராநதி, ஜனவரி 2004

கோடை மழை

“ஈயம்பித்தாளைக்குக் காராச்சேவே... பழைய பாத்திரங்கள் இருக்கா கெரயத்துக்கே... அல்மேன்யப் பாத்ரம்...” உச்ச ஸ்தாயில கத்திக்கிட்டே தெருத்தெருவாச் சுத்துனான் மக்காளி.

காலைலருந்து சுத்திச் சுத்தி வந்தும் ஒத்தப் பெரயோசனம் இல்ல. பசிவேற கொடலப் புடுங்குச்சு. பச்சத் தண்ணி கூட பல்லுல படல. கண்ணெல்லாம் பஞ்சடஞ்சு போயி, நாக்கெல்லாம் வரண்டு போயி ரொம்பக் கெறங்கிப் போனான். நாள் பூராஞ் சுத்தி எதுனாச்சும் பழைய பாத்துரெங்க கெடச்சாத்தான் அத வித்து நாலு காசு பாத்து அன்னைக்குப் பொழுத ஓட்டலாம்.

“நம்மளாச்சும் பட்டினி கெடந்து பொழுத ஓட்டிரலாம்; இந்தப் பெயதான் பசி தாங்க மாட்டான். அவா செத்ததுல இருந்து ஏம்பொழப்பு நாயவிடக் கேவலமாப் போச்சு. டி.பி. வியாதி வந்ததுல இருந்து ஒடம்புல இருந்த கொஞ்சநஞ்ச தெம்பும் போச்சு, தொயந்தடியா குன்னிக்குன்னி இருமி வகுறு, எலும்பெல்லாம் தாங்க முடியாத வலி. அவா இருந்தாள்னா இந்நியாரம் கடப்பட்டு ஒடப்பட்டாச்சும் தருமாஸ்பத்திரிக்காச்சும் கூட்டிக்கிட்டுப் போயிருப்பா. இப்பெ எனக்கு யாரு இருக்கா? இந்தப் பெய தங்கராச நெனச்சாதான் நெஞ்சே வெடுச்சிரும் போல இருக்குது. இப்பத்தான் மூணாங் கெளாசுப் படிக்கான். எப்பாடு பட்டாச்சும் இவனப் படிக்க வச்சுப் போடனும்னு அவா கங்கணங் கட்டிக்கிட்டு இருந்தா. அவா நெனச்சத ஒடம்புல உசுரு இருக்குற வரைக்குஞ் செஞ்சு போடனும். நம்ம கண்ணுக்கும் பெறகு எப்பிடியாவது முட்டி மோதி வந்துருவான். இவன என்னனு படிக்க வச்சு ஆளாக்கப் போறேனோ? அவனும் பாவப்பட்ட பெயலாத்தான் இருக்கான். மத்த பெயல்களப் போல ஒரு சுதாரிப்பு இல்லாமெ அப்பிராணி கெணக்காதான் அலைறான். எனக்குப் பெறந்த பெய பெறகெப்படி இருப்பான்? எனியக் கெணக்காத்தான் இருப்பான். ‘சும்மாயா சொன்னாக வெத ஒன்னு போட்டா வித்தொன்னா மொளைக்கும்னு’ அவெம் பாட்டுக்கு நெனச்சுக்குட்டே நடந்த மக்காளி அடிகொழாயிக்கிட்ட தலைல இருந்த கூடைய எறக்கி வச்சுட்டு கொழாய அடுச்சு மூஞ்சியக் கழுவிட்டு கூடைல இருந்த ஒரு

ஓட்டச் சட்டிய எடுத்து தண்ணியப் புடுச்சு மடக்கு மடக்குன்னு குடுச்சான். தலைல நேஞ்சியாக் கெட்டி யிருந்த துண்ட எடுத்து மொகத்த நல்லா அழுத்தித் தொடச்சுக் கிட்டான். ஊர்ச்சாவடிக்கிட்ட இருந்த வேப்பம் மரத்தடில போயி கூடைய எறக்கி வச்சுட்டு துண்ட விருச்சு செத்த நேரம் படுத்தான். அம்புட்டுத்தான். பசி கெறக்கத்துல நல்லா ஒறங்கிட்டான். நல்ல தூக்கத்துல இருந்தாலும் கூட மேல ஒரு கையி போட்டுக்கிட்டுத்தான் ஒறங்குனான். முன்னால ஒருவாட்டி இப்பிடித்தான் அசந்து ஒறங்கையில பெயல்க வந்து பேரீச்சம்பழம், சேவு அம்புட்டையும் அள்ளித் தின்னுட்டு போயிட்டானுங்க. அதுலருந்து மக்காளி கொஞ்சம் உசாராத்தான் இருந்தான்.

"ஏலேய் மக்காளி எந்திரிலெ. இப்பிடித் தூங்கினீன்னா எப்பிடிடா யாவாரஞ் செய்வெ? பொண்டாட்டி செத்ததுல இருந்து பெயத் துரும்பா எளச்சுப் போனான். இந்தப் பெய ஒரு சட்டி கொண்டாந் துருக்காம் பாரு. அவுகம்மெ வெஞ்சனச் சட்டியக் கழுவி கவுத்திட்டு வேல வெட்டிக்குப் போயிருப்பாளாக்கும்... பெய கல்லக் கொண்டி தட்டி நெளுச்சுப் பெறக்கிக் கொண்டாந்துட்டான். என்னனு கேளுடா" நெழலுக்கு ஒதுங்க வந்த வேலுச்சாமி சத்தம் போடவும் எந்துருச்சு ஒக்காந்தான் மக்காளி.

"இப்பத்தான் படுத்தெஞ் சாமி. அப்பிடியே கண்ணு இழுத்துக் குட்டுப் போயிருச்சு. என்ன வேணும் தம்பி?" சட்டியோட நின்னுக்கிட்டு இருந்த பெயகிட்ட கேட்டான்.

"அண்ணே இத வச்சுக்குட்டுச் சேவு தாங்கண்ணே..."

"சட்டி என்னடா இந்தக் கனங்கனக்குது! நல்ல சட்டிக் கணக்கா இருக்கு. ஆனா இப்பிடி நெளுஞ்சு கெடக்கு. இருக்குற சேவு பூராம் இதுக்கே போயிரும் போல! இதெல்லாம் தட்டிப் பெறக்கி எடுத்தாத் தான் ஏங்கிட்ட எட போட்டு கடக்காரனுக வாங்குவானுக. சட்டிய கீழ போட்டுருந்தாக்கூட இப்பிடி நெளியாதே."

சொல்லிக்கிட்டே சட்டிய தராசுத் தட்டுல வச்சுட்டு இன்னொரு தட்டுல சேவ அள்ளி வச்சான் மக்காளி. சேவ வைக்க வைக்க சேவுத் தட்டு மேலாமெயேதான் போச்சே தவுர கீழ எறங்கல. சட்டி நல்லா பழைய காலத்து கனத்த சட்டியா இருக்கும் போலன்னு நெனச்சுக் கிட்டே சேவ அள்ளி அள்ளி வச்சான். பூராச்சேவையும் அள்ளி வச்சப் பெறகும் ரெண்டு தட்டும் சரிசமமா வர்ல. தராசப் புடுச்சுக்கிட்டே சொன்னான்.

“ஓஞ்சட்டிக்குச் சேவு எங்கிட்ட இல்ல தம்பி. வேணும்னா எடுத்துப் போயிட்டு நாளைக்கு எடுத்துட்டு வா. நாளைக்கு நானு உண்டனா எடுத்துட்டு வாரேன்.”

“இல்லங்கண்ணே இம்புட்டே போதும், இருக்குறதக் குடுங்க. பரவாயில்லண்ணே..” அவசர அவசரமாச் சொல்லிட்டு சேவ வாங்கிட்டுப் போனான்.

மக்காளிக்கு மனசுக்குள்ள ரொம்பச் சந்தோசமா இருந்துச்சு. சட்டி எப்பிடியும் ரெண்டு கிலோவுக்கு மேலதான் இருக்கும்னு கணக்குப் பண்ணிக்கிட்டு வீட்டுக்குப் போனான். வீட்டுல போயி அந்தச் சட்டிய எடுத்து சுத்தியல வச்சுத் தட்டி நெளுசலெல்லாம் எடுத்தான். உள்பக்கமா வளஞ்சு மூடிக்கெடந்த வாய்ப்பகுதிய ஒரு இரும்புக் கம்பிய வச்சு நெம்பி நேரா எடுத்தான். எடுத்தப் பெறகு உள்ள பாத்தா கல்லு இருந்துச்சு. அதுந்து போயி அப்பிடியே ஒக்காந்துட்டான். அதான் சட்டி அந்தக் கனங்கனத்துருக்குன்னு நெனச்சுக்கிட்டாள். அதுதான் அந்தப் பெய இருக்குற சேவக்குடுங்கனு அவசர அவசரமா வாங்கிக்கிட்டு அந்த ஓட்டம் ஓடியிருக்காம்னு நெனச்சான். கல்ல எடுத்தப் பெறகு சட்டி லேசா இருந்துச்சு. அம்புட்டுச் சேவும் போச்சே. அதுலயும் நேத்துப் பெறந்த பெய ஏமாத்தி வாங்கிக்கிட்டுப் போயிட்டானேன்னு நெனைக்க நெனைக்க மக்காளி மனசு ரொம்பக் கஸ்டப்பட்டுச்சு. நாளைக்கு அதே தெருவுக்குப் போயி பெரியவுக கிட்டச் சட்டியக் காட்டி நாயங்கேக்கனும்னு நெனச்சுக்கிட்டான். அன்னைக்குப் படுத்தாக் கூட அவனுக்குத் தூக்கம் புடிக்கல. இத்தினிக்கானு பெய நம்மள ஏமாத்திட்டுப் போயிட்டானேன்னு அவனுக்கு மனசே ஆறல.

‘சட்டி அந்தக் கனங் கனக்கும்போதே அங்னக்குள்ள வச்சே வாப்பகுதியத் தொறந்து பாத்துருக்கனும். இம்புட்டு வயசாகி என்ன செய்ய? ஒரு பொடிப்பெய ஏமாத்திட்டுப் போயிட்டானே’ன்னு பொலம்பிக்கிட்டுக் கெடந்தான்.

பள்ளிக்கூடத்துக்குப் போயிட்டு வந்த தங்கராசு கவலையா ஒக்காந்துருந்த அய்யனப் பாத்துக் கேட்டான். “என்னய்யா எனக்குச் சேவு கொண்டாந்தீயாயா? எங்க இருக்குயா?”

“இன்னைக்குச் சேவே இல்லடா. ஒனியவிடச் செத்த பருவட்டை யான பெய எனிய இன்னைக்கு ஏமாத்திப் போட்டாண்டா. அம்புட்டுக்கானு பெய இப்பிடி ஏமாத்திப் பொழைக்கப் பழகி இருக்கான். ஒனக்கு இன்னமும் ஒரு சூதுவாது தெரியல. எனக்கே தெரியல. பெறகு ஒனியச்

சொல்லி என்ன செய்ய? சரி இங்னக்குள்ள ஒக்காந்து அடுப்புல தீப்போட்டுக்கிட்டு இரு. நாம் போயி மதாரு கடையில கடஞ் சொல்லி அரிசி வாங்கியாரேன்."

"எனக்கு அப்பிடியே திங்குறதுக்கு எதுனாச்சும் வாங்கிட்டு வாய்யா."

"என்னத்த வாங்கியாரச் சொல்ற? அரிசி வாங்கவே துட்டு இல்ல; ஒனக்கென்னத்த வாங்கியாரெ?"

தங்கராசு அடுப்புக்கிட்ட ஒக்காந்து தீப்போட்டுக்குட்டு இருந்தான். அடுப்புல சோறு பொங்குறதுக்காக மண்பானைய வச்சுட்டுப் போயிருந்தான் மக்காளி. முள்ளு வெறகு எரிய உட்டுகிட்டு இருந்தான் தங்கராசு. கடையில போயி அரிசி வாங்கிட்டு வந்த மக்காளி, ஒரு கட்டு முள்ளையும் தங்கராசு எரிய உட்டதப் பாத்துட்டு கத்துனான்.

"அடப் படுவாப் பெயலே, இங்ன கடைக்குப் போயிட்டு வாரதுக்குள்ள இப்பிடி அம்புட்டு முள்ளையும் எரிச்சுப் போட்டியே... இனி எந்த முள்ள வச்சு சோத்தக் காச்சுறது? அம்புட்டு முள்ளும் எரிச்சப்பெறகும் இத்தினிக்கூட தண்ணி கொதிக்கக் காணும்! தள்ளுடா... அங்குட்டு எந்துருச்சுப் போடா. போயி கம்மாக்கரப் பக்கமாப் போயி ரெண்டு முள்ளுப் பெறக்கிட்டு வாடா."

"ரெண்டு முள்ளாயா?"

"அட கூறுகெட்ட பெய மகனே... ரெண்டு முள்ளுன்னா கணக்கா ரெண்டுதாம் பெறக்கியாருவியாக்கும்? போடா ஒனக்குத்தக்கன கெடைக்கிறதப் பெறக்கியாடா. நாந் தண்ணி கொதிக்கவும் அரிசியப் போடுறேன். இம்புட்டு நேரமாத் தீப்போட்டுக்கிட்டு இருக்கெ... இன்னமும் தண்ணி கொதிக்கவே இல்ல!" சொல்லிக்கிட்டே மூடியத் தெறந்தான். தெறந்து பாத்தா பானைக்குள்ள தண்ணியெ ஊத்தாமெ இருந்துச்சு.

"நா ஒரு கிறுக்குப் பெயடா... தண்ணி ஊத்தாமையே பானைய வச்சுட்டுப் போயிருக்கேம் பாரு. சரி நாந்தா ஊத்தல! நீயும் சுத்த கோமாளியாத்தான இருந்துருக்கெ? ஆவியே வரலியேன்னு மூடியத் தெறந்து பாத்துருந்திருக்கலாம்ல? அம்புட்டு வெறகும் போச்சு."

மூடியத் தெறந்து தண்ணிய ஊத்துனான். தங்கராச அனுப்பி அவுக பாட்டி வீட்டுல இருந்து கொஞ்சம் வெறகு வாங்கியாரச் சொன்னான். தண்ணி கொதிக்கயில தங்கராசு கேட்டான்.

"தண்ணி கொதிக்கயில எதுக்குமா இப்பிடி ஙொய்னு சத்தங்கேக்குது?"

“தண்ணில சூடு ஏற ஏற தண்ணி சாகும்லடா, அப்பிடித் தண்ணி சாகயிலதான் இந்தச் சத்தங் கேக்கும்.”

“அப்பபடின்னா தண்ணிக்கு உயிரு இருக்குதாக்கும்யா?”

“உசுரு இருக்கப் போய்தானடா சாகும்போது இப்பிடிச் சத்தம் போட்டுக்கிட்டு சாகுது.”

அப்பெ நம்ம மாட்டுக்கறியச் சுடும்போது கூட இப்படி நொய்னு சத்தங் கேக்குதுலய்யா, அப்ப அந்தக் கறிக்கு உயிரா இருக்குது?”

“ஏலேய் நீயி படுச்ச பெயதானலே... இது தெரியாமெ என்ன படிப்பு படுச்செ? கறியச் சுடும்போது அதுலருந்து தண்ணியாப் பொங்கிப் பொங்கி வாரதப் பாத்திருக்கியா? அந்தத் தண்ணி சாகுறதுக்குத் தாண்டா அந்தச் சத்தம். அதே நேரத்துல காஞ்ச கறியச் சுட்டுப்பாரு. அப்ப அந்தச் சத்தம் வராதுலே.”

“கறிக்குள்ள எப்பிடியா தண்ணி போச்சு?”

“ஏலேய், மாடு உசுரா இருக்கயில தண்ணி குடுச்சுருக்கும்லடா? அந்தத் தண்ணி கறிக்குள்ள எறங்கியிருக்கும்லடா? இவனுக்கு எல்லாத் துக்கும் பதுலு சொல்லனும். சரி சரி, வாடா சட்டுன்னு சோத்தக்காச்சிக் குடிப்போம். பசி கொடலப் புடுங்குது. நீயாச்சும் பள்ளிக்கொடத்துல மதியஞ் சாப்புட்டுருப்பெ. நானு கொல பட்டினியாக் கெடக்கேண்டா.”

“நம்ம கறி எடுத்துத் தின்னு ரொம்ப நளாளாச்சுலய்யா. எப்பயா இனி கறி எடுப்ப?”

மக்காளி இதுக்குப் பதில் ஒன்னுஞ் சொல்லல. அவனுக்கும் கறி திங்கனும்னு ஆசதான். ஆனா துட்டுக்கு எங்க போறதுன்னு நெனச்சுக் கிட்டான்.

சோத்தப் பொங்கி மக்காளியும் தங்கராசும் சுடுகஞ்சியா குடுச்சாங்க. வீட்டு வாசலுல பாய விருச்சு தங்கராசு படுத்தான். மக்காளி அவம்பக்கத்துல ஒக்காந்துக்கிட்டு பீடி புடுச்சுக்கிட்டு இருந்தான். சட்டிக்குள்ள கல்ல வச்சு ஏமாத்துன பெயல நெனைக்கயில மக்காளிக்கு வகுத்தெருச்சலா இருந்துச்சு.

‘இத்தினிக்கானுப் பெய அம்புட்டு யோசன பண்ணி கல்ல வச்சு ஏமாத்திப் போட்டானே... நாளைக்கு அவுக தெருவுல போயிச் சொன்னாலும் என்ன செஞ்சுரப் போறாக? அவுக தெருப் பெயலுக்குத் தான் ஏசண்டுக்கு வருவாக. நா ஒரு மடையெ... அங்னக்குள்ளயே சட்டி நெளுசல எடுத்துப் பாத்துருக்கனும்... அந்த யோசன எனக்கு வரலியே...”

28 தவுட்டுக் குருவி

"என்னய்யா சொல்லுற?" தங்கராசு கேட்டான்.

"என்னத்தச் சொல்லடா"ன்னு சொல்லிக்கிட்டே சட்டியில கல்ல வச்சு ஏமாத்துனதச் சொன்னான்.

"நாளைக்கு அவனப் போயி அடிய்யா" கோவமாச் சொன்னான் தங்கராசு.

"நம்ம போயி அவன அடிக்க முடியுமாடா?"

"நீயி பெரிய ஆளுதான? அப்பெ நீயி அவன அடிக்கலாம்லய்யா?"

"நானு என்னடா பெரிய ஆளு? துட்டு இருந்தா இத்தினிக்கானு பெயலும் பெரிய ஆளுதான். ஒன்னு துட்டு இருக்கனும் இல்லன்னா நாலு சாதி சனத்தோட மக்கமனுசாளோட இருக்கனும். நம்மளுக்குத் தான் ஒன்னுமேயில்லையே."

"இன்னைக்குப் பள்ளிக்கொடத்துலகூடய்யா, நானு சும்மா இருக்கையில ஒரு பெய எனிய அடிவகுத்துல பாத்து எத்திப் போட்டாம்யா. அவன எனியால அடிக்க முடியலய்யா."

"யாராச்சும் ஒனிய அடுச்சாக்கூட நீயித் திருப்பி அடிக்கக் கூடாதுடா. நம்மளால அவுகள எதுத்துச் சண்ட போட முடியாது. நம்மளப் போல ஆளுகளுக்கெல்லாம் கோவமே வரக்கூடாதுடா."

"நானு சும்மா இருக்கயில அடுச்சானுகன்னா எனக்கு கோவம் வராதாய்யா?"

"கோவம் வந்தாலும் அடக்கிக்கிரனும்டா. ஐயா, சாமின்னு அவனுகளக் கூப்புட்டு அவுக ஓம்மேல எரக்கப்படும்படி நடந்துக் கனும்டா. நம்மளப் போல ஆளுகளுக்கு வேற என்னடா செய்ய முடியும்? சொல்லு."

"வாத்தியாரு எனிய அடிக்கும்போதும், எனக்கு வாத்தியாரு மேல கோவமா வருதுய்யா."

"வாத்தியாரு ஒனக்கு நல்லதுக்குத் தானடா அடிக்காரு. அவரு மேலயெல்லாங் கோவப்படக்கூடாதுடா."

"அப்பெ அவரு அடிக்க அடிக்க நானு வாங்கிக்கிட்டே இருக்கனுங்கறியா?"

"ரொம்ப அடிச்சார்னா கையெடுத்துக் கும்புட்டு அடிக்காதீங்க சார்னு சொல்லுடா. வேற நம்ம என்னடா செய்ய முடியும்? சொல்லு."

“சரி சரி நீயி இப்பெ தூங்குடா”ன்னு சொல்லிட்டு அவனும் கூடப் படுத்துக்கிட்டான். கொஞ்ச நேரத்துல தங்கராசு தூங்கிட்டான். மக்காளி வானத்தப் பாத்துக்கிட்டே பெரண்டுக்கிட்டுக் கெடந்தான்.

மறுநாக் காலைல வழக்கம் போல மக்காளி மகனப் பள்ளிக் கொடத்துக்கு அனுப்பி வச்சிட்டு, கூடையைத் தூக்கிட்டுக் கெளம்புனான். நாலஞ்சு தெருவுகளச் சுத்துனப் பெறகு மொத நாளுப் போன தெருவுக்குள்ள போயி வழக்கமான ராகத்துல இழுத்தான். “ஈயம் பித்தாளைக்குக் காராச் சேவே... பழைய பாத்திரங்க இருக்கா கெரயத்துக்கே... அல்மேனியப் பாத்திரம்.....”

“ஈயம் பித்தாளைக்குக் காராச் சேவே... பழைய கெழவிகள் இருக்காளுக கெரயத்துக்கே... அள்ளிக்கிட்டுப் போடா மக்காளி...”

மக்காளி திரும்பிப் பார்த்தான். மொதல் நாளு சட்டிக்குள்ள கல்ல வச்சு ஏமாத்துன அதே பெயதான் இப்பெ கிண்டலாப் படுச்சான்.

‘இம்புட்டுக்கானு பெயலுக்கு எம்புட்டு அக்குருமம்னு பாரு... நேத்து ஏமாத்துனதுமில்லாமெ இப்பெ எகத்தாளமா பழைய கெழவிகள அள்ளிக்கிட்டுப் போகச் சொல்லுறான்... அங்ன வேப்ப மரத்தடில அம்புட்டு ஆளுங்க இருக்காங்களே... ஒருத்தராச்சும் அவன அரட்டி உடுறாகளா... அம்புட்டுப் பேரும் எக்காளம் போட்டுல சிரிக்காக... இவனுககிட்டப் போயா நம்ம நாயங் கேக்க முடியும்? நம்மள என்ன இவனுக மனுசம்னா மதிக்கானுக, தெருத்தெருவாச் சுத்தி திரியவும் எனிய நாயவிட கேவலமா நெனக்கானுக இவனுககிட்ட வாயக்குடுக்காமெப் போறதுதான் நல்லது.’

மக்காளி காது கேக்காதது மாதிரி வேகமா நடந்தான். மக்காளி வேற பக்கமா போறதப் பாத்துட்டு இன்னுஞ் சத்தமா அவனக் கூப்புட்டானுக.

“மக்காளி அண்ணே, இங்க வாங்கண்ணே. நேத்துக் கணக்கா இன்னைக்கும் ஒரு கனத்த சட்டி இருக்குண்ணே. நீங்க எங்கயும் அலையாமெ அம்புட்டுச் சேவையும் எனக்கே குடுத்துட்டுப் போலாம்ணே. இங்க வாங்கண்ணே”

மக்காளி திரும்பிக்கூட பாக்காமெ வேகமா நடந்தான். அவனுகளோட சத்தம் காதுல கேக்காமெ இருக்கனும்னு, ‘ஈயம் பித்தாளைக்குக் காராச்சேவு’ன்னு வழக்கமாச் சொல்றதவிட கத்திக் கத்திச் சொல்லிக்கிட்டே போனான். அவனுக்கு ஆத்துரம் ஒரு பக்கம்; கோவம் மறுபக்கம்.

ஒடம்பெல்லாம் நடுங்குச்சு. அவனறியாமலே கண்ணீரு மாலமாலையா ஊத்துச்சு. அந்தப் பெய சங்க நெருச்சு அந்தாணிக்க கொன்னு போடலா மான்னு இருந்துச்சு. நெஞ்செல்லாம் பகபகன்னு எருஞ்சது. தெருமொன வரவும் மேக்கொண்டு அடுத்த தெருவுக்குள்ள மொழையாமெ நேரா கெழக்காலெ நடந்தான். காலு போன போக்குல நடந்துக்கிட்டே இருந்தான். கடைசியா கிறிஸ்தவங்க பெரேதங்களப் பெதைக்கிற கல்லறத் தோட்டத்துக்கு வந்து சேந்தான். கூடைய ஒரு கல்லற மேல எறக்கி வச்சுட்டு அங்ன இருந்த ஆலமரத்தடில ஒக்காந்தான். அம்புட்டுத் தான். கல்லறயே கதறுர மாதிரி நெஞ்சு வெடிக்க கதறிக் கதறி அழுதான். ஒரு மூச்சு அழுது முடிக்கவும் சன்னஞ் சன்னமா சத்தத்த நிப்பாட்டுனான். பெறகு செத்த நேரம் மவுனமா அழுதான். திடீர்னு என்ன நெனச்சாம்னு தெரியல. தீர்க்கமா எந்துருச்சு மறுபடியும் அதே தெருவுக்குள்ள 'ஈயம் பித்தாளைக்குக் காராச் சேவே...'ன்னு தெளிவாக் கத்திக்கிட்டே போனான். நேரா அந்தப் பெயல்க இருந்த மரத்தடிக்கே போயி நின்னுக்கிட்டு 'பழைய பாத்திரங்கள் இருக்கா கெரயத்துக்கே... அல்மேன்யப் பாத்ரம்'னு அழுத்தந்திருத்தமா ராகம் போட்டுப் பாடுனான். அம்புட்டுப் பேரும் அவன வித்தியாசமாப் பாத்தாங்க. சட்டிக்குள்ள கல்ல வச்சு ஏமாத்துன சேகர், வாங்கடா 'நம்ம வேற எடத்துல போயி வெளாடுவோம்'னு சொல்லிட்டு விர்ருனு ஓடுனான். அவெம்பின்னாடியே மத்த பெயல்களும் ஓடுனானுக.

சாயந்தரம் வீட்டுக்குப் போன மக்காளி மகன் தங்கராசு அழுதுக்கிட்டு இருந்ததப் பாத்துட்டு என்ன ஏதுன்னு விசாருச்சான்.

"இன்னைக்குப் பள்ளிக்கொடத்துலய்யா, வாத்தியார் நானு பேனா கொண்டு வரலன்னு அடிக்க வந்தாருய்யா. நான் ஒடனே நீயி சொல்லிக் குடுத்தது கணக்கா கையெடுத்துக் கும்புட்டு, 'சார் ஒங்க காலுல உழுகுறேன் சார், எனிய அடிக்காதீங்க சார்'னு காலுல உழுந்து கெஞ்சுனேன்யா. அப்பக்கூட காலுல உழக்கூடாதுன்னு சொல்லி ஏங்காதத் திருகுராருய்யா."

மக்காளி எதுவுமே சொல்லாமெ அவனையே பாத்துக்கிட்டு இருந்தான். தங்கராசு மறுபடியும் அழுதுக்கிட்டே சொன்னான்.

"நீயி சொல்லிக் குடுத்ததுதான் தப்புய்யா. அப்பிடியெல்லாங் கையெடுத்து கும்புடக்கூடாதாம்யா. யாரு காலுலயும் உழுந்து கெஞ்சக் கூடாதாம்யா. அது அசிங்கமாம்யா. கடவுள் கால்லதான் உழுந்து கெஞ்சனுமாம். மனுசங்க காலுலயெல்லாம் உழக்கூடா தாம்யா."

"சரிதாம்டா. அவரு சொல்றது சரிதாம்டா. எவங் காலுலயும் உழக்கூடாதுடா. எவனப்பாத்தும் பயப்படக்கூடாதுடா. எவங்கிட்டயும் ஏமாறக்கூடாதுடா. ஆமாடா. தைரியமாப் போடா; வாடா. ஒனக்குப் பேனாதான வேணும்? நாளைக்கு வாங்கிருவோம்டா. நீயி சும்மா இருக்கயில எவனாவது ஒனிய அடிச்சாம்னா திருப்பி அடிடா. அடிடா ஏ ராசா" சொல்லிக்கிட்டே தங்கராசத் தூக்கி ஒரு முத்தங்குடுத்தான்.

அய்யனோட மொகத்தப் பாத்த தங்கராசுக்கு ஒன்னும் புரியல. ஆனா அய்யனோட மொகம் இன்னைக்கு வேற மாதிரி இருக்குன்னு நெனச்சுக்கிட்டான்.

தலித் இலக்கியம் எனது அனுபவம்
விடியல் பதிப்பகம்; ஜனவரி 2004

வெறுங்கூடு

வீட்டுக்கு முன்னால் ஒரு மாதுள மரம். முன் வாசலுல கெளைகள விரிச்சு அழகாப் பரந்து விரிஞ்சு கெடக்கும்.

வாசலுல பூவும் பிஞ்சும் எலையுமா செதறிக்கிட்டு நிக்கும். பழங்குடுத்தாலும் குடுக்காட்டாலும் ஆரஞ்சு கலருல அது பூத்துக் கொட்டுறதே தனி அழகுதான். மரம் வீட்டுக் காம்பவுண்டுக்குள்ள இருந்தாலும் அபூர்வமா எப்பயாச்சும் ஒரு தடவதான் அதுலருந்து பழங் கெடைக்கும். அக்கம் பக்கத்துல இருக்குறவுகளே கை வச்சுருவாங்க. பத்தாக்கொறைக்கு இந்த அணில்க வேற வந்து கொருச்சுத் தள்ளிட்டுப் போயிரும். வகையா, பழமுங் குடுக்காமெ, சும்மா வாசலுல நின்னுக்கிட்டு வாசல அசுத்தமாக்குதுன்னு பாட்டிக்கு அதுமேல கொஞ்சம் ஆதங்கமாத் தான் இருக்கும். ஆனா எனக்கு அப்பிடி இல்ல. எனக்கு அத ரொம்ப பிடிக்கும். எங்கம்மாகூட அதப்பத்தி ஒண்ணுஞ் சொல்லிக்கமாட்டா. எங்க வீட்டுல இருக்குறதே நாங்க மூணு பேருதான். எங்கம்மாவும் நானும் அந்த மரத்துக்கு சப்போட்டு. எங்க பாட்டிதான் வீட்டுக்கு முன்னாடி அது நிக்கக் கூடாதுன்னு அடம்பண்ணுவா. வீட்டுக்குப் பின்னாடி நிக்கலாமாம். முன்னாடி நிக்கைலயே நமக்குப் பழங் கெடைக்காது. பின்னாடி இருந்தா பூவக்கூட பாக்க முடியாது. கிறிஸ்தவங்களுக்கு முன்னாடி பின்னாடிங்கற சாஸ்திரமெல்லாங் கெடையாது; நமக்கு வசதிப்பட்ட எடத்துல வச்சுக்கிற வேண்டியது தான்னு சொல்லி பாட்டி வாய அடச்சுருவேன்.

அத மரமுன்னும் சொல்ல முடியாது; செடியின்னும் சொல்ல முடியாது. ஒசரமா வளந்திருந்தாலும் சத்து இல்லாதது கணக்கா லேசா அடிக்கிற காத்துக்குக்கூட சொணங்கிச் சொணங்கிச் சாயும். அதுக்குப் பக்கத்துல இருக்குற செம்பருத்திச் செடி பரவாயில்ல. எம்புட்டுக் காத்து அடிச்சாலும் அங்குட்டு இங்குட்டுச் சாஞ்சு சமாளுச்சு நட்டமா நிக்கிமே தவுர, இந்த மாதுளையக் கணக்கா இப்பிடி ஒரேயடியா மல்லாந்து போகாது. ஒரு கவட்டக் கம்ப மாதுள மரத்துக்கு சப்போட்டா வச்சுக்கட்டி வச்சிருந்தாலும் அதென்னமோ தெம்பாவே இருக்க மாட்டேங்கு. எதுத்த வீட்டு மாதவன் சாரு. ஒரு தைலமரக் கம்ப வாங்கி நல்லாச் சேத்துப் புடிச்சுக் கட்டிட்டா

அதுபாட்டுக்கு நிக்கும்னு சொன்னாரு. நானும் கட்டலாம்னுதான் பாத்தேன். ஆனா அந்த மாதுளைல இருந்த குருவிக் கூட்டுனால இப்போதைக்கு எதுவும் செய்ய வேண்டாங்கற முடிவுக்கு வந்துட்டேன்.

அன்னைக்கு ஒரு ஞாயித்துக் கெழம வீட்டுக்கு முன்னால ஒக்காந்து பேப்பர் வாசிச்சுக்கிட்டு இருந்தேன். வாசிக்கும் போதே கீச் கீச்சுன்னு சத்தங் கேட்டுக்கிட்டே இருந்துச்சு. நானு அதக் கண்டுக்காமெ தொயந்து வாசிச்சுகிட்டு இருந்தேன். அந்த மாதுள மரத்துல அப்பப்ப குருவிக வந்து கத்திக்கிட்டு இருக்கும். பெறகு போயிரும். இப்பயும் அப்படித்தான் இருக்கும்னு நெனச்சுக்கிட்டு, பேப்பர மடிச்சுட்டு மரத்தப் பாத்தேன். புதுசா ரெண்டு குருவிக ரொம்ப மும்முரமா கூடு கட்டிக்கிட்டு இருந்துச்சுக. ரெண்டும் சின்னக் குருவிக; றெக்க ரெண்டும் காப்பிக் கலர் பிரவுன்ல இருந்துச்சு. மொகமும் அலகும் கருப்பா இருந்துச்சு. அலகுக்கு கீழ கழுத்துப் பகுதி வெள்ளையாவும், அதுல அங்கங்க கருப்புப் புள்ளிகளாகவும் இருந்துச்சு விசுக் விசுக்னு அந்த ரெண்டும் ரொம்ப சுறுசுறுப்பா கூடு கட்டுச்சுக. அந்தக் குருவிகளப் பாத்ததும் எனக்கு மனசுக்குள்ள ரொம்ப சந்தோசமா இருந்துச்சு.

நல்ல வேள அன்னைக்கு லீவு நாளா இருந்துச்சு. ஆணி அடிச்சு வச்ச மாதிரி அந்த எடத்துலயே ஒக்காந்துட்டேன். வீட்டச் சுத்திக் காம்பவுண்டுச் செவரு இருந்ததுனால வெளியாளுக பார்வைல இருந்து தப்பிக்க முடுஞ்சுது. இல்லன்னா, என்னத்தப் பாக்குறீங்க? இம்புட்டு நேரமா இங்கயே இருந்துக்குட்டு என்ன செய்றீங்க? ஏது பண்ணுறீங்கன்னு கேள்விக்கு மேல கேள்வி கேட்டுத் தொளச்செடுத்துருவாங்க. சும்மாவெ என்னய ஏதோ ஒரு பைத்தியத்தப் பாக்குறது மாதிரி பாப்பாங்க. இப்பிடி வேல மெனக்குட்டு ஒக்காந்து அதப் பாத்ததுக்கு எங்கம்மா கூட மொணங்கிக்கிட்டுத்தான் இருந்தா. அதையெல்லாம் நானு கொஞ்சங்கூட சட்ட பண்ணல.

காலைல இருந்து விடாமெ குருவிக கட்டிக்கிட்டு இருந்துச்சு. ஒரு குருவி மரத்துல ஒக்காந்து கூடு கட்டுது. இன்னொரு குருவி எங்கயோ பறந்து பறந்து போயி, வைக்கல எடுத்துட்டு வந்து குடுத்துட்டுப் போகுது. ஒரு நிமுசத்துக்குள்ள விர்ரு விர்ருன்னு பறந்து எடுத்துட்டு வந்து குடுக்கக் குடுக்க இந்தக் குருவி படுவேகமா அந்த வைக்கல அலகிட்டயே வளச்சு வளச்சு வச்சு ரவுண்டா கூடு கட்டுது. அந்த வைக்கல ஒண்ணுக்குள்ள ஒண்ணு வச்சுப்பின்னுறதே அழகுதான். மத்தியானம் வரைல வைக்கல வச்சுக் கட்டிக்கிட்டு இருந்துச்சு. நானும் கவனுச்சுக்கிட்டே இருந்தேன்.

இதென்ன வேலவெட்டி இல்லாதது மாதிரி இங்னயே ஒக்காந்து இதப் பாத்துக்கிட்டு இருக்கன்னு எங்க பாட்டி கத்துனதைக்கூட நானு காதுல வாங்கிக்கல. மத்தியானச் சாப்பாட்டக்கூட அவசர அவசரமா அள்ளிப் போட்டுட்டு மறுபடியும் வாசல்ல வந்து ஒக்காந்துக்கிட்டேன். இந்தக் குருவிக சாப்புட்டதுகளோ இல்லையோ. மத்தியானமும் தொடர்ந்து கட்டிக்கிட்டு இருந்துச்சு. அப்பிடி என்ன அவசரமோ தெரியல. வேகவேகமா கட்டுச்சுக. மழைக்கு முன்னால கட்டி முடுச்சுட்டு மழைக்குக் கூட்டுக்குள்ள போயிரும்னு நெனச்சேன். முட்ட உடுறதுக்கு ரொம்ப அவசரமா இருக்குமோன்னும் தோணுச்சு. மத்தியானத்துக்கு மேல வைக்கல வச்சுக் கட்டுறத உட்டுட்டு, எங்கயோ போயி பச்சப் புல்லக் கொண்டுவந்து கூடு கட்டுச்சுக. நல்லா நீளமான பச்சப்புல்ல அலகுட்ட கொத்திக் கொண்டுட்டு வந்துச்சு. குருவி இத்தினிக்காணா இருந்தாலும் அது கொண்டு வந்த புல்லப் பாத்தா, குருவியவிட நாலஞ்சு மடங்கு நீளமா இருந்துச்சு.

புல்லோட அந்தக் குருவி பறந்து வர்ரதப் பாக்கைல, குருவி பறந்து வந்த மாதிரி தெரியல. நீளமா ஒரு புல்லுதான் பறந்து வாரது மாதிரி தெருஞ்சது. புல்லுன்னா சும்மா சாதாரணமான புல்லு இல்ல. சின்னக் கரும்புத் தோக மாதிரி அகலமா, நீளமா இருந்துச்சு. அந்தப் புல்ல எங்க கண்டுபுடுச்சுதோ தெரியல. மாடுகளுக்குப் போடுற சீமப்புல்லு மாதிரி இருந்துச்சு. அப்பிடி எதுவும் இந்தச்சுத்து வட்டாரத்துல எங்கயும் இருந்த மாதிரித் தெரியல. இது ரொம்பத் துருத்தொளச்ச குருவியா இருக்கும்போல. இதப் போயித் தேடிக் கண்டுபுடுச்சு எடுத்துட்டு வந்துச்சு. இங்னதான் எங்னயோ பக்கத்துலதான் இருக்கும் போல. நிமுசத்துல போயிட்டு நிமுசத்துல ஓடியாந்திருது. மரத்துல இருந்த குருவி அந்தப் புல்ல வாங்கி வைக்கலுக்கு மேல வளச்சு வச்சு கூர போடுறது மாதிரி போட்டுச்சு. எவ்வளவு வேகமாக புல்ல எடுத்துட்டு வந்தாலும், அதவிட வேகமா அந்தச் சின்னக் குருவி கூட்டக் கட்டுச்சு. புல்லெடுக்கப் போன குருவி வில்லுல இருந்து போற அம்பு கணக்கா சர்ர்னு பறந்து போகும்; போன வேகத்துலயே சர்ர்னு வாயில புல்லோட வரும். அது வாரத்துக்குள்ள, மொதல்ல கொண்டுவந்த புல்ல வளச்சு மேல கூர போட்டு முடுச்சுருக்கும் இந்தக் குருவி. அன்னைக்குப் பூராம் இதே வேலதான். நானும் வேற எந்த வேலயும் செய்யல.

சாயங்காலத்துக்குள்ள கூட்டக் கட்டி முடுச்சுருச்சுக. அதுக்குப் பெறகு கூட்டுக்குள்ள போகவும், வெளிய வரவும் வாசல ரெடி பண்ணுச்சுக. வாசப் பக்கம் நனையாமெ இருக்கும்படி அதக் கொஞ்சம்

உள்ள தள்ளி வச்சு அதுக்கு மேல கொஞ்சம் வைக்கலு வெளிய நீட்டிக்கிட்டு இருக்கிற மாதிரி வச்சுட்டு ரெண்டு பேரும் வெளிய வந்து ஒக்காந்து என்னமோ பேசிக்கிட்டாங்க. சொல்லி வச்ச மாதிரி அடுத்த நாளே மழ பெய்ய ஆரம்பிச்சிருச்சு. குருவிக ரெண்டும் சந்தோசமா கூட்டுக்குள்ள பத்திரமா இருந்துச்சுக. இந்த மழைக்கு அந்தக் குருவிக் கூடு நல்லா கதகதன்னு இருக்கும்னு நெனச்சேன். அது முட்ட போட்டு குஞ்சி பொரிக்கவும் அந்தக் கூட்ட விட்டுட்டுப் போயிரும்னு அம்மா சொன்னா. அதுங்க அப்பிடிப் போறதுல எனக்கு இத்தினிக் கூட இஸ்டமில்ல. ஆனா என்ன செய்ய முடியும். சரி பரவாயில்ல குஞ்சி பொரிக்கிற வரைல இருக்கும்லன்னு திருப்திப் பட்டுக்கிட்டேன்.

தெனந்தெனம் அதுகளப் பாக்குறதுதான் எனக்கு முக்கியமான வேலையா இருந்துச்சு. ஆபிஸ்லகூட செலநேரம் அதுகளோட ஞாபகம் வரும். சாயங்காலத்துல அதுக நெனப்புலயே ஓடிவருவேன். மொத வேலையா அதுகளக் கொஞ்ச நேரம் பாத்துட்டுத்தான் மத்த வேலைகளைப் பார்ப்பேன். தெனந்தெனமும் அந்தக் குருவிக ரெண்டும் சந்தோசமாப் பேசிக்கிட்டு இருக்குறதப் பாக்கைல எனக்குப் பொறாமையாக்கூட இருந்துச்சு. எவ்வளவு சொதந்தரமா, எவ்வளவு நிம்மதியா, எவ்வளவு சந்தோசமா எந்தக் கவலையும் இல்லாமெ ஒக்காந்து பேசிக்கிட்டு இருக்குதுங்கன்னு அடிக்கடி நெனப்பேன். நாம ஒரு வீட்டக் கட்டுறதுக்கு படாதபாடு பட வேண்டியிருக்குது. அப்பிடியே கட்டுனாலும், கட்டுன பெறகு அந்த வீட்டப் பராமரிக் குறதுக்குள்ள பெரும்பாடாப் போகுது. இந்தக் குருவிகளுக்குத்தான் அப்பிடி எந்தப் பிரச்சனயும் இல்லன்னு நெனச்சேன். ஆனா அது சரியில்லன்னு சீக்கிரத்துலயே தெருஞ்சுகிட்டேன்.

திடீர்னு ஒரு நாளு நானு ஆபிஸ்லருந்து வந்து பாக்கைல குருவிக்கூடு கலஞ்சு கெடந்துச்சு. அதப் பாத்ததும் எனக்கு வந்த கோவத்துக்கு அளவே இல்ல. எல்லாம் இந்தக் கெழவியோட வேலையாத்தான் இருக்கும்னு நெனச்சேன். ஏன்னா எங்க பாட்டிதான் அடிக்கடி பொலம்பிக்கிட்டுத் திரிவா.

“இந்த எழவெடுத்த குருவிகளுக்கு வேற எடமே இல்லையா? இங்க வந்து கூட்டக் கட்டிக்கிட்டு எடத்தப் பூராம் குப்பையாக்கித் தொலையுதுக. எத்தன தடவ கூட்டுனாலும், கூட்ல வந்து ஒக்காரவும் போகவுமா இருந்துக்குட்டு வைக்கலும் புல்லுமா போடுறதுமில்லாமெ, மரத்துல இருக்குற எலைகளப் பூராம் உதுத்து உட்டுறுதுங்க. பத்தாக் கொறைக்கு பேண்டுவேற தள்ளிருதுங்க. ஒரு நாளைக்கு எத்தன

தடவத்தான் பெருக்குறது? அப்படி எங்கதான் பொழுதனைக்கும் போயிக்கிட்டும் வந்துக்கிட்டும் இருக்குதுங்கன்னு தெரியல."

இப்பிடி எத்தனையோ தடவ பாட்டி பொலம்பிக்கிட்டுத் திரியரதக் கேட்டுருக்கேன், நேரா பாட்டிட்ட போனேன். கூடு ஏங்கலஞ்சது, எப்பிடிக் கலஞ்சதுன்னு கோவமாவே கேட்டேன். பாட்டிகூட குருவிக மேல பரிதாபத்தோட சொன்னா.

"இந்த எழவெடுத்த காக்கா வந்துல்ல கூட்ட பிச்சுப் போட்டுட்டுப் போயிருச்சு. பாவம் இந்தக் குருவிக. என்ன பாடுபட்டு இந்தக் கூட்ட கட்டுச்சுங்க. ஒரு நாளுப் பூராம் கஸ்டப்பட்டுக் கட்ட, இந்த வெறிபுடுச்ச காக்கா வந்து ஒரே நிமுசத்துல பிச்சுப் போட்டுருச்சு."

"நீ என்ன சொல்ற பாட்டி? காக்கா வந்து பிச்சதா? பொய் சொல்லாத கெழவி. நீயி பிச்சுப் போட்டுட்டு காக்கா மேல பழியப் போடுறியாக்கும். இம்புட்டு நாளா இல்லாமெ இப்ப எப்பிடி காக்கா வந்துரும்? எல்லா ஒன்னோட வேலதான். குருவி குப்பையாக்குதுன்னு நீதான் சொல்லிக்கிட்டுத் திருஞ்ச. ஆனா அந்தக் குருவி பாவம் ஒனியச் சும்மா உடாது."

"சே, சே, நானென்ன அம்புட்டு கல்நெஞ்சுக்காரியா என்ன. நீயி வேலைக்குப் போன பெறகு தெனமும் நானுந்தான் அதுகளப் பாத்துப் பாத்து சந்தோசப்பட்டுக்கிட்டு இருந்தேன். இன்னைக்குக் காலைல ஏங்கண்ணெதுர சனியம் புடுச்ச காக்கா சடார்னு பறந்து வந்து கூட்டுக்கு மேல போட்டுருந்த புல்லப் பூராம் கொத்தி இழுத்துப் போட்டுருச்சு. நல்ல நேரத்துக்கு நானு அப்ப வெளிய நின்னுக்கிட்டு இருந்தேன். ஒடனே வெளக்கமாத்த எடுத்து அந்தக் காக்காவெ வெரட்டி உட்டேன். இல்லன்னா அது கூட்டப் பூராம் பிச்சுப் போட்டுட்டுப் போயிருக்கும்.

"காக்கா என்னத்துக்கு வந்து இந்தக் கூட்டப் பிரிக்குது? காக்காவுக்கும் குருவிக்கும் என்ன சண்டையா? அப்பிராணி குருவிக. எவ்வளவு அழகா கட்டி வச்ச கூட்ட இப்பிடி நாசம் பண்ணிப் போட்டுருச்சு. அந்தக் காக்காவுக்கும் குருவி மேல பொறாமையா இருக்கும் போல. காக்கா குச்சிகளயும் முள்ளயும்வச்சு கண்றாவியா கூடு கட்டுதுல. இந்தக் குருவிகளோட அழகான கூட்டப் பாத்து வகுத்தெருச்சல் பட்டுருச்சு. மனுசங்களுக்கெடைல இருக்குற மாதிரி இந்தக் காக்காவுக்கும் பொறாமையும் பொச்சரிப்பும் இருக்கும்போல."

ஆத்தமாட்டாமெ பொலம்புனேன்.

“அதெல்லாம் ஒண்ணுமில்ல. இந்தக் குருவிகளோட முட்டையத் தூக்கிட்டுப் போயிக் குடிக்கத்தான் காக்கா இந்த வேல செஞ்சுருச்சு. இப்பிடித் தின்னு ஒடம்ப வளக்காட்டி என்னங்றேன்.” பாட்டி ஆத்துரமாச் சொன்னா.

சோகமாவே நின்னுக்கிட்டு அந்தக் கலஞ்சுபோன கூட்டையே பாத்துக்கிட்டு இருந்தேன். அப்ப பக்கத்து வீட்டுலருந்து ராசாத்தி எங்க வீட்டுக்கு வந்தா. ராசாத்திக்கு ஏழெட்டு வயசு இருக்கும் அடிக்கடி எங்க வீட்டுக்கு வந்து போவா. கவுருமெண்டு ஸ்கூல்ல நாலாவது படிக்கிறா. மாதுள மரத்துல குருவிக கூடு கட்டுனத அவகூட வந்து அப்பப்ப பாத்துக்கிட்டுப் போயிருக்கா. அவளுக்கும் அந்தக் குருவிகள ரொம்பப் பிடிக்கும். என்னப் பாக்கும்போதெல்லாம் குருவிகளப் பத்தி விசாரிப்பா. இப்ப நானு சோகமா நிக்கிறதப் பாத்துட்டு ராசாத்தி கேட்டா.

“என்ன ஆன்ட்டி, ஒரு மாதிரி இருக்கீங்க? குருவிங்கள காணுமா?”

“ஆமா. ஒரு காக்கா வந்து குருவிங்க கட்டுன கூட்ட பிச்சுப் போட்டுருச்சு. அதுக்குப் பெறகு அந்தக் குருவிகளையே காணோம்.”

“அதுங்க இனிமெ இந்தக் கூட்டுக்கு வரவே வராதா ஆன்ட்டி?”

“வரும் கொஞ்ச நேரங்கழிச்சு வரும்.” - நாஞ் சொன்னேன்.

“அதெப்பிடி வரும்? காக்கா வாய் வச்ச பெறகு கண்டிப்பா வராது. ஒரு தடவ வந்த காக்கா மறுபடியும் வராதுன்னு என்ன நிச்சயம்? குருவிக வேற எடத்துக்கு ஓடிப் போயிருக்கும்.”

பாட்டி சொல்லவும் எனக்குப் பாட்டிமேல கோவங் கோவமா வந்துச்சு.

“ஆன்ட்டி ஒங்களுக்கு ஒரு கத தெரியுமா? குருவி கத. எங்க ஸ்கூல்ல டீச்சர் சொன்னாங்க.”

ராசாத்தி கேட்டா.

மனசு இருந்த நெலமைக்கு அவகிட்டயாவது கொஞ்ச நேரம் பேசிக்கிட்டு இருந்தா நல்லா இருக்கும்போல தோணுச்சு. அதுனால அவகிட்ட, அது என்ன கதன்னு கேட்டேன். அவளும் ஒக்காந்து ஆர்வமாக் கதயச் சொன்னா.

“ஒரு ஊருல ஒரு தென்னமரம் இருந்துச்சாம். அந்த மரத்து ஓலைல தூக்கணாங் குருவிங்க கூடு கட்டி குடியிருந்துச்சாம். அதுங்க கூடு கட்டிக்கிட்டு இருக்கும்போதே மரத்துமேல இருந்த ஒரு கொரங்கு

குருவிகளப் பாத்து கிண்டலடுச்சுச்சாம். என்னத்துக்கு இப்பிடிக் கஸ்டப்பட்டு கூடு கட்டிக்கிட்டு கெடக்கீங்க. என்னையப் பாருங்க. எம்புட்டு ஜாலியா இருக்கேன். இப்பிடி மரத்துக்கு மரம் தாவிக் குதுச்சு சந்தோசமா இருக்குறத உட்டுப்போட்டு ஒரே மரத்துல கூட்டக் கட்டிக்கிட்டு குடியிருக்கிறது நல்லாவா இருக்குதுன்னு கேலி பண்ணிக் கிட்டே இருந்துச்சாம். குருவிங்க கொரங்குகிட்ட, 'மழக்காலம் வரப் போகுது. அதுக்கு முன்னால நீயும் ஒரு கூடு கட்டிக்கோ. இல்லாட்டி நனஞ்சு போவன்னு சொல்லுச்சாம். இதக் கேட்ட கொரங்குக்குச் செம கோவம் வந்துருச்சாம். ஒடனே அது குருவியப் பாத்து கோவமா, 'ஊசி மூஞ்சி மூடா, நீயா எனக்குப் புத்தி சொல்கிறாய்? எனக்குக் கூடு கட்டத் தெரியாது; ஆனால், கட்டிய கூட்டைப் பிய்த்து எறியத் தெரியும்'னு கத்திக்கிட்டு வந்து குருவிகளோட கூட்டப் பிச்சுப் பிச்சுப் போட்டுருச்சாம்."

கடைசி வரிகளச் சொல்லும்போது கொரல மாத்திக்கிட்டு அவ சொன்னதப் பாத்தா ரொம்பச் சிரிப்பா வந்துச்சு. சரி அப்பறம் என்னாச்சுன்னு கேட்டேன்.

"அப்புறமா? அப்பறம் இந்தக் குருவிக மாதிரி அந்தக் குருவிகளும் ஓடியே போச்சாம். அந்தக் குருவிக பாவந்தான ஆன்ட்டி?"

"பாவந்தான். என்ன செய்றது? இந்தக் குருவிக எதுக்குப் போயும் போயும் அந்தக் கொரங்குக்குப் புத்தி சொல்லணுமாம்? அதுங்க பாட்டுக்குக் கூட்ட கட்டிக்கிட்டு கம்முன்னு இருக்க வேண்டியது தான?"

"அதுல்ல ஆன்ட்டி. அந்தக் கொரங்கு மழைல நனஞ்சு போயிரும்னு எரக்கப்பட்டுத்தான ஆன்ட்டி குருவிங்க சொன்னதுங்க நல்லதுக்குத் தான சொல்லுச்சுங்க. அதுக்குப்போயி அந்தக் கொரங்கு இப்பிடிச் செய்யலாமா ஆன்ட்டி? நீங்களே சொல்லுங்க."

செய்யக்கூடாதுதான். ஆனா என்ன செய்யறது? நல்ல விசயங்கள நல்லவுங்ககிட்டத்தான் சொல்லணும்போல. இல்லன்னா இந்தக் கதிதான். இந்த ஒலகத்துல வாழணும்னா ரொம்ப உஷாரா இருக்கணும். இல்லன்னா அம்புட்டுத்தான் இல்லையா ராசாத்தி?"

"நீங்க என்ன சொல்றீங்க ஆன்ட்டி? எனக்கு ஒண்ணுமே புரியல. ஆன்ட்டி, இந்தக் கூட்டச் சரிபண்ணிக் குடுத்தா அந்தக் குருவிக திரும்பி வந்துரும்ல ஆன்ட்டி?"

'ஒனக்கு இப்பப் புரியாதுடி. நீயி வளந்தப் பெறகு புருஞ்சுக்குவ. என்ன சொன்ன? இந்தக் கூட்டச் சரிபண்ணவா? ம். பண்ணுவமே. நீயி

பாமா 39

போயி கொஞ்சம் வைக்கலு அள்ளிக்கிட்டு வா. கலஞ்சு போன அந்தக் கூட்டுக்கு மேல போட்டு உடுவோம். முட்ட இருக்குறதுனால குருவிக வந்தாலும் வரும். இந்த மழைக்குக் கூட்டுக்குள்ளத் தண்ணி எறங்கும். மேல வைக்கலு போட்டுட்டா கூட்டுக்குள்ள தண்ணி எறங்காது."

ராசாத்தி அள்ளிட்டு வந்த வைக்கல எடுத்து கூட்டு மேல போட்டு உட்டேன். இதப் பாத்துக்கிட்டு இருந்த பாட்டி சொன்னா.

"நம்ம கைப்பட்டாலே அதுக்குப் பெறகு குருவி கூட்டுக்கு வராது. இனி அம்புட்டுத்தான். மறுபடியும் அந்தக் குருவிக புதுசா வேற கூடுதான் கட்டும், ஆனா இங்கக் கட்டாது. வேற எங்கனாச்சும் போயிக் கட்டும்."

"ஏ வராது? அதெல்லாம் வரும். நீ அந்தக் காக்கா மட்டும் வராமெப் பாத்துக்கோ. குருவிகளோட முட்டைக இதுல இருக்குது. அதுனால அதுங்க இங்க வந்துதான் ஆகணும்."

இப்பிடிச் சொல்லிட்டு ஒவ்வொரு நாளும் குருவிக திரும்பி வரும்ணு எதிர்பாத்துக்கிட்டு இருந்தேன்.

தெனமும் மழ வேற பேஞ்சுக்கிட்டே இருந்துசசு. ராசாத்தி வேற பொழுதனிக்கும் அந்தக் குருவிக எப்ப வரும் எப்ப வருமுன்னு கேட்டுக்கிட்டே இருந்தா. குருவிகளப் பாத்து ரெண்டு நாளைக்கு மேல ஆயிருச்சு. நானும் இன்னைக்கு வரும். நாளைக்கு வரும்ணு சொல்லிக் கிட்டு இருந்தேன். இனி வரவே வராதான்னு எனக்கும் மனசுக்குள்ள ரொம்ப ஏக்கமா இருந்துச்சு. அதுக்குப் பெறகு குருவிங்க வரவே இல்ல, ராத்திரிப் பகலா எடவிடாமெ மழ பேஞ்ச வண்ணமாவே இருந்துச்சு. இந்த மழைக்குள்ள அந்தக் குருவிக பாவம் எங்க கெடந்து கஸ்டப் படுதுங்களோன்னு நெனச்சா எனக்குக் கவலையா இருக்கும். ராசாத்தி அப்பப்ப குருவிகளப் பத்திக் கேட்டு நச்சரிச்சுக்கிட்டே இருந்தா. குருவிங்க இனிமே வராதுன்னு நானு சொல்லவும் அவளுக்கும் வருத்தமாப் போச்சு. ரொம்ப சோகமா ஏங்கிட்ட கேட்டா.

"ஏ ஆன்ட்டி, நீங்கதான் இவ்வளவு பெரிய வீடு கட்டி வச்சிருக் கீங்கள்ள. அந்தக் குருவிங்க ஒங்க வீட்டுக்குள்ள கூடு கட்டி இருந்தா, அது ஒங்க வீட்டுலயே இருக்கும்ல, நாங்கூட அடிக்கடி வந்து குருவிகளப் பாத்துக்கிடுவன்ல ஆன்ட்டி? இப்ப அதுங்க பாவம் இல்ல ஆன்ட்டி? இந்த மழக்கெல்லாம் நனஞ்சு போயிடுங்க. இல்லங்க ஆன்ட்டி?"

வீட்டுக்குள்ள கூடு கட்டுனா இந்தக் கெழவி சும்மாயா இருக்கும்ணு நெனச்சுக்கிட்டேன்.

"எங்க வீடுகூட ஆன்ட்டி, மழ பேஞ்சா பயங்கரமா ஒழுகுது. ராத்திரி படுக்கவே எடமிருக்காது. எங்கம்மா, ஒழுகுற எடத்துல எல்லாம் பாத்துரங்கள வச்சுருவாங்க. ஒரே ஒரு மூல மட்டுந்தான் ஒழுகாது. நானும் எங்கக்கா அமுதாவும் அந்த மூலைல சுருண்டு படுத்துக்கிருவோம். எங்கம்மாவும் அப்பாவும் பாவம் ஆன்ட்டி ராத்திரி பூராம் தூங்காமெ முழுச்சே கெடப்பாங்க. ஒங்கள மாதிரி இப்பிடி ஒழுகாத வீடா இருந்தா எப்பிடி இருக்கும். நல்ல ஜாலியா கால நல்லா நீட்டிக்கிட்டுத் தூங்கலாம். என்ன ஆன்ட்டி?"

அவ சொல்லச் சொல்ல எனக்கு மனசுக்குள்ள ஒரு மாதிரியா இருந்துச்சு.

'இந்த குருவிக்கு இம்புட்டுக் கரிசனங் காட்டுற எனக்கு, வீட்டுப் பக்கத்துல இருக்குற இவுங்க மேல அம்புட்டுக் கரிசன இது வர வந்ததில்லையே. இவுகம்மா வள்ளிகூட ஏங்கிட்ட அவுங்க வீடு ரொம்ப மோசமா ஒழுகுறதா எத்தன தடவ சொல்லி இருக்கா? சே... சே... இந்த மாதிரி நெனச்சுக்கிட்டு இருந்தா இந்த ஒலகத்துல, பொழைக்க முடியாது. இப்பிடி வந்த நெனப்புகள வலுக்கட்டாயமா மனசுலருந்து ஒதறித் தள்ளிட்டேன்.

"இதென்ன ஆன்ட்டி, ஒங்க வீட்டு வராண்டாவுல குடுச போட்டு வச்சிருக்கீங்க? எங்க வீடு மாதிரியே சின்னதா குடுச வீடு. இது எதுக்கு ஆன்ட்டி?" ரொம்ப ஆச்சரியமாக் கேட்டா.

"இதுவா? இதுலதான் நாளைக்குக் குட்டி யேசுசாமி பெறக்கப் போறாரு."

"ம்ம்ம்ம்.... எனக்குத் தெருஞ்சுக்கிருச்சு. நீங்க கிறிஸ்டின்தான ஆன்ட்டி? அதான் ஒங்களுக்கு நாளைக்குக் கிறிஸ்மஸ் வரப்போகுது. எங்க ஸ்கூல்ல பிள்ளைங்க சொன்னாங்க. யேசுசாமி குட்டியூண்டு வீட்டுலதான் பெறப்பாரா ஆன்ட்டி? எப்ப வந்து பெறப்பாரு ஆன்ட்டி? நீங்க அவரப் பாப்பீங்களா ஆன்ட்டி?"

"ம்... பாப்பமே. ராத்ரி பன்னிரெண்டு மணிக்குப் பெறப்பாரு."

"ஆன்ட்டி, நானும் எங்க அமுதாவும் ஒங்க வீட்டுல வந்து படுத்துத் தூங்கிக்கவா ஆன்ட்டி? நீங்க பெரிய வீடு வச்சிருக்கீங்கள்ள. எங்கம்மா கூட அன்னைக்குச் சொன்னாங்க. மழ பெய்யும்போது நீங்க ரெண்டு பேரும் ஆன்ட்டி வீட்டுல போயிப் படுத்துக்கோங்கண்ணு சொன்னாங்க. நாங்க வரட்டுமா ஆன்ட்டி?" - கெஞ்சுற கொரலுல கேட்டா.

நானு மௌனமா இருந்தேன். மனசுக்குள்ள பல மாதிரிச் சிந்தனைக வந்துச்சு.

'இந்த வராண்டாகூட சும்மாதாங் கெடக்குது. இங்னக்குள்ள படுக்க வைக்கலாம் - ஆனா ஒரு நாளைக்குப் படுக்கவிட்டா பெறகு மழ வரும்போதெல்லாம் இங்கயே படுக்க வந்துருவாங்களே... பெறகு அதுவே பழக்கமாப் போயிரும். சே... சே... வீணா எதுக்கு வம்ப வெல குடுத்து வாங்கிக்கணும். இம்புட்டு நாளா அவுங்க வீட்டுல படுக்கலையா என்ன? இப்ப மட்டும் புதுசா இங்க வந்து படுக்கணும்ங்கா. இந்தப் பிள்ளைட்ட வாய் குடுத்ததே தப்பு.'

நானு எதுவும் பதுலுக்குச் சொல்லாமெ இருக்கவும் அவளே மறுபடியும் கேட்டா.

"இப்பிடி ஒழுகாத வீடு கட்டுறதுக்கு எவ்வளவு ரூவா வேணும் ஆன்ட்டி? கோடி ரூவா ஆகுமா? இல்லன்னா லச்ச ரூவா ஆகுமா?"

"அவ்வளவெல்லாம் ஆகாது." - சுருக்கமாச் சொல்லி முடுச்சுக் கிட்டேன்.

அவ சீக்கிரமா போயிட்டா நல்லா இருக்கும்ணு நெனச்சேன். ஆனா அவ போற மாதிரி இல்ல.

"நானு படுச்சு முடுச்ச பெறகு வேலைக்குப் போயி இப்பிடி ஒழுகாத வீடு கட்டுவேன், அப்ப நீங்க எங்க வீட்டுக்கு வரணும். என்ன ஆன்ட்டி?"

தலைய மட்டும் ஆட்டுனேன்.

"சரி இன்னைக்கு நானும் எங்கக்காவும் ராத்திரிக்குப் படுக்க வருவோம். என்ன ஆன்ட்டி? எப்ப வரணும்னு சொல்லுங்க ஆன்ட்டி. சாப்புட்ட ஒடனே வந்துரவா?"

அவளுக்கு என்ன பதில் சொல்றதுன்னு எனக்குத் தடுமாத்தமா இருந்துச்சு. சரி, பெரிய மழையா வரும்போல இருக்குது. வீட்டுக்குப் போன்னு அவள அனுப்பிட்டு, கேட்ட பூட்டு வச்சு பூட்டிட்டேன்.

உணர்வு

அன்னிக்குச் சனிக் கெழமம!

ஆனந்துக்கு ரொம்பச் சந்தோசமா இருந்துச்சு. அதுலயும் அவனுக்கு லீவு. அவுகம்மாவுக்குப் பள்ளிக்கூடம்னு சொன்னது அவனுக்கு ரெட்டிப்புச் சந்தோசமா இருந்துச்சு. அவுகம்மாவ அவனுக்குப் புடிக்காதுன்னு சொல்ல முடியாது. ஆனா அவுங்க, அவனோட விசயத்துல செய்ற கெடுபுடித்தனம் அவனுக்குக் கொஞ்சங்கூடப் புடிக்காது.

ஆனந்துக்கு நாலு வயசு. உள்ளூர்ல இங்கிலீசு மீடியம் பள்ளிக் கூடம் இல்லாததுனால பக்கத்து ஊர்ல இருக்குற காமாட்சி இந்து கான்வென்டு ஸ்கூல்ல யூ.கே.ஜி. படிக்கிறான். எல்.கே.ஜி படிக்கும் போது, பள்ளிக்கூடத்துக்குப் போவமாட்டேன்னு காலைல தெனமும் அழுது அடம் பண்ணுவான். இப்ப அப்பிடி இல்ல. இப்ப ஸ்கூல் வேளல போறது அவனுக்குப் புடுச்சிருந்தது. ஆனா, தெனமும் சாயங்காலத்துல டியூசனுக்குப் போறதுக்கு ஆர்ப்பாட்டம் பண்ணுவான்.

ஆனந்தோட அப்பா சென்னைல ஏதோ ஒரு கம்பெனில வேல செய்றாரு. வாரக் கடைசில வீட்டுக்கு வந்துட்டு திங்கள் கெழம காலைல போயிருவாரு. அதுனால அவரு ஆனந்துட்ட ரொம்பப் பிரியமா இருப்பாரு. அவருக்கு அவெஞ் செல்லப் பிள்ள. ஆனந்தோட அம்மா மல்லிகா பக்கத்து ஊர்ல இருக்கிற தனியார் பள்ளிக்கூடத்துல டீச்சரா இருக்காங்க. டீச்சரா இருக்குறாங்கன்னு பேருதான ஒழிய, டீச்சருக்கான எந்த அம்சமும் அவுங்ககிட்ட இருக்காது. அந்தத் தெருவுல அவுங்க வாய்க்குத்தான் அம்புட்டுப் பேரும் பயப்படுவாங்க. அவ்வளவு பயங்கரமா கத்தி, சண்ட போடுவாங்க. அவுங்களுக்கு மட்டும்தான் ஆனந்து பயப்படுவான்.

ஒரு நாளு சாயங்காலம், வழக்கம் போல லபலபன்னு தெருவுல மல்லிகா கத்திக்கிட்டு அலஞ்சாங்க. அவுங்களப் பத்தி எல்லாத்துக்கும் தெரியுங்கிறதுனால யாரும் அவுங்ககிட்ட என்ன ஏதுன்னு கேக்கல.

எதுத்த வீட்டு லச்சுமியக்காளக் கூப்புட்டு, "பாத்தீங்களாக்கா இந்த ஆனந்துப் பய என்ன சொல்றாம்னு. வீட்டுப்பாடம் செய்யச்

சொன்னதுக்கு மண்ணெண்ணெய ஊத்திக்கிட்டுச் சாகப் போறம்ங்கான். இந்த வயசுல பேசுற பேச்சாக்கா? இவனுக்காகத்தான நானும் அவரும் இந்தப் பாடுபடுறோம். இந்த நாயி இப்பமெ இப்படிச் சொல்லுதுக்கா. எந்த நேரம் பாத்தாலும் டி.வி. பாத்துக்கிட்டு படிக்கவே மாட்டேம்ங்கான்."

"அப்பிடியே வாயி மேல ரெண்டு போடுங்க. அதென்ன இந்த வயசுலயே செத்துப் போறெம்னு பேசுறது. அவுகப்பா வரவும் சொல்லுங்க. அரட்டி வுட்டுட்டுப் போகட்டும்."

"அவுகப்பாதான... அவரு குடுக்குற செல்லந்தான் இவெங்கெட்டு குட்டிச்செவராப் போறான். பத்தாக்கொறைக்கி அவுகாத்தா ஒண்ணு. இந்தக் கிழவி என்ன சொல்லுதுங்கிறீங்க. நானு ரொம்பக் கண்டுசனா இருக்கப் போயித்தான் இவெங் கெட்டுப் போறானாம்; என்னத்தச் சொல்லுவீங்க?"

"ஆமங்க. சின்னப் பெயதான. கொஞ்சம் ஃப்ரீயா உடனுங்க. ரொம்ப அடக்கி வச்சம்னா இப்படித்தான். இந்த வயசுல எதுக்குங்க டியூசன்? நீங்க டீச்சர்தான? நீங்களே வீட்டுல வச்சுச் சொல்லி குடுக்கலாம்ல?"

"ஒங்ககிட்டப் போயி நாஞ் சொன்னம் பாருங்க. எனக்கு வேலையே சரியாப் போகுதுங்க. இப்பப் படிக்கலன்னா பின்னால ரொம்பக் கஷ்டப்படுவான்ல. அவென் வாயில சூடு போட்டா இப்பிடி இனிமே பேச மாட்டான்!" சொல்லிக்கிட்டே வேகமா வீட்டுக்குள்ள வந்துட்டா.

அவனோட அப்பாவப் பெத்த பாட்டி ஆராயி அவுங்களோடத் தான் இருக்காங்க. ஆனந்துக்குப் பாட்டிகிட்ட ரொம்ப ஒட்டுதல். பாட்டிய அவனோட வயசுப் பிள்ள மாதிரி வச்சு வெளையாடுவான். பாட்டியும் பேரனுக்கு ஈடு குடுத்து சின்னப் பிள்ள மாதிரியே வெளையாடுவாங்க. அவுங்க ரெண்டு பேரும் வெளையாடுறதயும், பேசுறதயும் பாத்தா மத்தவுங்களுக்குச் சிரிப்பா இருக்கும்.

ஆராயிப் பாட்டி ஆனந்துக்கு நெறய்ய கத சொல்லுவாங்க. பாட்டுச் சொல்லிக் குடுப்பாங்க. செல நேரத்துல ஆனந்து பாட்டிக்குக் கத சொல்லுவான்; பாட்டுச் சொல்லிக் குடுப்பான், பாட்டியும் சின்னப்புள்ள கணக்கா ஆடி ஆடிச் சொல்லுவாங்க.

ஆனந்துக்குக் கடவுளப் பத்தியும் பாட்டி சொல்லிக்குடுப்பாங்க. அவனும் ஒரு கொணம் வந்துச்சுன்னா ரொம்ப ஆர்வமாக் கேப்பான். கேள்விக்கு மேல கேள்வி கேப்பான். பாட்டியும் எல்லா கேள்விக்கும்

சலிக்காம பதில் சொல்லுவாங்க. ஆனந்துக்குப் பாட்டியப் புடிச்சுப் போனதுக்கு இதுவும் ஒரு காரணம். அவுங்கம்மாவுக்குக் கொஞ்சங்கூட பொறும கெடையாது. அவெங்கேள்வி கேட்டாலே, எரிஞ்சு எரிஞ்சு கத்துவாங்க. அதுனால பாட்டிகிட்டதான் அம்புட்டுக் கேள்வியும் கேப்பான்.

ஒவ்வொரு நாளும் சாயங்காலத்துல பாட்டிக்கும் பேரனுக்கும் காரசாரமான வாக்குவாதம் நடக்கும். எல்லாம் டியூசன் சமாசாரந்தான். டீயூசனுக்குப் போகாம இருக்குறதுக்கு என்னென்னமோ செஞ்சு பாப்பான். பாட்டிக்குக்கூட அவன அனுப்பாம இருக்கலாம்னுதான் தோணும். ஆனா, அவுகம்மாவுக்கு அவன் டீயூசனுக்குப் போகாதது தெரிஞ்சா அம்புட்டுதான். ஆராயிப் பாட்டிய வார்த்தையாலயே சாகடிப்பா!

வயசுல பெரியவுங்களா இருந்தாலும், தன்னோட புருசனப் பெத்த மாமியாரா இருந்தாலும் கண்ணுமண்ணு தெரியாம வாய்க்கு வந்த படியெல்லாம் பேசுவா. அவளோட புருசனும், பொண்டாட்டிக்குத் தான் சப்போர்ட்டாப் பேசுவான். ஆராயி பக்கம் நியாயம் இருக்குன்னு தெரிஞ்சாக்கூட அவனால அவுகளுக்குச் சப்போர்ட்டா பேசிட்டு வீட்டுல இருக்க முடியாது. மொத்தத்துல அந்த வீட்டுல மல்லிகா வச்சதுதான் சட்டமா இருந்துச்சு.

போன வாரத்துல ஒரு நாளு, ஆனந்து தெருப் பிள்ளைகளோட பழைய சைக்கிள் டயர உருட்டி விளயாண்டுட்டு இருந்தான். ஆராயி அவன டியூசனுக்கு அனுப்பப்படாத பாடுபட்டுக்கிட்டு கடைசியா அவெம் பின்னாடியே ஓடியோடிக் களச்சுப்போனா. கடைசியா ஒருவழியா அவனும் டயர உருட்டிக்கிட்டு வீடு வந்து சேந்தான். அவன வீட்டுக்கு கொண்டுட்டு வந்ததே பெரிய சாதனன்னு மனசுக்குள்ள நெனச்சுச் சந்தோசப்பட்டுக்கிட்டா.

அவளோட பெரிய சைஸ் ஒடம்பத் தூக்கிக்கிட்டு அவம் பின்னாடி ஓடுறதுக்கு அவளால முடியாதுதான். இருந்தாலும் மருமகள நெனச்சுட்டா மலைக்காம ஓடுவா. வீட்டுக்கு வந்த ஆனந்த எப்படி யாச்சும் தாஜா பண்ணி டியூசனுக்குக் கூட்டிட்டுப் போயிடணும்னு நெனச்சுக்கிட்டு அவங்கிட்ட ரொம்பப் பிரியமாச் சொன்னா- "கண்ணே ஆனந்து, இன்னிக்கு மட்டும் டியூசனுக்குப் போயிட்டு வந்துருய்யா, ஏஞ் சாமி! எஞ் செல்லக்குட்டில்ல. ஒங்கம்மா வந்தா என்னிய மென்னு துப்பிடுவாடா. இன்னிக்கு மட்டும் போயிட்டு வந்துருய்யா. ஏ ராசா... எந்தங்கக் கட்டில்ல."

ஆனந்தும் பதிலுக்குக் கெஞ்சலா சொன்னான். "பாட்டி பாட்டி, இன்னிக்கு ஒருநா மட்டும் நானு டியூசனுக்குப் போகல பாட்டி. நாளைலருந்து கண்டிப்பா போவேன்."

"ஒங்கம்மா வந்து கேட்டா, என்னடா சொல்ல? நீயி தப்பிச்சுருவ. என்னத்தாண்டா வைவாங்க."

"அம்மா வந்து கேட்டா நானு டியூசனுக்குப் போனேன்னு சொல்லிடு. அம்மா எனக்குத் திங்க வாங்கிட்டு வாரதுல ஒனக்கும் கொஞ்சம் தருவேன்" சர்வசாதாரணமாச் சொன்னான்.

அதக் கேட்ட ஆராயிக்குத் தூக்கிவாரிப் போட்டுருச்சு. பதற்றத் தோட அவங்கிட்ட சொன்னா... "அது தப்புடா செல்லம். பொய் சொல்லக்கூடாதுய்யா. இந்த வயசுல இம்புட்டுச் சுளுவா பொய் சொல்லுறியே. பொய் சொன்னா சாமிக்குப் புடிக்காது ராசா."

"எனக்குத்தான் டியூசனுக்குப் போகப் புடிக்கல. அதுக்கென்ன சொல்ற? சாமிக்கு மட்டும் புடிக்காதுங்கற...?" ஒரு அதட்டலோடு முடிச்சான்.

ஆராயிக்கு என்ன சொல்றதுன்னு தெரியல. கொஞ்சநேரம் அமைதியா இருந்தா. அந்த நேரத்தப் பயன்படுத்தி ஆனந்து மறுபடியும் டயரத் தூக்கிட்டு ஒரே ஓட்டமா வெளிய ஓடிட்டான். ஆராயி அப்படியே வாசலுல ஒக்காந்து? எதுத்த வீட்டுக்கார லச்சுமியம்மாட்ட பொலம்புனா... "நீங்களும் பாத்துட்டுதான இருக்கீங்க. இந்தப் பொடியன் என்னிய என்ன பாடுபடுத்துறாம்னு பாருங்க. இந்தா ஓடியே போயிட்டான். இனி அவுகம்மாக்காரி வந்தா என்னென்ன கேள்வி கேக்கப் போறாளோன்னு நெனச்சா இப்பமே பயம்மா இருக்குது. இந்தப் பெயலுக்கு அதெல்லாம் எங்க தெரியுது. சொல்லச் சொல்ல ஓடிட்டானே. எனக்கு அவம் பின்னாடி ஓட முடியுமா என்ன? இதச் சொன்னம்னா, 'வீட்ல ஒக்காந்துட்டுத் திங்கிறீல்ல. ஓடணும். திங்கிற சோறு சீரணிக்க வேணாமா? அதுக்காச்சும் ஓடணும்'பா. இந்த வயசுல நானு இப்படி ஏச்சும்பேச்சும் வாங்கிக்கிட்டு இந்தக் கொடல ரொப்பணும்னு கடவுளு எந்தலைல எழுதியிருக்காரு..."

லச்சுமியம்மா சொன்னாங்க... "அந்தப் பயலக் கொஞ்சம் நேரமாச்சும் வெளாடவுடணும். பள்ளிக்கூடம் போயி வந்த ஒடனே டியூசன்ல போயிப் படின்னு வெரட்டுனா, அவனுக்குப் படிப்பு மேல சலிப்புதான் தட்டும். அவுகம்மா டீச்சர்தான. அவன சாயங்காலம் சித்த நேரம் வெளையாடவுட்டுட்டுப் பெறகு அவுகளே அவனுக்குச் சொல்லிக் குடுக்கலாம்ல?"

46 தவுட்டுக் குருவி

ஆராயி பேசிட்டு இருக்கையிலயே மல்லிகா வீட்டுக்கு வந்துட்டா. வந்ததுமே, "அவனெங்க? டியூசனுக்குப் போயிருக்கானா?"னு படபடன்னு கேட்டா. "நானு எவ்வளவோ சொல்லிப் பாத்தேன். கேக்கமாட்டேனுட்டான். டயரத் தூக்கிட்டு வெளாடப் போயிட்டான்!" ஆராயி பயந்து பயந்து சொல்லி முடிக்கும் முன்ன மல்லிகா வாய்க்கு வந்ததெல்லாம் சொல்லி வஞ்சுக்கிட்டே வெளிய போனா. வெறி புடிச்சவ மாதிரி கத்திக் கத்திக் கூப்பிட்டா. "லேய் ஆனந்து, டியூசனுக்குப் போகாமெ இங்க என்னடா ஆட்டம் போட்டுக்கிட்டு இருக்க? வீட்டுல ஒரு கிறுக்கி கெடக்கா. பிள்ளைய டியூசனுக்குக்கூட கூட்டிட்டுப் போமாட்டா. தெண்டத்துக்குத் தின்னுட்டு நாயி கணக்கா வீட்டக் காத்துகிட்டு கெடக்கா. ஏம்லே டியூசனுக்குப் போகல?" அதட்டலா கேக்கவும், ஆனந்து பயந்து போயி 'பாட்டிதான் இன்னிக்கி டியூசனுக்குப் போக வேண்டாம்னு சொன்னாங்க'ன்னு இழுத்தான். மல்லிகா ஆத்துரமாக் கத்துனா. "அவளுக்கென்னடா. ஒன்னியக் கொண்டு போயி வுடுறதுக்கு ஒடம்பு வலிச்சுப் போயி ஒக்காந்துருப்பா. சும்மாத் தின்னுட்டு ஒடம்பு பெருத்துப் போனா எப்பிடி நடக்க முடியும்?"

இதக் கேட்டுப்பதறிப் போன ஆராயி, லச்சுமியம்மாவ சாட்சிக்குக் கூப்புட்டு பரிதாபமாச் சொன்னா... "நீங்களும் பாத்துட்டுதான லச்சுமியம்மா இருக்கீங்க. இந்தப் பையன் என்ன சொல்றாம்னு பாருங்க. நானு அவன டியூசனுக்குப் போக வேண்டாம்னு சொன்னனாம். ஏண்டா இப்பிடி இந்த வயசுலயே அபாண்டமா பொய் சொல்ற? நானாடா போ வேண்டாம்னு சொன்னேன்."

"செய்றதயுஞ் செஞ்சு போட்டு இப்ப எம் பிள்ள பொய் சொல்லுதுன்னா சொல்றீக? அவஞ் சின்னக் கொழந்த. பொய் சொல்லமாட்டான்!" - மல்லிகா தீர்க்கமாச் சொன்னா. இதக் கேட்ட லச்சுமியம்மா வந்து சொன்னாங்க. "இல்லங்க, அவுங்க எத்தனையோ தடவ அவனைக் கூப்புட்டுப் பாத்தாங்க. அவன் அவுகள ஏமாத்திட்டு ஓடிப்போயிட்டானுங்க. நாங்களும் பாத்துட்டுதாங்க இருந்தோம்."

"நீங்க சும்மா இருங்கக்கா. ஒங்களுக்குத் தெரியாது. சின்னக் கொழந்தைங்க பொய் சொல்லாதுங்க. எனக்குத் தெரியும். லேய்! நாளைலருந்து ஒழுங்கா டியூசன் போயிடணும். புருஞ்சுதா?" மல்லிகா கேக்கவும், நல்ல பிள்ளையா தலயாட்டிட்டு, அம்மா கையப் புடிச்சுக் கிட்டு வீட்டுக்குள்ள போனான். போம்போதே ஆராயிய ஒரு தினுசாப் பாத்துட்டுப் போனான். ஆராயி அவனப் பரிதாபமாப் பாத்தா.

கொஞ்ச நேரத்துல பாட்டின்னு வந்து மடில ஒக்காரவும் 'என் செல்லம்'னு அவனக் கண்ணு கலங்க அணச்சுக்கிட்டா. அதப் பாத்த

ஆனந்து கையில இருந்த வடையத் தின்னுக்கிட்டே சத்தமாச் சொன்னான்... “அம்மா, பாட்டி அழுவுறாங்க. நீங்க எதுக்கு அவுங்களத் திட்டுனீங்க?”

ஆராயி அவசர அவசரமா ஆனந்தோட வாயப் பொத்துனா, மெதுவாக அவங்கிட்ட கெஞ்சுனா. “ஐய்யயோ! கத்தாத செல்லம். நான் அழுவலடா. கண்ணுல தூசி உழுந்துருச்சு. அதான்!”

அதுக்குள்ள மல்லிகாவோட சத்தம் உள்ளயிருந்து கேட்டது... “இப்ப என்ன சொல்லிட்டாங்கன்னு இழுவிட்டு இருக்காங்க. இப்பிடி வெளக்குவைக்கிற நேரத்துல கண்ணீர் உட்டா வீடு விருத்தியாகுமா? இந்த வீடு வெளங்காமப் போகணும்னுதான அவுங்க எண்ணம். அதான் ஈங்க முன்ன கண்ணீரு வந்துரும். கள்ளக் கண்ணீரு.”

ஆராயி எதுவும் சொல்லாம அமேதியா இருந்தா. அவளோட மொகத்தப் பாத்த ஆனந்து சொன்னான்... “இல்லம்மா, பாட்டி அழுவல. சும்மா சொன்னேன்மா.”

“நீ ஒரு கூமுட்டடா. ஒன்னிய அப்படிச் சொல்லச் சொன்னாங் களாக்கும். இந்த வயசுலயே ஒனக்குப்பொய் சொல்லக் கத்துக் குடுக்காங்க பாரு. இவுங்க இருக்குற வரைக்கும் நீயி உருப்பட மாட்ட!”

ஞாயித்துக் கெழம காலைல மல்லிகாகூட வேல பாக்குற டீச்சர் வீட்ல ஏதோ விசேசம்னு மல்லிகா கெளம்பிப் போனா. போம்போது ஆராயிட்ட கண்டுசனாச் சொல்லிட்டுப் போனா.. “அவன வெளிய உடாதீங்க. வீட்டுக்குள்ளயே வெளாடவைங்க. சரி சரின்னு மண்டைய ஆட்டிட்டு, உட்டுத் தொலச்சுராதீங்க. கண்ட கண்ட பெயல்களோட சேந்து கெட்டுக் குட்டிசெவராப் போவான்.”

ஆராயி அமைதியா இருந்தா. அம்மா போகவும், ஆனந்தன் வெளிய போயி வெளாடணும்னு நச்சரிக்கத் தொடங்கிட்டான். எல்லா வகைலயும் ஆராயிய ஏமாத்திப் பார்த்தான். ஆராயியும் சளைக்காம அவன மடக்கி மடக்கி வீட்டுக்குள்ள போட்டு வெளாட்டு சொல்லிக் குடுத்துக்கிட்டு இருந்தா. ஆனா, அது ரொம்ப நேரம் பலிக்கல. அதுனால அக்கம்பக்கத்துல இருந்த பிள்ளைங்கள வீட்டுக்குக் கூட்டியாந்து ஆனந்தோட வெளாடவுட்டா. பிள்ளைங்க வெளாண்டுட்டு இருக்கைலயே ஆராயிக்கு மல்லிகாவெ நெனச்சு பயமா இருந்துச்சு. திடுதிடுப்புனு அவ திரும்பி வந்துட்டா, அம்புட்டுதான். பிள்ளைகள எதுக்கு வீட்டுக்குள்ள சேத்து வச்சுருக்கன்னு கத்துவா. அதுனால பிள்ளைங்கள வீட்டுக்குப் போகச் சொன்னா.

48 தவுட்டுக் குருவி

“இவுங்கம்மா வார நேரமாச்சு. நீங்கள்லாம் வீட்டுல போயி சாப்புட்டுட்டு அப்புறமா வாங்க, என்ன!”

“எங்களுக்குப் பசிக்கல பாட்டி. நாங்க இங்கயே இருந்து வெளையாடுறோம்” - பிரகாஷ் சொல்லவும், மத்த பிள்ளைகளும் அதையே சொல்லிட்டு வெளையாட்ட தொடர்ந்தாங்க.

“ஆனந்தோட அம்மா இப்ப வந்துருவாங்கடா. வந்தா திட்டு வாங்கடா. போயிட்டு சாயந்தரமா வாங்க, என்ன...”

“ஆனந்து பாட்டியத் திட்டுனான். அவங்களப் போச்சொல்லாத கெழவி. அவுங்க போனாங்கன்னா நானும் அவுங்களோட வெளிய போயி வெளாடுவேன். நீ என்னிய வுடாட்டி அம்மாட்ட ஒன்னியச் சொல்லிக் குடுப்பேன். வெளிப்பிள்ளைகள வீட்டுக்குள்ளவுட்டன்னு சொல்வேன். ஒன்னிய அம்மாட்ட நல்லா மாட்டிவப்பேன்!”

“அடப் பாவிப் பெயலே, நீயி வெளாடுறதுக்குத்தானடா அவங்களக் கூட்டியாந்தேன். இப்பெ ஏம்மேல பழியப் போடுற. அதாண்டா, நல்லதுக்கே காலமில்லடா.”

“அப்ப இவுங்களப் போச் சொல்லாத!”

“அவுகள்லாம் அவுங்க வீட்டுல போயிச் சாப்புட்டு வருவாங்கடா”ன்னு சொல்லி ஒருவழியா அனுப்பிட்டா. அவுங்க போம்போது, “சாப்புட்டுட்டு வந்துரணும்... சாப்புட்டுட்டு வந்துரணும்”னு திரும்பத் திரும்பச் சொல்லி அனுப்புனான் ஆனந்து. பிள்ளைங்க போன பெறகு ஆனந்துக்கு வீட்டுல இருப்புக் கொள்ளல. அவனும் வெளிய போகணும்னு அடம் புடிச்சான். “பிள்ளைங் கள்லாம் சாப்புட்டு இங்க வருவாங்கடா. நீயும் சாப்புடுடா”னு ஆராயி கெஞ்சுனா.

“எனக்குச் சாப்பாடு வேணாம்.”

“அவுங்கள்லாம் வர முன்னாடி நீயி சாப்பிட்டாத்தான அவுங்க வந்ததும் அவுங்களோட வெளாடலாம். சீக்கிரமாச் சாப்புடு. ஏஞ்செல்லம்ல...”

“அவுங்கள்லாம் இனி வர மாட்டாங்க. நீயி சும்மா சொல்ற.”

“அவுங்க வராட்டிப் போறாங்க. நம்ம ரெண்டு பேருமா வெளாடலாம்.”

“ஓங்கூட நானு வெளாட மாட்டேன். அவுங்கதான் வரணும். நீயி எதுக்கு நாயே அவுங்கள அனுப்புன?”

“அப்படிப் பேசக் கூடாதுப்பா, பாட்டி நாந்தான அப்ப அவுங்களப் போயிக் கூட்டியாந்தேன். அது மாதிரி திரும்பவும் போயிக் கூட்டியாருவேன். சரியா?”

“பெரிய பாட்டி... இப்பப் போயிக் கூட்டிக்கிட்டு வா. அப்பதான் சாப்புடுவேன். இல்லன்னா நானு போறேன்.”

ஒடனே ஆராயி அவெங்கிட்ட ஒரு பத்து ரூவாத் தாளக் காட்டி சொன்னா... “அம்மா வார வரைக்கும் நீயி ஏங்கூட வீட்டுலயே இருந்தீன்னா பாயிட்ட ஒனக்குப் பிரியாணி வாங்கித் தருவேன்.”

“எந்த பாயிட்ட?”

“இந்த வண்டில வச்சு தள்ளிட்டு வந்து பஸ்டாண்டுகிட்ட விக்கிறாரே... சர்தாரு பாயி. அவருட்ட!”

“என்ன பிரியாணி”

“கோழிக்கறி பிரியாணி. அன்னிக்கி ஒருநாளு அப்பா வாங்கித் தந்தாரே அந்த பிரியாணி, சரியா?”

“சரி, போயி வாங்கிட்டு வா!”

“இப்ப எங்க இருப்பாரு! சாயங்காலந்தான் அவரு வருவாரு. அப்ப வாங்கித் தாரேன். இப்ப நீயி சாப்புட்டுரு. வா. பாட்டி ஒனக்கு ஊட்டிவுடுறேன்.”

ஆராயி ஊட்டிவுட, ஆனந்து சாப்பிட்டான். ஆராயியும் சாப்பிட்ட பெறகு வெளிக் கேட்டு, உள் கதவு எல்லாத்தையும் பூட்டிட்டா ஒரு பாயப் போட்டு படுத்தா. ஆனந்தையும் படுக்கச் சொன்னா. அவம் படுக்கல. பாட்டி பக்கத்துல ஒக்காந்துக்கிட்டான்.

ஆனந்துக்குப் பிரியாணின்னா ரொம்பப் புடிக்கும். பிரியாணிய நெனச்சுக்கிட்டே எந்துருச்சு வீட்டுக்குள்ள அங்கிட்டும் இங்கிட்டுமா நடந்தான். “பாட்டி போயி பிரியாணி வாங்கிட்டு வா”னு பொழு தன்னிக்கும் நச்சரிக்க ஆரம்பிச்சான். ஆராயியும் ‘இந்தா இப்பப் போறேன்... அப்பப் போறேன்’னு தாக்காட்டிக்கிட்டே படுத்துக் கெடந்தா.

“பாட்டி, எங்க... ரூவாயக் காட்டு, நீயி நெசமாலுமே ரூவா வச்சிருக்கியான்னு பாப்பம்.”

“இந்தா பாரு செல்லம். பத்து ரூவா. கண்டிப்பா ஒனக்கு கால் பிளேட்டு பிரியாணி வாங்கித் தருவேன். ஆனா, நீ மட்டும் அம்மா வார

வரைல வெளியவே போகக் கூடாது. வீட்டுக்குள்ளயே இருந்தாத்தான் பிரியாணி. வெளிய போனா பிரியாணி கெடையாது!" சொல்லிக் கிட்டே ரூவாயக் காட்டுனா.

"பாட்டி, நீயி இப்ப மொதல்ல போயி பிரியாணி வாங்கிட்டு வா. நானு வீட்டுக்குள்ளயே வெளாண்டுட்டு இருக்கேன்."

"இப்ப பிரியாணி போட்டுருக்க மாட்டாங்கல்ல. கரெக்டா ஏழு மணிக்குத்தான் பாயி வண்டியத் தள்ளிக்கிட்டு வருவாரு. அப்பப் போயி வாங்கிட்டு வாரேன்."

"நானும் ஒங்கூட கடைக்கு வருவேன். சரியா?"

"சரி, நம்ம ரெண்டு பேரும் போயி வாங்கியாரலாம். என்ன?"

"ம்...."

கொஞ்ச நேரங் கழிச்சு மறுபடியும் ஆரம்பிச்சான். "பாட்டி, இப்பக் கொண்டாந்துருப்பாரா?"

"இல்லடா... இன்னும் மணி ஆகலையே! சரி, நானு பொடவைய வச்சு ஒனக்கு ஊஞ்சல் கட்டிவுடட்டா? நீ ஊஞ்சலாடிக்கிட்டே இருக்கியா?"

"வேண்டாம். ஊஞ்சல் வெளாட்டுக்கு நானு வரல."

"சரி, அது வேணாம் ஒனக்குப் புடிச்ச கள்ளம் போலிசு வெளாட்டு வெளாடலாம். நாந்தாங் கள்ளனாம். நீதான் போலீசாம்!" - சொல்லிட்டு எந்திருச்சு உக்காந்தா.

"சரி, அப்ப வெளிய போயி வெளாடுவோம், வா."

"வெளிய ரொம்ப வெயிலா இருக்குடா. வீட்டுக்குள்ளயே வெளாடுவோம்."

"வீட்டுக்குள்ளன்னா நானு வரல."

கொஞ்ச நேரம் அமைதியாவே இருந்த ஆனந்து திடீர்னு கேட்டான். "நானு வீட்டுக்குள்ளயே இருந்தா பிரியாணி வாங்கித் தருவியா? வெளிய போனா தர மாட்டியா?"

"ஆமா வீட்டுக்குள்ளயே இருந்தாத்தான் இல்லன்னா கெடையாது." ஆனந்த உள்ள மடக்கிப் போடுறதுக்கு நல்ல வழியக் கண்டுபுடிச்சுட்ட திருப்தில ஆராயி கண்ண மூடித் தூங்க ஆரம்பிச்சா. கொஞ்ச நேரம் ஆனந்து எதுவுமே பேசல. ஆராயியிக்குத் தூக்கம் கண்ண இழுத்துக்

கிட்டுப் போச்சு. ஒண்ணுக்கு வருதுன்னு அவள உசுப்புனான். தூக்கத்துல சாவிய எடுத்து நீட்டுனா. கதவத் தெறந்துட்டு வெளிக் கேட்டுக்கு வந்தான். கேட்டுக்கிட்ட நின்னபடியே ஆராயிட்டக் கேட்டான்...

"பாட்டி, நீயி என்ன சொன்னே? வீட்டுக்குள்ளயே இருந்தாத்தான் பிரியாணி வாங்கித் தருவியா? வெளிய போனா தரமாட்டியா? சரி; எனக்குப் பிரியாணி வேணாம்!" சொன்ன வேகத்துல கேட்டு மேல ஏறிக் குதிச்சு ஓடியே போயிட்டான்.

அரக்கப்பரக்க எந்திருச்ச ஆராயிக்கு கையும் ஓடல; காலும் ஓடல. கேட்டுக்கு வெளியே நின்னுக்கிட்டு சத்தம் போட்டா... "டேய் ஆனந்து, இந்தா இப்ப பிரியாணி வாங்கப் போறேண்டா; வந்துருடா, டேய்...! - கத்தும்போதே அவளுக்குச் சிரிப்பும் அழுகையும் சேந்தே வந்துச்சு.

ஆனந்த விகடன், 23-04-2006

அம்மாவுக்குப் புரிந்தது

வழக்கம்போல ஞாயிற்றுக்கிழமைக் காலையில துணிகளைத் துவைத்து மாடியில் காயவைத்துக் கொண்டிருந்தேன். மணி ஒன்பது இருக்கும். திடீரென யாரோ கத்தி அழும் சத்தம் கேட்டது. சத்தம் வந்த திசையில் எட்டிப் பார்த்தேன். எதிர் வீட்டிலிருந்துதான் சத்தம் வந்தது. அது அம்முவோட சத்தம்போலக் கேட்டது. என்னென்னவோ சொல்லிக்கொண்டே அழுதாள். எனக்கொன்றும் தெளிவாகக் கேட்கவில்லை. ஆனால் கதறிக் கதறி அழுதாள். திடீரென்று இப்படி அழுவதற்கு என்ன காரணமாக இருக்கும் என்று யோசித்தபடி கீழே இறங்கிவந்தேன். அம்மாவும் பாட்டியும் அதைப் பற்றித்தான் பேசிக் கொண்டு இருந்தார்கள்.

"என்னம்மா ஆச்சு? அம்மு சத்தம் மாதிரி கேக்குது" - நான் கேட்டேன்.

'அவெதான் அழுதுக்கிட்டு இருக்கா. என்னனு தெரியல. அவுகம்மா தான் அவளச் சமாதானம் பண்ணிக்கிட்டு இருக்கா. அவுகப்பாவும் இருக்காரு. அவரத்தான் என்னமோ கேட்டுக்கிட்டு அழுகுறா. பெறகு போயிக் கேட்டா விசயம் என்னனு தெரியும்." அம்மா சொல்லவும் பாட்டி,

"பெறகென்ன போயிக் கேக்குறது. இப்பயே போயி என்ன ஏதுன்னு விசாருச்சுட்டு வந்துடுறேன்" - சொல்லிவிட்டு வேகமாக எழுந்து எதிர் வீட்டுக்குச் சென்றாள்.

அம்முவின் தம்பி சிவக்குமாருக்குப் போன வாரம்தான் திருமணம் முடிந்தது. தம்பியின் திருமணத்திற்காக ஒரு மாதத்திற்கு முன்பே அம்மு டில்லியில் இருந்து இங்கு வந்துவிட்டாள். அம்முவின் கணவர் சங்கரன் டில்லியில் ஏதோ ஒரு அலுவலகத்தில் நல்ல பதவியில் இருந்தார். அவரும் திருமணத்திற்கு வந்திருந்தார். அவருக்கு விடுமுறை கிடைக்காததால் திருமணம் முடிந்த உடனே டில்லிக்குச் சென்று விட்டார். அம்முவுக்கும் டிக்கெட் வாங்கிவிட்டதாகச் சொல்லிக் கொண்டார்கள். இன்னும் இரண்டு நாட்களில் அவளும் சென்று விடுவாள்.

53

அம்முவுக்கு மூன்றாண்டுகளுக்கு முன்பு திருமணம் நடந்தது. திருமணம் முடிந்தவுடன் கணவனுடன் டில்லி செல்லும்போது அவளது மனசு மிகவும் சஞ்சலப்பட்டது. அம்மா, தம்பியை மட்டுமின்றி, தான் ஆசை ஆசையாக வளர்த்த பூச்செடிகள், அதிலும் குறிப்பாக அவள் நட்டு வளர்த்த எலுமிச்சை மரத்தை விட்டுவிட்டுச் செல்ல அவள் மிகவும் கஷ்டப்பட்டாள். அடுத்த ஆண்டே பிரசவத்திற்காக அம்மா வீட்டுக்கு வந்தாள். குழந்தை பிறந்து நான்கைந்து மாதங்கள் வரை இங்கேயே இருந்துவிட்டுச் சென்றாள். இடையிடையே அவ்வப்போது வந்து செல்வாள். அவளுடைய கணவனுக்கு வர முடியாவிட்டாலும், அவள் மட்டும் எப்படியும் வருடத்திற்குக் குறைந்தது இரண்டு அல்லது மூன்று முறை வந்து செல்வாள். முக்கியமாகக் குளிர் காலத்தில் டில்லியில் அதிகம் குளிராக இருக்கும் என்பதால் இங்கு வந்துவிடுவாள். அம்மு பிறந்து சில ஆண்டுகளுக்குப் பிறகுதான் சிவக்குமார் பிறந்தான். அம்மு அவனைத் தூக்கிச் சுமந்திருக்கிறாள்.

வீட்டுக்குப் பின்புறத்தில் அம்மு உருவாக்கிய தோட்டத்தைப் பார்க்கும் போதெல்லாம் அம்முவின் அம்மா சாந்திக்கு அம்மு நினைவாகவே இருக்கும். அவள் வளர்த்த எலுமிச்சை மரம் இப்போது பூத்து, காய்த்தும்விட்டது. அக்கம்பக்கத்திலுள்ள வீடுகளுக்குச் சில சமயம் எலுமிச்சம் பழம் கொண்டு வந்து கொடுப்பார்கள். எங்கள் வீட்டில் கொடுக்கும்போது மறக்காமல் சொல்வார்கள்.

“இது எங்க அம்முவச்ச மரத்துல காச்சதுங்க. அவ ஞாபகமா இது தோட்டத்துல நிக்கிது. அந்த மரத்தப் பாக்கைல எல்லாம் எனக்கு அம்முவே இங்க இருக்குற மாதிரி ஒரு நெனப்புங்க. போன் பண்ணி பேசும்போதெல்லாம் மறக்காமெ இந்த மரத்தப் பத்தியும் கேப்பா. அந்த மரத்தப் பத்திரமா பாத்துக்கம்மான்னு சொல்வா. மொதல்ல மரத்துல காச்ச பழங்கள எடுத்து மாலையாக் கோத்து மாரியம்மங் கோயில்ல போயி அம்மனுக்குச் சாத்திட்டு வந்தேன்னு அம்முவுக்குச் சொல்லவும் ரொம்ப சந்தோசப்பட்டா.”

“ஆமா, சின்னக் கன்னுல இருந்து வச்சு வளத்த மரமாச்சே. சும்மாயா? அது அப்பிடித்தான். செலபேருக்கு மரஞ்செடிக மேல கொள்ள ஆசையா இருக்கும். ஒங்க மரத்துப் பழம் நல்ல பெருசா இருக்கு. சாறு நெறையா இருக்கு.” நான் ஒருமுறை அவர்களிடம் சொல்ல, அடுத்த நாளே என்னிடம் வந்து,

“நீங்க சொன்னத அம்முட்ட போன்ல சொன்னேனுங்க. ரொம்ப சந்தோஷப்பட்டாங்க.” முகம் மலரச் சொன்னார்கள்.

சிவக்குமாருக்குப் பல இடங்களில் பெண் பார்த்தார்கள். கடைசியில் அம்மு வந்து பார்த்துச் சரியென்று சொன்ன பிறகுதான் திருமணம் நிச்சயமானது. தம்பியின் திருமணம் அம்முவுக்கு மகிழ்ச்சியைத் தந்தாலும், மனதில் இனம் புரியாத கலக்கமும் இருப்பதை அவளால் உணர முடிந்தது. அதற்குக் காரணமும் இருந்தது. திருமணப் பேச்சுத் தொடங்கியதிலிருந்தே அக்கம் பக்கத்தில் இருப்பவர்கள் மட்டுமின்றி, நண்பர்கள், சொந்த பந்தங்கள் இப்படி நிறையபேர் அவளிடம் அடிக்கடி சொல்லிக்கொண்டே இருந்தார்கள்.

"அம்மு, இனி அம்புட்டுத்தான், தம்பி பெண்டாட்டி வீட்டுக்கு வெளக்கேத்தி வைக்க வந்த பெறகு, நீயி முன்ன மாதிரியெல்லாம் அம்மா வீட்டுக்கு அடிக்கடி வரமுடியாது, அப்படி வந்தாலும் மாசக்கணக்குல தங்க முடியாது."

இதைக் கேட்கும்போதெல்லாம் அம்முவுக்கு ஆத்திரமும், கோபமும் வரும். சில நேரம் அமைதியாக இருப்பாள். சில நேரம் எரிச்சலோடு பதில் சொல்வாள்.

"தம்பி பெண்டாட்டி வந்தாத்தான் வீட்டுல வெளக்கு எரியுமா? அப்ப இவ்வளவு நாளா வீட்ல வெளக்கு இல்லாமெ இருட்டாவா இருந்துச்சு? அவெங்க கலியாணம் முடிச்சுட்டா நானு எதுக்கு வரக்கூடாது? நானு எப்பயும் போல வருவேன் போவேன்."

"அதெப்பிடி முடியும்? தம்பி பொண்டாட்டிக்குத்தான் இனி எல்லா உரிமையும். நீயி வேணும்னா விருந்தாளி மாதிரி வந்து பார்த்துட்டு, சாப்புட்டுட்டுப் போகலாம். அம்புட்டுத்தான். இனி இந்த வீட்டுக்கு ராணி அவதான்."

அம்முவுக்கு மனசெல்லாம் வலிக்கும். அம்மா வீட்டிலிருந்து அந்நியப்படுத்தப்பட்டது போல உணர்வாள். அம்மா மட்டும் சொல்லிக் கொண்டிருந்தாள். "அவுங்க எதுனாச்சும் சொல்லிக்கிட்டு இருக்கட்டும் நீயு எப்பயும் போல வந்து போயிக்கிட்டு இரும்மா. நானு செத்தாத்தான் போச்சு. நானு உசுரோட இருக்குற வரைல ஒனிய யாரும் இங்க வரக் கூடாதுன்னு சொல்ல முடியாது. இவுங்க சொல்றாங்கன்னு நீயி கவலப் பட்டுகிட்டு இருக்காதெ. அவனுக்கு மட்டுமா இது வீடு? ஒனக்குந்தான்."

அம்மா என்னதான் ஆறுதல் சொன்னாலும் அம்முவுக்கு மனதில் ஏற்பட்ட கலக்கமும், வலியும் அதிகமானதே தவிர குறையவில்லை. அதுவரையில் அம்மு சொல்வதுதான் வீட்டில் சட்டமாக இருந்து

வந்தது. அவளை எதிர்த்து அம்மாவோ, தம்பியோ எதுவுமே கூற மாட்டார்கள். அவளுடைய அப்பா மட்டும் எப்போதாவது அவளுக்கு எதிராகப் பேசக்கூடியவர். அவரும் கூட சிலசமயத்தில் அமைதியாக இருந்துவிடுவார். வழக்கமாகக் கலகலப்புடன் இருக்கும் அம்மு இப்போதெல்லாம் அமைதியாகவே இருந்தாள். அடிக்கடி அவர்கள் வீட்டு மாடியில் மகனை வைத்துக்கொண்டு யோசனையில் இருப்பாள். இவ்வளவு காலமாக இருந்து அத்தனை சுகங்களையும் அனுபவித்து வந்த இந்த வீட்டில், தான் பிறந்து வளர்ந்து, ஆடிப் பாடித் திரிந்த இந்த வீட்டில், இனி ஒரு விருந்தினராக, வேற்றாளாக வந்து செல்ல வேண்டும் என்ற எண்ணம் அவள் மனதைக் கசக்கிப் பிழிந்தது. இனி முன்பு போல் சுதந்திரமாக, உரிமையுடன் எதுவும் செய்ய முடியாது என்பதை அவளால் ஏற்றுக்கொள்ள முடியவில்லை.

அம்முவுக்குத் திருமணம் முடிந்ததும் நேராகக் கணவனுடன் டில்லி சென்று விட்டதால் அவளுக்குத் தனது கணவன் வீட்டாரோடு சேர்ந்து வாழக்கூடிய வாய்ப்பு இல்லாமல் போனது. அதுமட்டுமின்றி சங்கரனுக்கு அக்காவோ, தங்கையோ இல்லை. இருந்திருந்தா ஒரு வேளை அவுங்களும் இப்பிடி நொந்து போயிருப்பார்களோ...? ஆனா ஏணிப்பிடி? தனது கணவன் சங்கரனுக்கோ, தம்பி சிவக்குமாருக்கோ இப்படியொரு உணர்வு வர வாய்ப்பே இல்லியே... ‘ஆம்பளைங்க எல்லாம் கல்யாணத்துக்கு முன்னாலனாலும், பின்னாலனாலும் அவுங்க பெறந்த வீட்டுல அதே சொகுசோட, அதே உரிமையோடத்தான இருக்காங்க... இந்த அப்பா, அம்மாகூட இந்தக் கலியாணத்துக்குப் பெறகு கொஞ்சம் மாறிப்போன மாதிரித்தான் தெரியுது... சே... சே... அப்பிடியெல்லாம் இல்ல. சும்மா நாமளா வீணா கற்பன பண்ணிக் கிட்டுச் சங்கடப்பட்டுக்கிட்டு இருக்கோம்’ அம்முவுக்கு ஏதோ புரிந்த மாதிரியும் இருந்தது. புரியாத மாதிரியும் இருந்தது. அவளுக்கு ஒரே குழப்பமாக இருந்தது.

சிவக்குமாரின் திருமணம் முடிந்த மறுநாள் மணமகளின் வீட்டிலிருந்து கட்டில், மெத்தை, பீரோ, ஃபிரிட்ஜ் என்று சீர்வரிசைப் பொருட்கள் லாரியில் வந்து இறங்கின. அனைத்தையும் சரிபார்த்து உள்ளே எடுத்து வைத்தாள் அம்மு. மணப்பெண் மாலாவிடம் சகஜமாகப் பேசிச் சிரித்தாலும் அவளது அடிமனதில் விவரிக்க முடியாத ஒரு வலி இருந்துகொண்டேதான் இருந்தது. தினமும் காலையில் அம்மா வாசலில் சாணி தெளித்து, பெருக்கி, கோலமிடுவார்கள். மாலையில் அம்மு வாசலில் நீர் தெளித்து, பெருக்கி, கோலமிடுவது வழக்கம். ஆனால் இந்த இரண்டு நாட்களாக மாலையில் மாலா வாசலில் நீர்

தெளித்துப் பெருக்கிக் கோலமிடவும் அம்முவுக்கு ஒரு மாதிரியாகத் தான் இருந்தது. பட்டென்று மாலாவிடம் அம்மு சொன்னாள்.

"நானு இங்க இருக்கிற வரைல நானே வழக்கம்போல தண்ணி தெளிச்சுக் கோலம் போடுவேன். நானு போனப் பெறகு அதெல்லாம் நீயி செய்யி. அதமாதிரி வழக்கம்போல எனக்கு அம்மாவெ டீ போட்டுத் தரட்டும். நீ ஒண்ணும் எனக்கு டீ போட்டுத் தரவேண்டாம்."

மாலாவும் சரியென்று தலையாட்டினாள். சாந்திக்குத்தான் மனசு அடித்துக் கொண்டது. 'அம்மு நல்லபடியா இருந்துட்டுப் போகணும். போறதுக்கு முன்ன சண்ட சச்சரவு எதுவும் வந்துரக் கூடாது. மகளும் சந்தோசமா இருந்துட்டுப் போகணும்; மருமகளும் சங்கடப்பட்டுறக் கூடாது'ன்னு கண்ணுங்கருத்துமா இருந்தா.

அம்மு வீட்டுக்குச் சென்ற பாட்டி திரும்பி வீட்டுக்கு வராமலே இருக்கவும், அம்மாவும், நானும் அம்மு வீட்டுக்குச் சென்றோம். ஏற்கனவே அங்க நிறைய பேர் கூடியிருந்தார்கள். அம்முவுக்கும் அவளது அப்பாவுக்கும் கடுமையான வாக்குவாதம் நடந்து கொண் டிருந்தது. அம்மு அழுதுகொண்டே சத்தமாகப் பேசினாள்.

"வண்டிய வைக்கிறதுக்கு ஒங்களுக்கு வேற எடமே கெடைக் கலயா? எல்லாரும் சேந்துக்கிட்டு வேணும்னே இப்பிடிச் செய்றீங்க" - அம்மு கேட்டாள்.

"நீயி நெனைக்கிற மாதிரி இல்ல. சரி நீயே சொல்லு. வண்டி வேற எந்த எடத்துல வைக்கலாம்? வீட்டுக்குள்ள வண்டியத் தள்ள முடியாது. ரொம்ப சின்ன வாசலா இருக்கு. வண்டியோ பெரிய வண்டி. சிவக்குமாரு இங்கேயே இருந்தாலும் வண்டிய வெளியவே உட்டு வைக்கலாம். ஆனா அவனோ இன்னும் ஒரு வாரத்துல கேரளாவுக்கு வேலைக்குப் போறான். வர மூணு மாசம் ஆகும் அதுவரைல வண்டி வெளியவே கெடந்தா வண்டி பாழாப் போகும்; எந்த பெயலும் தள்ளிட்டுப் போனாலும் போயிடுவானுங்க. வீட்டுக்குள்ள இருக் கிறதையே நகட்டிட்டுப் போயிறானுக. வெளியில கெடந்தா கேக்கவா வேணும்?" - அப்பா நிதானமாகச் சொன்னார்.

"எந்த வண்டியச் சொல்ற கணேசா?" பாட்டி கேட்டதற்கு அம்முவின் அம்மா சாந்தி சொன்னார்கள்.

"பொண்ணு வீட்ல இருந்து பையனுக்கு பைக்கு வாங்கிக் குடுத்தாங்க பாட்டி. அதுவும் கொஞ்நஞ்ச வெல இல்ல. அறுவதா யிரத்துக்கு மேல. பையனும் இங்க இருக்கமாட்டான். பெரிய வண்டியா

இருக்குறதுனால வீட்டுக்குள்ளயும் வைக்க முடியல வெளியவும் உட்டு வைக்க முடியாது. அதனால இவரு தோட்டத்துக்குப் பக்கம் சின்னதா ஒரு ஷெட்டு மாதிரி இறக்கி அதுக்குள்ளே வண்டியை வுட்டு, கதவு போட்டுப் பூட்டிட்டா பத்துரமா இருக்கும்னாரு. நானும் சரின்னேன். அந்த ஷெட்டுனாலதான் இப்ப பெரச்சனையே.”

“அதுனால என்ன பெரச்சனை? கணேசன் சொல்றது சரிதான். காலங்கெட்டுப் போயிக்கெடக்கு அப்பிடித்தான் கெட்டி உள்ள பத்தரமா வச்சுப்பூட்டிப் போடச் சொல்லு. அதுக்கெதுக்கு இவெ அழுகுறா? வீடு கட்டும்போதே வாசலப் பெருசா வச்சுக்கட்டியிருந்தா இந்த தொந்தரவு இல்ல. அழகா வீட்டுக்குள்ளேயே வச்சுப் போடலாம். இப்ப வேற என்ன செய்றது?” பாட்டி நீட்டி முழங்கினாள்.

“நானு அதுக்குத்தான் இந்தப் பையன்கிட்ட படிச்சுப் படிச்சுச் சொன்னேன். இப்ப வண்டி வேண்டாண்டா; வண்டிக்குப் பதுலா பணத்த வாங்கி பேங்குல போட்டு வச்சிக்கிடுவோம்; பின்னாடி மெட்ராசுப் பக்கமா வேலையை மாத்திட்டு வந்தப் பெறகு வண்டிய வாங்கலாம்னேன். இவங்கேட்டாத்தான. இப்பமெ வேணும்னு வண்டிய வாங்குனான். இப்ப எனக்குத்தான் பெரச்சன.” - கணேசன் சொல்லவும், பாட்டி மறுபடியும் கேட்டாள்.

“இப்ப என்ன வந்துருச்சு? புருசனும், பொண்டாட்டியும் பெரச்சன, பெரச்சனன்னு சொல்லிக்கிட்டு இருக்கீங்களே தவுர, அதுல என்ன பெரச்சன இருக்குன்னு எனக்கொண்ணும் புரிபடல.”

அழுதுகிட்டு இருந்த அம்மு அழுகையெ நிறுத்திட்டுச் சொன்னா:

“இவரு ஷெட்டு கட்டுறதுக்கு வேற எடமே இல்லையா பாட்டி? அம்மாட்டையோ, இல்ல ஏங்கிட்டயோ கேட்டுருந்தா நாங்க சொல்லிருக்கமாட்டமா? இவரு பாட்டுல போயி எல்லாத்தையும் வெட்டிப் போட்டுட்டாரு பாட்டி” சொல்லிக்கொண்டே விசும்பினாள்.

“என்னத்த வெட்டிப் போட்டான்?”

அம்மு மௌனமா கண்ணீரைத் துடைத்தாள். சாந்தி பதில் சொன்னாள்.

“தோட்டத்துல நின்ன எலுமிச்ச மரத்த வெட்டிப் போட்டாரு. அதுக்குத்தான் அழுகுறா. நானும் சொல்லிப்பாத்துட்டேன். சரி வெட்டுனது வெட்டியாச்சு. வெட்டுனப் பெறகு இனி என்ன செய்ய முடியும்? உட்டுத் தள்ளும்மான்னா கேக்கவே மாட்டேங்கா. இவராச்சும்

வெட்டுறதுக்கு முன்னால வந்து கேட்டுருக்கலாம் கேக்கல. இப்ப அழுது என்ன செய்ய?"

"எலுமிச்ச மரத்த வெட்டக் கூடாதுப்பா. அத உட்டுட்டுத் தள்ளிக் கெட்டி இருக்கலாம்ல? அதுவும் பூவுங் காயுமா இருக்குறதப் போயி வெட்டலாமா?"

"சரி இப்ப என்ன? நானே இன்னொரு எலுமிச்சமரத்த வச்சு உண்டாக்கிடுறேன். அவ்வளவுதானெ?"

கணேசன் சொல்லவும், அமுதா ஆவேசமாகக் கத்தினாள்.

"யாருக்கு வேணும் அந்த மரம்? இந்த மரத்த எதுக்காக வெட்டணும்? அப்பிடி என்ன பெரிய உலகத்துல இல்லாத வண்டி. அதுக்காக ஏம்மரத்த வெட்டணும்?"

"எந்த மரம்னா என்ன? இதுலென்ன ஓம்மரம் ஏம்மரமுன்னு? எடந்தேவப்பட்டுச்சு; வெட்டுனேன். நாந்தான் வேற மரம் வச்சு உருவாக்குறேம்னு சொல்றம்ல. கேக்கவே மாட்டாங்கெ. சொன்னதையே சொல்லி அழுதுகிட்டு இருந்தா என்ன செய்யட்டும் நானு?" கணேசன் பொறுமையாகச் சொன்னார்.

"சரி உட்டுத் தள்ளும்மா. வீட்டுல நல்ல காரியம் முடுஞ்ச சமயத்துல இப்பிடி அழுது ஆர்ப்பாட்டஞ் செய்யறது நல்லாவா இருக்கு? வெட்டக்கூடாதுதான். வெட்டிட்டான். என்ன செய்றது?"

"அது சிறுசுலருந்தே அவ வச்சு வளத்த மரம். அதுதான் இப்படி கஸ்டப்படுறா." வேதனையோடு சாந்தி சொன்னாள்.

"அவருக்கு நானு வேண்டாம்மா." மறுபடியும் அம்மு அழுதாள்.

அவள் அழுகையின் காரணம் அம்மாவுக்குப் புரிந்தது.

பனிக்குடம், ஜூலை – செப்டம்பர், 2006.

அழிப்பு

விடுஞ்சா கன்னியம்மாளுக்கு கலியாணம். கன்னியம்மாளோட குடுசைல கலியாணத்துக்கான எந்த அடையாளமும் இல்ல. அவளும், அவுகம்மெ குருவம்மாளும் வழக்கம்போல குடுசைக்கு முன்னால குத்த வச்சுக்கிட்டு இருந்தாக. அக்கம் பக்கத்துல இருந்தவுங்க வந்து அங்ன ஒக்காந்து பேசிக்கிட்டு இருந்தாக. அவுக கேக்குறதுக்கெல்லாம் குருவம்மாதான் வாதொறந்து பதுலு சொல்லிக்கிட்டு இருந்தா. கன்னியம்மா எப்பயும் போல அப்ராணியா ஒக்காந்திருந்தா. அவளுக்கு இப்ப இருவது ஆகுது. அவா சமஞ்சு இப்ப நாலு வருஷம் ஆச்சு. இந்த நாலு வருசமா குருவம்மா பொலம்பிக்கிட்டேதான் கெடந்தா. அவாகூட சமஞ்ச பிள்ளைகள்லாம் ஒரு வருசம், ரெண்டு வருசத்துல வாக்கப்பட்டுப் போயிருச்சுக. கன்னியம்மாளுக்கு மட்டும் கலியாணம் ஆகாமெ வீட்டுல கெடந்தா. அவாஒட்ட பிள்ளைகள்லாம் இப்ப கைல ஒரு பிள்ளையும், வகுத்துல ஒரு பிள்ளையுமா இருக்காக. அவுகளப் பாக்கைல எல்லாம் குருவம்மாளுக்கு வகுத்தெருச்சலா இருக்கும்.

குருவம்மாவுக்குக் கலியாணம் ஆன மாசத்துலயே கன்னியம்மா வகுத்துல நின்னுட்டா. அவா புருசன் காளையனும் ரொம்ப சந்தோசப் பட்டான். ஆனா கன்னியம்மா பெறக்கமுன்னயே அந்தப் பிஞ்சு மொகத்தக்கூட பாக்காமெ அவஞ் செத்துப்போனான். இப்பத்தான் செத்ததுகணக்கா இருக்குன்னு குருவம்மா அடிக்கொருதரம் சொல்லிச் சொல்லி மாஞ்சு போவா. கன்னியம்மா வயசுக்கு வந்த பெறகு, பொழுதனைக்கும் காளையன் நெனப்பு வந்து கஸ்டப்பட்டா.

“யாரு நெனச்சா இப்பிடி அற்ப ஆயிசுல அவம் போயிச் சேருவாம்னு. ஆளப் போல கெணறு வெட்டப் போனவந்தான். ‘நெறமாத்தச் சூலியா இருக்க; சூதானமா இரு’ன்னு எங்கிட்ட சொல்லிட்டுப் போனவந்தான். மதியத்துல கரெக்டா வேதக்காரு கோயிலுல பன்னெண்டு மணி அடிக்கல... அவனப் பிரேதமாத் தூக்கியாந்து போடுறாக. கெணத்துல வெடி வைக்கப் போனானாம். அப்பிடியே அவனத் தூக்கி எறுஞ்சு போட்டுருச்சாம். வெடி வெடிச்சுச் செத்தானோ, இல்ல, பேய்க் கோளாறுல போயிச் சேந்தானோ ஒண்ணும் புரியல. எனியச் சூதானமா இருன்னுட்டு போனானே... அவெ இல்லாமெப் போயிட்டானே...

வகுத்துல இவா இல்லாமெ இருந்துருந்தா அப்பயே நானும் உசுர மாச்சுக்குட்டு போயி சேந்துருப்பேன். வகுத்துல செமயக் குடுத்துட்டுப் போயிட்டானே… அந்தப் பச்ச மண்ணப் பெத்தெடுத்து அதுக்காக வாழணும்னு உசுர வச்சுக்கிட்டுத் திருஞ்சேன். இப்ப அவள ஒருத்தங்கைல நல்லபடியா புடுச்சுக் குடுத்துட்டம்னா போதும்."

"சரி சரி எல்லாம் நல்லபடியா நடக்கும். நல்ல காரியம் நடக்கப் போற நேரத்துல பொலம்பிக்கிட்டு இருக்காதெ. நாங்கள்ளாம் இல்லியா என்ன? ஆளும்பேருமாச் சேந்து முடுச்சு வப்போம். நீயி எதுக்கும் கவலப்படாதெ குருவு. போயிச் சாப்புட்டுத் தூங்குங்க. நாங்க வெள்ளனத்துல வாரோம். ஊருக்குத் தெக்க இருக்குற மாரியாத்தா கோயிலுக்குத்தான வரச் சொல்லிச் சொன்னாக? எல்லாருமாப் போவோம். சரியா? ஏத்தா கன்னியம்மா, அம்மையக் கூப்புட்டுப் போயி கஞ்சி போட்டுக் குடுத்தா." பக்கத்து வீட்டு முத்தம்மா சொல்லவும் குருவம்மாளுக்குக் கொஞ்சம் தெம்பாகத்தான் இருந்துச்சு.

கன்னியம்மா கலியாணத்தப்பத்தி ஊரெல்லாம் பேச்சா இருந்துச்சு.

"கெட்டிக்காரிதான் குருவம்மா. கைம்பொண்டாட்டியா இருந்தாலும் ஒத்தைல கெடந்து பிள்ளையப் பெத்து, ஆளாக்கிக் கொண்டாந்துட்டாளே. அந்தப் பிள்ள கன்னியம்மாளுக்கு என்ன கொறச்சலு? நல்ல மொகவாக்கான பிள்ளையாத்தானெ இருக்கா. இம்புட்டு வருசமா ஒரு பெயலும் கேட்டு வரலியே! அதுபாட்டுக்கு வேல செஞ்சமா, கஞ்சி குடுச்சமான்னு கெடக்கும், இருக்குற எடந் தெரியாது. வாயில்லாப் பூச்சி. அவளும் வாக்கப்பட்டுப் போயிட்டானா குருவு மட்டும் வெருக்கு வெருக்குன்னு ஒத்தைல கெடப்பா."

"அட, நீ ஒண்ணுக்கா! இந்தக் காலத்துல எந்தப் பெய மூஞ்சி மொகறையப் பாத்துக் கலியாணம் முடிக்கானுக? எம்புட்டு நகநட்டுப் போடுவாக, சாமாஞ்சட்டு குடுப்பாகன்னுல நாயாப் பேயா அலைறானுக. அப்பிடி நல்லா ஏலுக்கையா இருந்தாத்தான் வாரானுக. இல்லாதப் பட்டவுக அப்பிடியே கெடக்க வேண்டியது தான். இப்பக்கூட இந்தக் கன்னியம்மாளக் கேட்டு வந்தவன் யாருங்ற? ஒரு கெழட்டுப் பெயதான். கொஞ்சங்கூட லொங்காம, அறுவது வயசுக் கெழவன், இருவது வயசுக் கொமரியக் கலியாணம் செஞ்சுக்கிறம்னு வாரான்."

"நெசம்மாவா சொல்ற?"

"பின்ன என்ன பொய்யா சொல்றேன்? என்னமோ கவுருமெண்டு வேலைல இருந்தானாம். இப்ப ரிடேடாயிட்டானாம்; பொண்டாட்டி

செத்து ஒரு வருசங்கூட ஆகலியாம். அதுக்குள்ள வேற பொண்டாட்டி வேணும்னு வாரான்."

"பிள்ளகிள்ள ஒண்ணும் இல்லியா?"

"ஏ இல்ல? ரெண்டு பொண்ணு, ரெண்டு ஆணு இருக்குதாம். இன்னமும் ஒண்ணுக்குக்கூட கலியாணங்காச்சி ஆகலையாம். எல்லாமே கலியாணத்துக்கு நிக்கிற வயசுப்பிள்ளைகதானாம். ஆத்தாக்காரி நல்லா இருந்துருந்தாள்னா அம்புட்டையும் கரயேத்திருப்பா. அவ பாவம், புத்துநோயி வந்து போயிச் சேந்துட்டா. இன்னங் கொடுமையக் கேட்டீனா, அவ சாகப் பொழைக்க கெடக்கைலயே இவெம் பொண்ணு பாத்துக்கிட்டு திருஞ்சானாம். அவ சாக முன்னால, 'நீயி எத்தன கலியாணம்னாலும் செஞ்சுட்டுப்போ. ஆனா எம்புள்ளைகள தவிக்க விட்டுறாதெ. அதுகளுக்கு ஒரு வாழ்க்கையைத் தேடிக்குடுத்துட்டு நீயி என்னமுஞ் செஞ்சுக்கோ'னு சொல்லிட்டு உசுர உட்டாளாம். இவெங் கலியாணஞ் செய்யக்கூடாதுன்னு பிள்ளை கள்ளாம் ஆனமட்டும் சொல்லிப்பாத்தாகளாம். ரெண்டாவது கலியாணம் முடுச்சு பிள்ள பெறந்துச்சுன்னா பின்னால சொத்து கேட்டு சண்ட வரும்னு சொன்னாங்களாம். 'எம்பொண்டாட்டியே எனிய கலியாணஞ் செய்யச் சொல்லிட்டுத்தான் செத்தா. நீங்க என்னடா ஊடால? எனக்கென்ன பிள்ளையா இல்ல? பிள்ளைக்காகவா நானு கலியாணம் முடிக்கனும்றேன். நீங்கள்ளாம் புருசம் பொண்டாட்டிகளத் தேடிட்டு ஓடிப்போவீங்க. அப்புறம் எனக்குத் தண்ணீ மோந்து குடுக்கக்கூட ஆளு இல்லாமெ நானு கஸ்டப்பட்டுக்குட்டு இருக்கணுமா'னு கேட்டானாம்."

"தண்ணீமோந்து குடிக்க இவனுக்குக் கை இல்லையாக்கும்?"

"ம்.... அத அவங்கிட்டதான் கேக்கணும். கையி, காலு எல்லாக் கழுதையுந்தான் இருக்கு. கெழட்டுப் பெய, வெளிய சொல்லிக்கிறது அப்பிடி. வயசாகி பேரம் பேத்தி எடுத்தாலும் பொம்பள வேணுங்குது. என்ன செய்ய? அவனக் குத்தஞ் சொல்ல முடியாது. எங்கயுமே எல்லாத்துலயுமே ஆம்பளைக்கு ஒரு நாயம், பொம்பளைக்கு ஒரு நாயம்னுதான் இருக்கு."

இவுங்க பேசிக்கிட்டு இருந்தத குருவம்மாளும், கன்னியம்மாளும் கேட்டுக்கிட்டேதான் இருந்தாக. ரெண்டு வேரு மனசுலயும் ரொம்பக் கவலையா இருந்துச்சு. வெதும்பிப் போயி இருந்த கன்னியம்மா, திடீர்னு அவுகம்மைட்ட கேட்டா.

“ஏம்மா, அந்தாளோட பிள்ளைகள்ளாம் எனியவிட பெரிய பெரிய பிள்ளைகளாம். அவுகளுக்கு இந்தக் கலியாணமே வள்ளுசாப் புடிக்கலையாம். எனிய எப்பிடிமா அந்த வீட்டுல இருக்க உடுவாக?”

“அவந்தான் சொன்னாம்ல. கோயில்ல தாலியக் கட்டிட்டு ஒனியத் தனியாக் கூட்டிக்கிட்டுப் போயிருவானாம். பக்கத்து ஊர்ல வாடகைக்கு வீடு பாத்து வச்சுருக்கானாம். அதுனால நீயி வேற வீட்டுல தனியாத்தான் இருப்பெ.”

“தனியா என்னனு அந்தக் கெழவங் கூட இருப்பேன்?”

“பின்ன? அவங் கூடதான் இருக்கணும். அதுக்குத்தான் ஒனியக் கெட்றான். அவெ ரிடேடு ஆனதுக்கு வந்த பணத்தையெல்லாம் பிள்ளைங்க வாங்கிக்கிட்டாகளாம். ஆனா, மாசாமாசம் பெஞ்சினு வருமாம். அதவச்சுத்தான் ஒங்கூட குடும்பம் நடத்துவானாம். என்னம்மோ போ, சாகுற வரைல ஒனக்கு அன்னந்தண்ணிக்குக் கொறவு இருக்காது. அதான் அவங்கேக்கவும் நானு சரினுட்டேன்.”

“இப்ப மட்டும் என்ன நானு பட்டினியாவா கெடக்கேன்? ஏதோ எனக்குத் தெருஞ்ச வேலைவெட்டி செஞ்சு கஞ்சி தண்ணீ குடியாமலா கெடக்கேன்?”

தாயும் மகளும் பேசிக்கிட்டு இருந்ததக் கேட்டுக்கிட்டு இருந்த காளியம்மா எடப்பட்டுச் சொன்னா, “கஞ்சி தண்ணிக்கு இல்லாமலா ஒங்கம்மெ ஒனியக் கட்டிக்குடுக்கணும்ங்கா? ஒங்கம்மெ இருக்குற வரைல சரி. அவா கண்ணுக்குப் பெறகு ஒங்கெதி? ஒனக்குன்னு ஒரு பாதுகாப்பு வேணும்ல? அவெங் கெழவனோ எளவட்டமோ, நொண்டியோ மொடமோ, கூனோ குருடோ நமக்குனு ஒரு ஆம்பள இருந்தா, அது ஒரு மாதிரித்தான். சரி கெழவம்னு நீயி வருத்தப்பட்டுக் காதெ. யாராருக்கு எங்க எழுதியிருக்கோ அப்பிடித்தான் எல்லாம் நடக்கும். ஒன்னோ, ரெண்டோ பிள்ளையப் பெத்துக்கோ. அதுகள வளத்து ஆளாக்குனா, நாளைக்கு ஒனக்குனு ஒரு ஒறவு இருக்கும்ல. கெழவென் என்ன கொஞ்ச நாளைக்குத் தள்ளிக்கிட்டுக் கெடப்பான். பெறகு ஓஞ்சு போவான். அதுனால எதையும் யோசிக்காமெப் போயிப் படுத்துத் தூங்குத்தா.”

ஆமா... என்ன பெரிய கலியாணம்னு மனசுல நெனச்சாலும் வெளிப்படையா எதுவும் சொல்லாமெ எந்துருச்சுப் போனா கன்னியம்மா. அவுகம்மையும் எந்துருச்சுப் போனா. ரெண்டு பேரும் சாப்புடாமயே படுத்துக்கிட்டாக. ஒறக்கம் புடிக்காமெ பெரண்டுக்

குட்டு கெடந்தாலும், ஒத்த வாத்தகூட பேசிக்கல. கலக்கத்தோடயும், கவலையோடையும் ராத்திரிப் பொழுத ஓட்டுனாக. கோழி கூப்ட எந்துருச்சு, அக்கம்பக்கத்துல அம்புட்டுப் பேருமாச் சேந்து போய் மாத்தூரு கெழவன் கன்னையனுக்கும், திருக்கூரு குருவம்மா மக கன்னியம்மாளுக்கும் மாரியாத்தா கோயிலுல கலியாணத்த முடுச்சு வச்சுட்டாக. கன்னையனோட பிள்ளைகளோ, வேற யாருமோ வரல. தாலி கட்ன கையோட கன்னியம்மாவ தன்னோடயே கூட்டிக்கிட்டுப் போயிட்டான். சீரு, செனத்தி வேண்டானுட்டான். மாத்திக்கெட்ட ரெண்டு சீலை துணிமணிகளோட கன்னியம்மா குருவம்மாள விட்டுட்டுப் போம்போது எல்லாரும் அழுதுட்டாக. கன்னியம்மா மட்டும் குத்துக்கல்லாட்டம் மனச இறுக்கிக்கிட்டு அவங்கூட போயிட்டா. அழுகணும்போல இருந்தாலும் அவளால அழுக முடியல. மனசு அம்புட்டுப் பாரமா இருந்துச்சு.

மங்கலக்குடின்ற ஊர்ல ஒரு ஓலக்குடிசைல கன்னியம்மா தனியா ஒக்காந்து அழுதுக்குட்டு இருந்தா. கன்னையன் பிள்ளைகளப் பாத்துட்டு வாரேம்னுட்டு மாத்தூருக்குப் போயிருந்தான். அக்கம் பக்கத்துல இருந்தவுக பேசுன பேச்சு கன்னியம்மாளோட காதுலயும் கேட்டுச்சு.

“ஏதோ கஞ்சி தண்ணிக்கே வழியில்லாத வீட்டுப் பிள்ளையாம். தகப்பன் வேற இல்லியாம். எவனும் வந்து பொண்ணு, புள்ளன்னு கேட்டு வரலியாம். அதுனால இப்பிடி இந்தக் கெழவனுக்குப் புடுச்சுக் கட்டி வச்சுட்டாக. சின்னப்புள்ளையாத்தான் இருக்கா. பாவம். இந்தக் கெழவனுக்கு அடுச்சுருக்கு யோகம்.”

‘கெழவனுக்கு யோகம் அடுச்சுருக்கு. ஆனா எனக்கு? சரி, ஏந்தலையெழுத்து இம்புட்டுத்தான். இந்த வீட்டுக்கு வேலைக்கு வந்த வேலைக்காரினு நெனச்சுக்குட்டு இருக்குற வேலைய செஞ்சுக்குட்டு கஞ்சியக் குடுச்சுட்டு காலத்தத் தள்ள வேண்டியதுதான்’னு கன்னியம்மா நெனச்சுக்கிட்டா.

கலியாணமாகி கிட்டத்தட்ட மூணு மாசத்துக்கு மேலாகிப் போச்சு. காலைல எந்துருச்சு ஆளப்போல வாசத்தெளுச்சுப் பெருக்கி, கோலம் போட்டு, சோத்தப் பொங்கி கெழவனுக்குச் சுடசுடப் போட்டுக் குடுத்துட்டு, மிச்சமீதி இருக்குறத கன்னியம்மா சாப்புடுவா. தெனமும் கெழவன் எங்கயோ கெழம்பிப் போவான். எங்க போறான், எதுக்குப் போறாம்னு இவகிட்ட சொல்லமாட்டான். இவளும் அதப்பத்தி ரொம்பக் கவலப்பட்டுக்கிறவும் மாட்டா. மதியம் வந்தாலும் வருவான்; வராமலும் இருப்பான். ராத்திரிகூட செலநாளு வருவான்;

வரமாட்டான். மொதல்ல ராத்திரி தனியா படுத்துக்கெடக்க பயம்மா இருந்துச்சு. போகப் போக பழகிக்கிட்டா. அவகிட்ட பேச்சுவாத்த வச்சுக்க மாட்டான். வேல வாங்குறதுக்கு மட்டும் பேசுவான். அவனோட மூத்த பொண்ணுக்கு மாப்ள பாத்துக்குட்டு அலைறதா ஒருதடவ சொன்னான். மாப்ள சரியா அமையவும், கன்னியம்மாட்ட சொன்னான்.

"ஏம்மகளுக்குக் கலியாணம் வச்சிருக்கேன். இந்த நேரத்துல நீ இங்க இருக்கவேண்டாம். ஒங்கம்மா வீட்டுக்குப் போயிரு. கலியாணம் முடுஞ்சப்பெறகு, வந்தாப் போதும். புரிதா?"

சரின்னு மண்டைய ஆட்டுனா கன்னியம்மா. அடுத்த நாளு காலைலயே பெறப்புட்டு அவுகம்மா வீட்டுக்கு வந்துட்டா. முன்ன பின்ன ஒன்னுஞ் சொல்லாமக் கொள்ளாமெ இப்பிடித் திடுதிப்புன்னு வந்து நிக்கவும், குருவம்மா பதறிப் போனா.

"என்னத்தா, இப்பிடி திடீர்னு வந்து நிக்க? அவரு வரலியா?"

"வரல"

"என்ன அடுச்சுக்கிடுச்சுப் போட்டானா? நீயி எதுனாச்சும் சண்டகிண்ட போட்டியா? நீயி அப்பிடி சண்ட போடற ஆளுகூட இல்லியே.... சண்டபோடத் தெருஞ்சுருந்தா நல்லா பொழச்சிருப்பியே... என்ன விசயம்னு சொல்லுத்தா."

குருவம்மா கேட்டுக்கிட்டு இருக்கைலயே அக்கம்பக்கத்துல இருக்கறவுகள்ளாம் வந்துட்டாக, 'கலியாணம் முடுச்ச கையோட போனா; இப்பத்தான் வாரா'ன்னு சொல்லிக்கிட்டே வந்து ஒக்காந்த அஞ்சல, கன்னியம்மாட்ட கேள்விக்கு மேல கேள்வி கேட்டா.

"என்னத்தா கன்னியம்மா, எப்பிடி இருக்க? ஓம்புருசன் ஒனிய நல்லா வச்சுக்குறானா? கஞ்சி தண்ணியெல்லாம் நல்லாப் போடுறானா? எதுனாச்சும் விசேஷம் உண்டா?"

"ஆமா"

"ஆமாவா? அப்பிடிப்போடு. என்னமோ ஒம மகள ஒண்ணுந் தெரியாத அப்ராணின்னு சொன்னியே... பாத்தியா மூணே மாசத்துல ஒனக்குப் பேரனோ, பேத்தியோ தயார் பண்ணிட்டா."

"அப்பிடியாடி? ஏங்கிட்ட ஒண்ணுமே சொல்லல?"

"என்னத்த ஒங்கிட்ட சொல்லல?"

"நீயி முழுகாமெ இருக்குற விசயத்த"

“நானு எங்க முழுகாமெ இருக்கேன்?”

“இப்பச் சொன்னில பெயமகளே...” அஞ்சல அரட்டுனா.

“எப்ப?”

“ஏதாவது விசேசமான்னு கேட்டதுக்கு, ‘ஆமா’ன்னு மண்டை யாட்டிக்கிட்டுச் சொன்னீல?”

“அவுகளோட மகளுக்கு கலியாணம் வச்சிருக்காக. அதத்தானே விசேசம்னு சொன்னேன். நீயி இதக் கேக்கன்னு எனக்குத் தெரியாது.”

“அடி போடி இவளே. நானு ஒண்ணு கேட்டா, இவ ஒண்ணச் சொல்றா. ஆமா அவுக மகளுக்குக் கலியாணம்னா நீயி போகலியா?”

“எனிய வரவேண்டாமுன்னுட்டாக.”

“அது ஏனாம்? கெழவனுக்குக் கலியாணம் மட்டும் முடிக்கத் தெரிது. இப்ப நாலு பேத்துக்கு முன்னால பொண்டாட்டியக் கூட்டிக்கிட்டுப் போறதுக்கு மட்டும் கூச்சமா இருக்குதாக்கும். நீயி கூடப் போயிருக்கணும். பொழைக்கத் தெரியாத பிள்ளையா இருக்கீயே...”னு இழுத்தா அஞ்சல.

“அவுக மக்களுக்கு எனியக் கண்டாலே புடிக்காதுன்னு சொன்னாக. அப்பிடி இருக்கைல எப்பிடிக் கூட்டிக்கிட்டுப் போக முடியும்?” கன்னியம்மா அமைதியாச் சொன்னா.

“சரி, அத உடு. நீயி எப்பிடி இருக்க? சந்தோசமா இருக்கியா? அந்தாளு உங்கிட்ட பிரியமா இருந்துக்குவானா?” குருவு கேட்டா.

“இம்புட்டு நாளா நானு செத்தனா பொழச்சனானுகூட நீயு வந்து எட்டிப்பாக்கல. இப்பப் பெருசா கேக்கா. என்னமோ எம்பாட்டுக்கு இருக்கேன், என்னமோ இருக்கேன்.”

“நானு சொல்றதக் கேளு கன்னியம்மா, பேசாமெ ஒரு பிள்ளயப் பெத்துக்கோ. அது மூஞ்சியப் பாத்துக்கிட்டே காலத்த ஓட்டிரலாம். ஒரு பிடிமானமும் இருக்கும். என்ன குருவு, நாஞ் சொல்றது சரிதானே?” அஞ்சல கேக்கவும் குருவும் ‘ஆமா’ங்கற சாடைல மண்டைய ஆட்டுனா.

நாலஞ்சு நாளுக்கழுச்சி கன்னையன் வந்து கன்னியம்மாளக் கூப்பிட்டுக்கிட்டுப் போனான். போறதுக்கு முன்ன, குருவம்மா சொன்னா. “ஐப்பசி மாசம், தீவாளிக்கு வாங்க.”

“மகளுக்குத் தலத்தீவாளி. மகளும் மருமகனும் வாராங்க. நானு அங்க போறேன்; இவள அனுப்பி வைக்கேன். தீவாளி முடுஞ்சு வந்தாப் போதும்.”

கன்னியம்மாளுக்கு எப்படா தீவாளி வரும்னு இருந்துச்சு. தீவாளிக்கு இன்னும் மூணு மாசம் இருக்குதேன்னு கவலையா இருந்துச்சு. கரெக்டா தீவாளிக்கு ஒரு வாரத்துக்கு முன்னாடியே கன்னியம்மாள வீட்டுக்கு அனுப்பிட்டான்.

கன்னியம்மாளப் பாத்ததும் குருவம்மாவுக்கு ரொம்ப சந்தோசமா இருந்துச்சு.

“என்னத்தா. முன்ன வந்தப்ப நல்லா இருந்தெ. இப்ப ரொம்ப எளச்சு போன மாதிரி இருக்கெ?”

“இப்ப கொஞ்ச நாளா ஒடம்புக்குச் சேட்டமில்லமா. கஞ்சி தண்ணியே செல்ல மாட்டேங்குமா. என்னமோ மாதிரி இருக்கு. சாப்பாட்டப் பாத்தா கொமட்டிக்கிட்டு வருது.”

“இரு இரு. அந்த மாரிக்கெழவியக் கூட்டியாரேன். நீயி சொல்றதப் பாத்தா முழுகாம இருக்குற மாதிரித்தான் இருக்குது. தீவாளியும் அதுவுமா நல்ல சங்கதியோடத்தான் வந்துருக்க. எதுக்கும் கெழவிட்ட கேட்டா சரியாச் சொல்லிப் போடுவா” சொல்லிக்கிட்டே போயி மாரிக்கெழவியக் கூட்டியாந்தா குருவம்மா.

அவளோட சேந்து இன்னும் நாலஞ்சு பேரும் வந்தாக. கெழவி பாத்துட்டு கன்னியம்மா மாசமாத்தான் இருக்கான்னு உறுதியாச் சொல்லிட்டுப போனா. எப்பிடியோ நமக்கும் ஒரு வாரிசு வரப்போகு துன்னு நெனச்சு, குருவம்மா சந்தோசப்பட்டுக்கிட்டா, பாக்குறவுகட்ட எல்லாம் சொல்லிக்கிட்டு இருந்தா. மகளுக்கு அப்பப்பெ இப்பிடி இருக்கணும், அப்பிடி இருக்கணும்னு பக்குவஞ் சொல்லிக் குடுத்தா. தன்னால ஏண்டவரைக்கும் அவளுக்கு நல்லது பொல்லது செஞ்சு சாப்புட வச்சா.

ஒரு வாரங்கழுச்சு கன்னையன் வந்து கூப்புடும்போது அவங்கிட்ட கன்னியம்மா மாசமா இருக்குற விசயத்த சாடமாடையாச் சொல்லி, அவ ஒடம்ப சாக்கிரதையாப் பாத்துக்கணும்னு சொல்லி அனுப்புனா. அதக் கேட்டதும் கன்னையனுக்கு தூக்கிவாரிப் போட்டுருச்சு. பதுலுக்கு எதுவுஞ் சொல்லாமெ கன்னியம்மாள கூட்டிக்கிட்டு வந்துட்டான்.

வீட்டுக்கு வந்த மறுநாளே கன்னியம்மாள பக்கத்து ஊர்ல இருந்த ஆஸ்பத்திரிக்குக் கூட்டிக்கிட்டுப் போனான். டாக்டர் அம்மாட்ட

என்னமோ சொல்லிட்டு கன்னியம்மாள, டாக்டர்கூட உள்ள அனுப்பிட்டு அவுகம்மெ குருவம்மாள ஆஸ்பத்திரிக்கு வரச்சொல்லித் தகவல் சொல்லி உட்டான்.

கன்னியம்மாளுக்கு மனசுல சந்தோசமாத்தான் இருந்துச்சு. என்னதான் இருந்தாலும் மாசமா இருக்கேன்னு தெரியவும் செக் பண்ணுறதுக்காக ஒடனே டாக்டர்ட்ட கூட்டியாந்தத நெனைக்கும் போது அவளுக்கு மனசே லேசாகிப் போனதுமாதிரி இருந்துச்சு. குருவம்மா ஆஸ்பத்திரிக்கு வந்தா. கன்னையன் அப்ப அங்க இல்ல. மகளப் பாத்து வெவரங் கேக்கலாம்னு வெசாருச்சுக்குட்டு உள்ள போனா. கிழுச்சுப் போட்ட நாராக் கெடந்த கன்னியம்மாளப் பாத்துப் பதறிப் போனா. அவளுக்குக் கொலையப் புடுங்கிப் போட்டது மாதிரி இருந்துச்சு. என்னத்தா ஆச்சுன்னு அழுதுகிட்டு கேட்ட குருவம்மாளுக்குப் பதுலு சொல்ற நெலமைல கன்னியம்மா இல்ல. அவளுக்கு என்ன ஆச்சுன்னு அவளுக்கே சரியாத் தெரியல. மலங்க, மலங்க முழுச்சுக்கிட்டு படுத்துருந்தா. அந்நியாரம் அங்க வந்த டாக்டரம்மாட்ட குருவம்மா கேட்டா,

டாக்ரம்மா என்ன சொல்லப் போறாகளோன்னு கன்னியம்மாளும் அவுகளப் பரிதாபமா பார்த்தா.

"இவளோட புருசன் ஒண்ணுஞ் சொல்லலையா? அவருதான் இவள இங்க அட்மிட் பண்ணிட்டு கருவக் கலைச்சுட சொன்னாரு."

"என்னம்மா சொல்றீக? கருவக் கலைக்கச் சொன்னாரா?" குருவம்மா நடுங்குற கொரலுல கேட்டா.

"ஆமா, கருவக் கலச்சுட்டு குடும்பக் கட்டுப்பாடு ஆபரேசன் செய்யச் சொன்னாரு. கலச்சுட்டு ஆபரேசனும் செஞ்சாச்சு. இன்னும் ஒரு வாரத்துல தையல் பிருச்சுடுவோம். அதுக்குப் பெறகு வீட்டுக்குக் கூட்டிட்டுப் போகலாம்" சர்வ சாதாரணமாச் சொல்லிட்டு டாக்டரம்மா போயிட்டாக.

தாயும் மகளும் பித்துப் புடுச்சது மாதிரி இருந்தாக.

தினகரன், தீபாவளி மலர் 2006.

விட்டு விடுதலையாகி...

‘குப்பெ வந்துட்டான்; குப்பெ வந்துட்டான்’னு எல்லாரும் அருவசமாச் சொன்னாங்க. குப்பெயப் பாக்குரதுக்கும் ரொம்ப அருவசமாத்தான் இருந்துச்சு. அவனுக்கென்ன பேரா இல்ல? எல்லாப் பெயமக்களும் ‘குப்பெ வந்துட்டான் குப்பெ வந்துட்டான்னு’ சொல்லிக் கிட்டுத் திரியிறாளுகனுன்னு அவுகம்மெ தெருவுல கத்திக்கிட்டுத் திருஞ்சா.

“அவம்பேரு யாருக்குத் தெரியும்? என்னைக்காவது பேருச் சொல்லிக் கூப்புட்டுருந்தா நமக்குத் தெரியும். அவனோட அம்மையும் அய்யனுமே அவன ஒரு நாளும் பேருச்சொல்லிக் கூப்புட்டு யாரும் கேட்டதில்லை. இப்ப என்னமோ புதுசாப் .பேரு சொல்லிக் கூப்புடச் சொல்றா.” மாரியம்மா சடவாச் சொன்னா.

“அதான பாதகத்தியா... அந்தப் பெயலும் இப்ப இருவது வயசு எளந்தாரியா ஆயிட்டான். அவம்பேரு ஒத்த ஆளுக்குத் தெரியல. அவுகம்மெ என்னமோ காணாததக் கண்டுக்கிட்ட கொள்ளு கணக்கா பீத்திக்கிட்டுத் திரிராள்ள... அவாகிட்டயே அவம்பேரக் கேளுங்கடி.” சாந்தாயிப் பாட்டி சொல்லவும் அவுகம்மெ அனந்தம்மாட்டேயே அவெம் பேரக் கேட்டாக.

“நல்லா இருக்குடி ஒங்க நாயம்... என்னமோ அசலூர்க்காரிக கணக்காவுல வந்து பேரக் கேக்கிக. ரொம்ப ராங்கிக்காரிகதான்... அவம்பேரு எளையராசான்னு ஒங்களுக்குத் தெரியாத மாதிரி பணுக்குறீகளே என்ன...” அனந்தம்மா சொன்னப் பெறகுதான் காட்டூர்ச் சனங்களுக்கு குப்பெயோட நெசப் பேரு எளையராசுன்னு தெரிய வந்துச்சு.

அனந்தம்மாளுக்கு மொத்தம் நாலு பிள்ளைங்க. மூணு பொண்ணு, ஒரே பையன். அதுனால எளையராசவ ரொம்பச் செல்லமாத்தான் வளத்தா. இவந்தாங் கடேசிப்பிள்ள. இவனப் படிக்க வைக்கணும்னு உள்ளூருல இருந்த பள்ளிக்கொடத்துல சேத்து உட்டாக. ஆனா இவனுக்குப் பள்ளிக்கொடம் புடிக்கல. பிள்ளைக்குப் பிடிக்காத எடத்துல அவன உடக்கூடாதுன்னு அனந்தம்மா அடுச்சுச் சொல்லவும்

அவுகய்யன் மாரிமுத்து மறுபேச்சு இல்லாம எளையராசவெ வீட்டுலயே வச்சுக்கிட்டான்.

சின்னதுலருந்தே எளையராசா ஒரு வடியாவே திருஞ்சான். வேளாவேளைக்குச் சாப்புடுரதும், தெருப்பெயல்களோட வெளாடுரதுந்தான் அவனோட வேல. இப்ப இருவது வயசு எளந்தாரியானப் பெறகும் சின்னப்பிள்ளைக கூடதான் சேந்துக்குட்டுத் திரிரான். காலு, கையி, மூஞ்சு மொகறையெல்லாம் வங்கு வங்கா இருக்கும். நல்ல மொக வாக்கான பெயதான். இருந்தாலும் மண்ட முடியெல்லாம் செம்பட்ட பருஞ்சுபோயி, புருவத்துல வள்ளுசா முடி இல்லாமெ பாக்குரத்துக்கு ஒரு சைசா இருப்பான். பூன மீசக்கெணக்கா எத்தலுங்குத்தலுமா நாலஞ்சு மசுரு ஒதட்டுக்கு மேல குத்திக்கிட்டு நிக்கும். அவுகம்மெயக் கூட எல்லாரும் குப்பெக் கோழின்னுதான் சொல்லுவாக. அவா காதுபடச் சொன்னா, சொன்னவுகள கிழுச்சுப் பாத்திருவா கிழுச்சு.

அவுகய்யனும் அவுகம்மையும் குப்பெயிட்ட எம்புட்டோ சொல்லிப் பாத்துட்டாக.

"நாலு காசு சம்பாருச்சாத்தாண்டா ஒரு பொண்ணு கிண்ணு பாத்துக் கலியாணங்காச்சின்னு முடிக்கலாம். சும்மாச் சுத்திக்கிட்டுத் திரிர வெறும் பெயலுக்கு ஒருத்தரும் பொண்ணு குடுக்க மாட்டாகடா. ஆளப்போல சனத்துப்போல காடுகரைகளுக்கு வேலவெட்டிக்குப் போகனும்; நல்லாத் துணிமணி எடுத்துக்கெட்டனும்; குளுச்சுப் பெறக்கிச் சுத்தமா இருப்போமுன்னு இத்தினிக்கூட எண்ணமில்லாத பெயலாவுல இருக்கெ. இப்பிடி இருந்தீன்னா ஒரு சிறிக்கிக் கூட ஒனெய ஏறிட்டு பாக்கமாட்டா. கலியாணம் முடிக்கிற வயசாகிப் போச்சு; இன்னங்காத்துட்டுச் சம்பாத்தியம் இல்ல; இம்புட்டு வயசாகியும் இன்னமும் வேல பழகாமெ இருந்தா எங்க கண்ணுக்குப் பெறகு எப்படித்தான் பொழைக்கப் போறீயோ... தெரியலயே."

"நீ எதுக்கு எப்பெப் பாத்தாலும் கலியாணம் கலியாணம்னு சொல்லிக்கிட்டு இருக்கெ? நானு கலியாணமே முடிக்காமெ இப்பிடியே இருப்பேன்."

"நீயி இப்படியே இருந்து நக்குன. இப்பிடியே இருந்தா... சோறு எப்பிடிக்கூடி வரும்? ஏதோ எங்க கண்ணுள்ளவர கூழோ கஞ்சியோ ஊத்துவோம்னு வையி. எங்க கண்ணுக்குப் பெறகு என்ன செய்வே"

"எங்கக்காமாருக ஊத்துவாளுக".

"எங்கக்காமாருக ஊத்துவாளுகன்னு நாக்கத் தொங்கப் போட்டுக்கிட்டு அலைய வேண்டியதுதான். அக்காமாருக ஊத்துனாலும் மாமாங்காரனுக சம்மதிக்கணும்ல. ஒரு எழவும் புரியமாட்டேங்கி;

தின்னு போட்டு சும்மா ஊரச்சுத்திக்கிட்டே இருக்கனும்ங்க. அப்பிடி இருந்துட்டாக்கூடத் தேவலயே... ஊரூருக்குப் போயிச் சினிமாப் பாக்குதுக்கு வேறைல துட்டுக் கேட்டு நச்சரிக்க... ஒத்தப் படம் பாக்கி இல்லாமெ வார படம் பூராம் பாக்கனும்ங்க... அந்தப் படத்துகள்ள அப்பிடி என்னதான் இருக்கோ தெரிலையே..." அனந்தம்மா அங்கலாய்ப்பா.

"போம்மா... போ... படத்துல என்ன இருக்கா. நீயி ஒத்தப் படம் பாத்திருப்பியா? ஒனக்கு ரசினிகாந்து, விசயகாந்து, அசீத்து, விசய்யி, விக்கிரம்மு, சிம்முரன்னு ரம்பான்னு யாரையாச்சுந் தெரியுமா? இவுகள்ளாம் எம்புட்டு சூப்பரா ஆக்டிங் குடுக்குராகன்னு தெரியும்மா....? நீயி ஒத்த படம் பாத்துரு... பெறகு உடவோமாட்டெ...." இப்பிடி குப்பெ சொல்றதக் கேக்கையில அனந்தம்மாளுக்கு அங்கமெல்லாம் பத்திக்கிட்டு வரும்.

"போடா எடுபட்ட பெயலே. ஒனக்கு ரம்பாவும் கும்பாவும் வந்துதாங் கூழு ஊத்தப் போறாக. சினிமாப் பைத்தியம் புடுச்சுப் போயிக் கெடக்கானே... இவெ எங்குட்டுக்கூடி முன்னேறுவான்? என்ன கழுதையோ பேருக்கு ஒரு பிள்ளன்னு ஒன்னயும் வச்சு நாங்க கஞ்சி ஊத்திக்கிட்டு கெடக்கோம். ஒங்கய்யங்கிட்ட ஒருவாட்டிக்குப் பத்துவாட்டி சொல்லிட்டேன். அந்தய்யா பரசுராமரு என்னமோ புதுசா கலியாணமண்டபம் கெட்டுறாராம். அவருட்டப் போயிக் கேட்டா அங்னக்குள்ள கூடமாட எதுனாச்சும் ஏண்ட வேல எடுத்த வேல செய்யச் சொல்லுவாருல்ல. அவரு நெலபொலம் வச்சுக்கிட்டு இருக்கைல எல்லாம் நானும் ஒங்கய்யனும் அவருகிட்டதான் பண்ண வேல பாட்டவேல பாத்துக்கிட்டு இருந்தோம். இப்பத்தான் பூராத்தயும் வீடு கட்டுற மனைகளாக்கி வித்துப் போட்டாரே... நீயி கைப்பிள்ளையா இருக்கையில எல்லாம் அவரு வீட்டு மாட்டுக் கொட்டாயில தொட்டி கட்டிப் போட்டுத்தானலே ஒனிய மொதல்ல குப்பென்னு பேரு வச்சு கூப்புட ஆரம்புச்சாரு. அது அப்பிடியே நின்னு போச்சு. அவருட்ட போயிக் கேட்டா கண்டிப்பா ஒதவி செய்வாருடா."

"அவருட்ட மனுசன் வேல செய்வானா? மாட்டவேல வாங்குற மாதிரி சும்மா வேல வாங்குவாரு. ஆனா ஒத்தப் பைசா தரமாட்டாரு. அவரு ஒரு மனுசம்னு அவருட்டப் போயி வேல கேக்கச் சொல்ற. அவராலதான் எல்லாரும் எனிய குப்பெ, குப்பெனு கூப்புடுறாக. இன்னோருத்தருக்குக் கீழ வேல செய்றதெல்லாம் எனக்குப் புடிக்காதும்மா. நானா சொந்தமா ஒரு வேல செய்வேன். அந்தாளு மூஞ்சியப் பாத்தாலே எனக்குக் கொமிட்டிக்காயப் பாக்குறது கணக்கா இருக்கு."

“சே... சே... அப்பிடியெல்லாம் சொல்லாதடா. அவருட்ட வேல செஞ்சுதான் ஒங்களயெல்லாம் ஆளாக்குனேன்.”

“என்ன ஆளாக்குன? அந்தாளுதான் ஆளா ஆகிருக்காரு. நம்மெல்லாம் நாயா ஒழச்சு நாசமானதுதான் மிச்சம்.”

“அது என்னமோ நெசந்தாண்டா. நம்மள ஒத்த எழுத்து படிக்க உடாமெ கெடுத்ததே அந்தாளுதான். சின்னதுல இருந்தே அவரோட ஆடுமாடுகள மேச்சு அவருக்குச் சொத்து சேத்து வச்சுட்டு இன்னைக்கு நாம முட்டாக் கழுதைகளா அலைறோம்.” குப்பையோட அக்கா பூமால சொன்னா. அவா சொன்னது சரிதான்னு அவுகம்மெ நெனச்சுக் கிட்டு மேக்கொண்டு எதுவும் பேசல.

கொஞ்ச நாளுக் கழுச்சு குப்பெ கெணத்து வெட்டு வேலைக்குப் போனான். கடுமையான வேலை செய்யாட்டாலும், வேலை செய்ற ஆளுகளுக்கு பீடி, சிகரெட்டு, வெத்தல பாக்கு, டீ, காப்பி, இப்பிடி எதுனாச்சும் கடைல போயி வாங்கியாந்து குடுக்குறதுக்காக இவனக் கூட்டிக்கிட்டுப் போவாக. சும்மா ஊரச் சுத்திக்கிட்டு இருக்குறதுக்கு இது தேவலன்னு குப்பையோட அம்மையும் போகச் சொல்லுவா.

வாரக் கடைசில சம்பளம்னு கொஞ்சம் பணம் குடுப்பாக. அத வாங்கிக்கிட்டு மொதல் வேலையா தூத்துக்குடிக்கோ இல்லன்னா எட்டயபுரத்துக்கோ சினிமா பாக்கக் கெளம்பிடுவான். செலநேரத்துல கோயில்பட்டிக்கும் போயிச் சினிமாப் பாத்துட்டு வருவான். போறவெந் தனியாவும் போக மாட்டான். அவெஞ் செநேகிதக்காரப் பெயல்களவும் கூட்டிக்கிட்டுப் போவான். அவெங்கூடப் போறது களுக்கெல்லாம் இவந்தான் டிக்கட் போடுவான். துட்டு உண்டனா இருந்தா ஓட்டலுகளுக்கும் போயிட்டுச் சாப்புட்டுட்டு சாயங்காலமா வருவானுக. அவஞ் சம்பாரிக்கிரத அவனே காலி பண்ணிட்டு வெறுங்கையும் வீசுன கையுமா வீட்டுக்கு வருவான். அவனப் பாக்கையில அவுகம்மைக்குப் பூழாப்பா இருக்கும். வசவுல கூடிருவா.

“இப்பிடி அங்கங்க போயி படம் பாத்துட்டு வாரபெய, பெத்த தாய்க்கு ஒரு வெத்தல பாக்கு, போயல பொடிமட்டன்னு வாங்கி யாரலாம்ல... இத்தினிக்கூட பந்த பாசம் இல்லாத பெய... சரி எனக்குத் தான் ஒன்னும் வாங்கியாரலன்னாலும், அவுகக்கா மக்களுக்காச்சும் எதுனாச்சும் ஒரு சேவு முறுக்குன்னு வாங்கியாந்து குடுக்கலாம்ல... கோயிலுப்பட்டிச் சேவும், கடலமுட்டாயும் அம்புட்டு ருசியா இருக்கும்பாங்க. சரி அத உடு. அவுகய்யனப் பெத்த கெழவி இன்னைக்கோ,

நாளைக்கோன்னு இழுத்துக்கிட்டு கெடக்காள்ள... ஒருநா ஒருபொழுது அவளுக்கு ஒரு ரொட்டியோ காப்பித் தண்ணியோ வாங்கிக் குடுக்கலாம்ல... கல் நெஞ்சுக்காரப் பெய... ஊருக்காட்டுப் பெயமக்களையெல்லாம் கூப்டுக்கிட்டுத் திரிறான். கடக்காட்டுகள்ளயும் பெறக்கித் தின்னுக்கிறான். வீட்டுலயும் மொக்குறான்... இவெ வகுறென்ன வகுறா இல்ல வண்ணாந் தாழியா தெரியல."

என்ன வசவு வஞ்சாலும் லொங்காமாத் தின்னுட்டு ஏப்பம் போட்டுட்டுப் போவான். சாப்பாடு சாப்பிடுறதுல மன்னந்தான். வகுத்துக்கு வஞ்சன இல்லாமெச் சாப்புடுவான்.

ஒரு தடவ குப்பெயோட மாமெ அவன லாரி வேலைக்குச் சேத்து உட்டான். தூத்துக்குடிலருந்து சரக்கேத்திட்டு மெட்ராஸ் போற லாரில கிளீனர் வேலைக்குப் போனான். எடவழில ராத்திரிச் சாப்பாட்டுக்கு ரோட்டோரத்து ஹோட்டலுல சாப்புடப் போனாங்க. டிரைவரு குப்பெயிட்ட புரோட்டா வாங்கிக்க சொல்லிட்டு அவனும் உக்காந்து சாப்புட்டான். நாப்பது புரோட்டா சாப்புட்டுட்டு இன்னும் புரோட்டா வேணும்னு குப்பெ கேட்டான். அவெஞ் சம்பளத்துக்கு மேல அவனுக்குச் சாப்பாட்டுக்குச் செலவழிக்க வேண்டியிருக்குன்னு அன்னைக்கே அவன வீட்டுக்குப் பத்தி உட்டுட்டாங்க.

அதுக்குப் பெறகு வேற ஒரு லெக்குலயும் லாரி வேலைக்குப் போனான். இவனப் பத்தி நல்லாத் தெருஞ்ச லாரி டிரைவரு, சாப்பாட்டுக்குப் போகையில அளவு சாப்பாடு இல்லாத ஹோட்டலாப் பாத்து கூப்புட்டுப் போனான். ஹோட்டலுக்காரன் வைக்க வைக்கச் சாப்புட்டுக்கிட்டே இருந்தான் குப்பெ. வச்சு வச்சுப் பாத்து கெஞ்சாத கொறையாச் சொன்னான். "அண்ணே நீங்க இதுவரைக்கும் சாப்புட்டதுக்கு துட்டுக்கூட குடுக்க வேண்டாம்; இந்த பையனக் கூப்புட்டுப் போங்கண்ணே. இனிமே இந்த பையனோட இங்க வராதிங்கண்ணே. ஒங்களுக்குப் புண்ணியமாப் போகும்."

அதுலருந்து ஒருத்தரும் குப்பெயக் கூப்புடுறதில்ல. அவனும் அதப்பத்திக் கவலப்பட்டுக் கிட்டதில்ல. அங்குட்டு இங்கிட்டு அலஞ்சு திரிஞ்சுட்டு இருக்கைல பரசுராமர் ஐயா அவன ஒருநாளு பஸ்டாண்டுல பாத்துட்டு கேட்டாரு.

"என்னடா குப்பெ, எங்குட்டோ லாரி வேலைக்குப் போறதா ஒங்கய்யஞ் சொன்னான்; நீயி இங்க சுத்திக்கிட்டுத் திரிர?"

"ரெண்டு லெக்குல போனேன், எனக்குச் சாப்பாடு வாங்கிப் போட்டு கட்டுபடி ஆகலன்னு எனிய நிப்பாட்டிப் போட்டாக. நல்லாச்

சாப்புட்டாத்தான நல்லா வேல செய்ய முடியும். அதெங்க தெரிது இவனுங்களுக்கு! இப்ப வேற வேல தேடிக்கிட்டு இருக்கேன்."

"ஒனக்கென்னடா வேல தெரியும்? அவெவெ பெரிய பெரிய படிப்பெல்லாம் படுச்சுப்போட்டு வேல இல்லாமெ இருக்கான். இவெ என்னமோ வேல தேடுறானாம். ஒங்கய்யாவுக்கும் ஒங்கம்மைக்குந்தான் வயசாகிப் போச்சு. நீயி சும்மா திரிரதுக்கு வந்து இந்த மாடு கன்னுகளையாவது மேச்சுக்குட்டு இருக்கலாம்ல? ஒங்கய்யங்கிட்ட அன்னைக்கே சொல்லி உட்டேன். ஓங்கிட்ட சொல்லலையாடா?"

"சொன்னாக. ஆனா நானு வாரமாதிரி இல்ல. நானு வெளி ஊருல போயி வேல செய்யப் போறேன்."

"அப்பிடி என்னடா வெளியூரு வேல? எங்க அமெரிக்காவுக்குப் போறீயாக்கும்?" நக்கலா கேட்டாரு.

"அதெங்ன இருக்கு? அமெரிக்காவோ பேரிக்காவோ. நானு தீவு வேலைக்குப் போகலாம்னு இருக்கேன்."

"அதென்னடா தீவு வேல? எந்தப் பெய ஒனியக் கூப்புட்டான்? நீங்கள்ளாம் வெளியூரு போனா உருப்பட்டாப்லதான். வந்து மாட்ட மேச்சுட்டு ஊத்துற கஞ்சியக் குடுச்சுட்டு கெடப்பானா... வெளியூருக்குப் போறானாம். குப்பக்கோழியப்பெய," நக்கலாச் சொல்லிட்டுப் போயிட்டாரு.

இவரு இம்புட்டுச் சொன்னமட்டுக்கும் தீவு வேலைக்குப் போயே தீரனும்னு குப்பெ மனசுக்குள்ள தீர்மானம் செஞ்சுட்டான். கொஞ்ச நாளைக்கு முன்னால தூத்துக்குடில சினிமா பாத்துட்டு வரும்போது பஸ்சுல பாத்த பக்கத்து ஊருப் பெய சக்திவேல் சொன்னத நெனச்சுப் பார்த்தான். தீவு வேலைக்குப் போயிட்டு இப்ப லீவுக்கு வந்திருக்கிறதாச் சொன்னான். அவந்தான் குப்பையையும் தீவு வேலைக்குக் கூப்புட்டான். பஸ்சுலயே அவங்கிட்ட எல்லா வெவரத்தையும் கேட்டு வச்சுக்கிட்டான்.

"தீவு வேலன்னா என்ன வேல சக்திவேலு?"

"லச்சத்தீவுன்னு ஒரு தீவு இருக்குடா. இங்கருந்து கப்பலுல பெரயாணம் செஞ்சு போகனும். போயி ஒரு பத்து மாசம் இருந்து வேல செஞ்சம்னு வையி, நல்லா கைநெறய்யா சம்பாரிச்சுட்டு வரலாம். வாரீயா."

"நெசமாத்தான சொல்ற? எனக்கு இங்ன நம்ம கோயில்பட்டி, எட்டயாவரம், தூத்துக்குடி, பந்தல்கூடி, அருப்புக் கோட்டன்னா

தெரியும். லெச்சத்தீவுன்னு இதுவரையில் கேள்விப்படாத பேராவுல இருக்கு. நாம் போயி அங்க என்னவேல செய்றது? மொதக் காரியம் கப்பலுல போறதுக்குப் பணத்துக்கு எங்க போவேன்...?"

"அதப்பத்தியெல்லாம் நீ எதுக்குடா கவலப்பட்டுக்கிற? நீயி வாரேன்னு மட்டும் சொல்லு, மத்தத எல்லாம் நாம்பாத்துக்குறேன். கப்பலுக்கு டிக்கெட்டுக்கெல்லாம் ஒரு ஏஜன்டு இருக்காரு. அவரு டிக்கெட் வாங்கி அனுப்பி வப்பாரு. நீயி சம்பாருச்சு அந்தக் கடன அடைச்சுரலாம். சரிதானா? ஒங்கய்யா, ஒங்கம்மையிட்ட சொல்லிட்டு அவுக சரின்னு சொன்னா வந்து எனியப் பாரு. எங்க ஊருலருந்து நாங்க ஒரு பத்துப் பேரு ஏற்கனவே போயி வேல செஞ்சுட்டு இப்ப லீவுக்கு வந்துருக்கோம். இன்னும் பத்துநாள் கழிச்சு மறுபடியும் போறோம். நீயி வாரதா இருந்தா எங்ககூடயே வந்துரலாம்."

"சரி என்ன வேலன்னு சொல்லமாட்டேங்கீகள்ள... எனக்கு எழுதப் படிக்கத் தெரியாதுல்ல... நானு என்ன வேல செய்வேன்?"

"அதெல்லாம் ஒன்னும் வேண்டாம்டா. நாங்கள்ளாம் எல்லாம் ரொம்பப் படிச்சுட்டா போறொம்? கையெழுத்து மட்டும் போடத் தெரியும். அதுனால பயமில்லாமப் போகலாம்டா."

"எனக்கு அதுகூடத் தெரியாதேன்னு இழுத்தான் குப்பெ."

"கையெழுத்து என்னடா பெரிய கையெழுத்து? ஒங்க ஊர்ல எவனாது படுச்ச பெயலுககிட்ட கேட்டீன்னா ஒம்பேர எழுதச் சொல்லிக்குடுத்துட்டுப் போறானுங்க. ஒனக்கு வரச் சம்மதமான்னு மட்டும் சொல்லுடா."

"அந்த ஊருக்கு பஸ் எதுவும் போகாது? கப்பலுதான் போகு மாக்கும்?"

"அந்த ஊரு கடலுக்குள்ள இருக்குடா. சுத்தித் தண்ணிதான், அதுனால கப்பலு இல்லன்னா ஏரோப்பிளேனுல போகலாம்."

"சரி அப்ப நானு வாரேன். அப்பிடி போனாலாச்சும் கடலு, கப்பலு எல்லாம் பாத்துட்டு வரலாம். அந்த ஏஜன்டு எனியச் சேத்துக்குவாரா?"

"சேத்துக்குவாரா? இன்னும் நூறு பேரு வந்தாலும் அவரு கூட்டிக்கிட்டுப் போக ரெடியா இருக்காரு. எம்புட்டுப் பேரு வந்தாலும் அம்புட்டுப் பேத்துக்கும் அங்க வேல இருக்குது. நீயி வந்து ஒருவாட்டிப் பாரேன். ஒனக்கே தெரியும்."

வீட்டுல போயி தீவு வேலைக்குப் போற விசயத்தச் சொன்னான். அம்புட்டுத்தான் அவுகம்மெ அழுகைல கூடிட்டா. என்னமோ இங்னக்குள்ள நம்ம வகுத்துப் பாட்டுக்குத்தக்கன ஒரு வேல செஞ்சம்னு இல்லாமெ இப்பிடி எங்குட்டோ கங்காணா திக்குக்கு கப்பல்ல போறம்ங்காணேன்னு ஒப்பாரி வச்சா. குப்பெயோட அய்யாவும், மாமாவும் பக்கத்து ஊருக்குப் போயி சக்திவேலப் பாத்து பேசிட்டு வந்து சொல்லவும், அவனுகளோட போறதுக்கு அரமனசாச் சம்மதுச்சா.

அப்பிடிப் போன வருசம் மார்கழி மாசம் ஊரவிட்டு லச்சத்தீவுக்கு வேலைக்குப் போனவந்தான். இந்த மார்கழிக்கு ஊருக்கு வந்துருக்கான். அதான் ஊரெல்லாம் ஒரே குப்பெயப் பத்திய பேச்சாவே இருந்துச்சு. அனந்தம்மாளுக்கும் மாரிமுத்துக்கும் சந்தோசமா இருந்துச்சு. அதுலயும் குப்பெ வந்திருந்த தோரணயப் பாத்து அவுக ரெண்டு பேரும் பூருச்சுப் போனாக. முன்னால அவனக் குப்பெனு சொன்னவுகள்ளாம் இப்பெ எளயராசான்னு சொன்னாக. அப்பிடிச் சொல்லலைன்னா அவுகம்மெ அவுகட்ட சண்டைக்குப் போனா.

எளயராசு ஊதாக் கலரு பேண்டும் செவப்புக் கலரு டீ சர்ட்டும் போட்டு பெரிய சூட்கேஸோட வந்து எறங்குனான். டீசர்ட்டுக்கு முன்னால நெஞ்சாக்கொலைல படம்படம்மா போட்டுருந்துச்சு. சொந்தக்காரங்க அம்புட்டுப் பேத்துக்கும் என்னென்னமோ வாங்கி யாந்திருந்தான். ஒருநாளைக்கு ரெண்டு மூணு தடவெ துணிமணி மாத்துனான் தலைக்கு வாசன எண்ணெ தேச்சு நல்லா தல சீவுனான். வெதத்துக்கு ஒரு டீசர்ட்டு போட்டு காட்டூரையே ஒரு கலக்கு கலக்குனான்.

அவெ ஊருக்கு வந்த மறுநாளு நல்ல மழ. ஒடனே அவெ வாங்கிட்டு வந்துருந்த புது மழக் கோட்ட எடுத்து மாட்டிக்கிட்டு ரொம்பப் பெருகளமாத் தெருவுல போனான். அந்த மழக்கோட்ட அருவசமாப் பாத்துக்கிட்டு அவம்பின்னால பத்துப் பொடிப் பெயல்க அலஞ்சானுங்க. அவனப் பாத்த சனம்பூராம் வச்ச கண்ணு வாங்காமெ அவனயே பாத்துக்கிட்டு இருந்தாக. அவுகய்யனும் அம்மயும் சந்தோசத்துல திக்குமுக்காடிப் போனாக. முன்னால அவங்கூடச் சுத்திக்கிட்டுத் திரிஞ்ச சின்னப் பெயல்கள்ளாம் மறுபடி அவங்கூட சேந்துக்கிட்டானுக. ஆனா இப்ப முன்ன மாதிரி குப்பெனு கூப்டல. ரொம்ப மரியாதையா சித்தப்பா, மாமா, அண்ணன்னு ஒறவுமொற வச்சுக் கூப்புட்டாக. அவனோட பழைய பிரண்டுகள்ளாம் அவெம் பின்னாடி பவனியா வர இவெம் முன்னாடி மழக்கோட்டோட வந்ததப்

76 தவுட்டுக் குருவி

பாத்த சனம் பூராம் மூக்கு மேல வெரல வச்சாங்க. மழை வெரிச்சப் பெறகும் குப்பெ மழக்கோட்ட கழத்தாமலேயே அலஞ்சான்.

ஊர்ல இருந்து வந்த குப்பெயோட மாமனும் குப்பெ இருந்த தோரணயப் பாத்து அசந்துட்டாரு. தன்னோட மகள குப்பைக்கே கட்டிக் குடுத்துரலாம்னு முடிவு செஞ்சுட்டாரு. குப்பெ தீவுல என்ன வேல செஞ்சான், எம்புட்டுச் சம்பாருச்சான், எம்புட்டுக் கையில கொண்டு வந்தான் இப்பிடிக் கேள்வி மேல கேள்வி கேட்டுக்கிட்டே இருந்தாரு. குப்பெயும் உற்சாகமாப் பதில் சொன்னான்.

“தீவுல நாம் பாக்காத சினிமாயில்ல. அம்புட்டுப் புதுப்படமும் பாத்துட்டென். லச்சத்தீவுன்னா ஒரு தீவு இல்ல. எப்படியும் பத்து அம்பது தீவு இருக்கும். எங்க தீவுக்குப் பக்கத்துத் தீவுக்கு அடிக்கடி வெளிநாட்டுல இருந்து வெள்ளக்காரங்க டூரிஸ்ட்டுக்கு வருவாங்க. அந்தத் தீவு அம்புட்டு அழகா இருக்கும்” குப்பெ சொல்லச் சொல்ல அவங்கூட இருந்த பொடிப்பெயல்கள்ளாம் தெறந்த வாய மூடாமெக் கேட்டானுக.

“எப்பிடிச் சித்தப்பா இங்கருந்து போனீக?”

“கப்பல்ல போனோம். இங்கருந்து தூத்துக்குடி போயி, அங்கருந்து கொச்சியோ, எர்ணாக்கொளம்னோ ஒரு ஊருக்குப் போயி, அங்கருந்து கப்பல்ல போனோம். கப்பல்ல போகையில ரொம்ப பேரு வாந்தி எடுத்துட்டாக. நானுந்தான். எங்குட்டுப் பாத்தாலும் தண்ணி தான். நம்மூருக் கம்மாயிலாக் கூட அம்புட்டுத் தண்ணி இருக்காதுடா. ஆனா பூராம் உப்புத்தண்ணிதான். நம்ம சோத்துக்குப் போடுற உப்புக்கூட கடல் தண்ணிலருந்துதான் எடுக்காகளாம்டா.”

“அது எங்களுக்குத் தெரியுமே. எங்க அறிவியல் பாடத்துல வந்துருக்கு.”

“லச்சத் தீவுக்கு ஏரோப்பிளேன்னுலகூட போகலாம். நல்லாச் சம்பாருச்சு நெறய்யாத் துட்டு சேத்தப் பெறகு ஒரு தடவயாச்சும் ஏரோப்பிளேன்னுல ஏறிப் போயிட்டு வரனும்டா.”

“வேல எல்லாம் எப்பிடி?” மாமா கேட்டாரு.

“வேல எல்லாம் ஈசிதான். கப்பல்ல வார சரக்குகள எறக்கி வண்டிகள்ள ஏத்தனும் அம்புட்டுத்தான். வேலைக்குப் போனாச் சம்பளம்; இல்லன்னா இல்ல. நம்ம செய்ற வேலையப் பொறுத்துத் தான் சம்பளம். ஆனா ஒரு நாளைக்கு எப்பிடிப் பாத்தாலும் எரநூறு ரூவாய்க்கு மேல சம்பாருச்சுப் போடலாம். வேல செய்யும்போது பூராம்

புதுப்புதுப் பாட்டாப் போடுவாக. கேட்டுக்கிட்டே வேல செய்வோம். மாசம் ஒரு தடவை எங்கம்மைக்கிப் போன் போட்டு பேசிருவேன். மொதவாட்டி பேசும்போது வெவரந்தெரியாமெ எம்பாட்டுக்கு ரொம்பா நேரம் பேசிட்டேன். பில்லு முன்னூறு ரூவாய்க்கு மேல் அள்ளிக்குட்டுப் போயிருச்சு."

"கடிதம்போட வேண்டியதான; வீண் செலவு தானே?"

"எனக்குத்தான் எழுதத் தெரியாதே. அப்பிடியே நானு எழுதுனாலும் இவுகளுக்குப் படிக்கத் தெரியாதே. அதுனால போனு தான்."

"திரும்பி லீவு முடிஞ்சு எப்ப போறீக?"

"இனி திரும்பிப் போறமாதிரி இல்ல, கொண்டு வந்துருக்குற ரூவாய வச்சு இங்னக்குள்ளயே எதுனாச்சும் தொழிலு பாக்கலாம்னு முடிவு பண்ணிட்டேன்."

"சாமாஞ்செட்டுக நெறய்யாக் கொண்டாந்தீங்களாம்."

"எனக்கு நாலஞ்சு டிசர்ட்டு, இந்த ரெஸ்டுவாச்சு. மழக்கோட்டு, ஒரு சின்ன ரேடியாப்பெட்டி எல்லாம் அங்க தீவுல வாங்குனேன், இன்னைக்குத்தான் இந்த மழக்கோட்டப் போடுறேன், நல்லா இருக்கா?"

"ம்... ஆளு அடயாளமே தெரியலயே... சினிமாக்காரங் கணக்காவுல இருக்க. எனக்கொன்னு வாங்கியாந்திருக்கலாம்ல." குப்பெயோட பாட்டி சொன்னா.

"ஒனக்கெதுக்கு கெழவி மழக்கோட்டு? எந்த ஆபீசுக்குப் போற?" கேட்டுட்டு சிரிச்சான்.

"எதுக்குல சிரிக்க? வயலுல நாத்து நடயில மழபேஞ்சா போட்டுக்கிட்டு நடலாம்ல."

"அதுக்கு ஒனக்கு மழக்கோட்டா கேக்கது? கொடலுந் தாளப்போட்டுட்டுப் போயி நட்டா ஆகாதே?" குப்பே கேட்டுக்குட்டு இருக்கும்போதே அவுகம்மெ வந்து அவனச் சாப்புடக் கூப்பிட்டா.

"எய்யா எளயராசா வா, வந்து சாப்புட்டுட்டு வந்துருய்யா, மணி மூணு ஆகப் போகுது. ஓம்பாட்டுக்கு வந்து ஒக்காந்துகிட்டே அங்க ஒங்க சித்தப்பாக்கார வந்து ஒனியப் பாத்துட்டுப் போகனும்னு ஒக்காந்திருக்கான். வாய்யா... வா சாமி... கோழி அடுச்சு கொழம்பு

78 தவுட்டுக் குருவி

வச்சிருக்கேன்யா. ஒனக்குன்னே உட்டு வச்ச கோழி. என்னமோ அந்த மாரியாத்தா புண்ணியத்துல போன புள்ள் பத்துரமாத் திரும்பி வந்துருக்கு. வார வெள்ளிக்கு கோயிலுக்குப் போயி கெடா வெட்டனும்னு ஒங்கய்யா ஆட்டுக்குட்டி ஒன்ன நேந்து உட்டுருக்கான். போயி ஒனக்கு மொட்ட போடனும்."

"மொட்ட போடனுமா? அதெல்லாம் போடமுடியாது போ. வேணும்னா அய்யனப் போடச் சொல்லுமா?"

"நீ தீவுக்குப் போயிட்டு நல்லபடியா வந்து, சேந்தா ஆத்தாளுக்கு முடி எறக்குறதா நேந்துக்கிட்டம்டா... சரி எந்துருச்சு வாடா, பிள்ள குட்டிகளுக்குள்ள ஒனக்கு வெஞ்சனமில்லாமப் போகப் போகுது."

குப்ப எந்திருச்சுப் போனான். சாப்புடும் போதே அவுகம்மைட்ட சொன்னான்.

"ஏம்மா, நம்ம பஸ்டாண்டுல அந்த நாடாரு கட சும்மாதான இருக்கு?"

"எந்த நாடாரு கடை? நம்ம சம்முக நாடாரு கடையவா கேக்க?"

"ஆமாமா. அவரு கடதான். ரோட்டோரத்துல ஒரு பெட்டிக் கட வச்சிருந்தார்ல? அதுல வேறு யாராச்சும் கட வச்சுட்டாங்களா இல்ல சும்மாதான் இருக்கான்னு கேட்டேன்."

"யாரும் வைக்கல; அவரு விட்டுட்டுப் போனதுல இருந்து அந்தப் பெட்டிக்கட சும்மா மூடியேதான் கெடக்குது. அவரு ஒடம்புக்குச் சேட்டமில்லாமப் போகவும் கடயக் காலிபண்ணிட்டு கோயிலுப் பட்டிக்குப் போயிட்டாருல."

சம்முக நாடாரப் போயிப் பாத்து அந்தப் பெட்டிக்கடய வெலைக்கு வாங்கி ரோட்டோரத்துல ஒரு கட போட்டான் குப்பெ. கடையில பீடி. சிகரெட்டு, வெத்தல பாக்கு, சோடா, கலரு, சர்பத்து, சோப்பு, ஷாம்பு பாக்கெட்டுக, மிட்டாய், முறுக்கு இப்பிடி பலதரப் பட்ட சாமானுகளா வாங்கிப் போட்டு விற்பன செஞ்சான். கட மொகப்புல பெரிய வாழப்பழத் தாரு ஒன்னு வாங்கித் தொங்க விட்டிருந்தான். வியாபாரமும் நல்லா சூடுபுடிக்கத் தொடங்குச்சு. இப்ப எல்லாரும் குப்பெய ஒரு எடுத்துக்காட்டாச் சொல்லி பெருமப் பட்டுக்கிட்டாக. கடதெறந்து ஒரு ரெண்டு மூனு நாளாகியிருக்கும். வழக்கம் போல காலைல ஏழெட்டு மணிக்கெல்லாம் கடையத் தெறந்துட்டு கடைக்குள்ள போட்டுருந்த நாற்காலியில குப்ப உக்காந்திருந்தான். அந்நியாரம் பரசுராமரு ஐயா அங்க வந்தாரு.

“என்னடா குப்ப, எல்லாங் கேள்விப்பட்டேன். வெளியூரெல்லாம் போயிட்டு வந்துருக்கெ. வந்து ஐயாவ எட்டிக்கூடப் பாக்கல! நீதான் அப்பிடின்னா ஒன்னோட ஆத்தாளும், அப்பனும்கூட வந்து பார்த்து நீயி போனதப் பத்தியோ, திரும்பி வந்ததப் பத்தியோ மூச்சு உடல. சரி பெட்டிக்கட தெறந்தியே... என்னமாதிரி பெரிய மனுசங்களக் கூப்புட்டு தெறக்கச் சொல்லி இருந்தா தெறந்து வச்சு அஞ்சோ, பத்தோ குடுத்துருப்பமல. பொழைக்கத்தெரியாத பெயலா இருக்கியே... சரி அந்த நாற்காலிய எடுத்து இப்பிடி வெளிய போடுடா. அருப்புக் கோட்ட வண்டி வர இன்னும் டயமிருக்கு. ரொம்ப நேரம் நிக்க முடியல.”

“கடைல ஒரே ஒரு நாற்காலிதான் இருக்கு. அதுல நானு ஒக்காந்துருக்கம்ல. அதத் தூக்கி ஒங்களுக்குப் போட்டுட்டா நானு என்னத்துல ஒக்காருறது?” சொல்லிட்டு வியாபாரத்தக் கவனிச்சான். சிகரெட்டு வாங்க வந்தவருக்கு எடுத்துக்குடுத்துட்டு திரும்பும் போது கடைக்கு முன்னால் கட்டித் தொங்க உட்டுருந்த வாழத்தாருல இருந்து பரசுராமரு ரெண்டு பழத்தப் பிய்க்கிறதப் பாத்தான்.

“பழம் எங்கடா வாங்குன? நல்லாத் தெருச்ச பழமா வாங்கி யாந்திருக்கியே. தெனமும் காலைல காலைல ரெண்டு ரஸ்தாளி தின்னா ஒடம்புக்கு நல்லது.”

“ஒடம்புக்கு நல்லதுதான். அதான் எட்டயபுரத்துலருந்து வாங்கி யாந்தேன். ரெண்டு பழத்துக்கு நாலு ரூவா ஆச்சு. அஞ்சா குடுத்தீங்கன்னா ஒரு ரூவா தாரேன்” குப்ப சொன்னான்.

“ஏங்கிட்ட வேல செஞ்ச, கூலி வாங்கித் தின்ன காலமெல்லாம் மறந்தா போச்சு? ஏ முன்னாலயே சவுடாலா நாற்காலியில ஒக்காந்துக் கிட்டு, ஏங்கிட்டயே பழத்துக்கு ரூவா கேக்குற நாயி? எல்லாம் நேரம்டா.”

“நேரந்தான் அருப்புக்கோட்ட வண்டி வார நேரந்தான். சட்டுனு நாலு ரூவாய எடுங்க.”

குப்ப சொன்ன தோரணயப் பாத்து பரசுராமரு அசந்து போனாரு. இந்தக் குப்பப் பெயலா இப்பிடிப் பேசுறாம்னு அவரால நம்ப முடியல. பழத்த மெதுவாக உறிச்சுத் தின்னாரு. தொண்ட அடைக்கிற மாதிரி இருந்துச்சு. அந்த நேரம்பாத்து அருப்புக்கோட்ட வண்டி வந்துச்சு. ஆனா அவரால வண்டில ஏறமுடியல.

சாளரம்: இலக்கியமலர், ஜனவரி 2007.

நிழலும் நிஜமும்

வருடத்திற்கு இரண்டு முறைதான் நாங்கள் புதிதாக துணி எடுத்துத் தைப்போம். கிறிஸ்து பிறப்புத் திருவிழாவுக்கு, இன்னொன்று எங்கள் ஊர் மாதா திருவிழாவுக்கு. இந்த ஆண்டு கிறிஸ்துமஸ்கு மதுரைக்குச் சென்று துணிமணி எடுக்க வேண்டும் என்று முடிவு செய்தோம். பிள்ளைகளைப் பள்ளிக்கு அனுப்பிவிட்டு நானும், என் மனைவியும் பத்து மணிக்கு வரும் வாய்தா வண்டியில் மதுரைக்குப் புறப்பட்டோம். அந்தப் பேருந்தில்தான் மதுரைக் கோர்ட்டுக்கு வாய்தாவுக்குச் செல்பவர்கள் வழக்கமாகச் செல்வார்கள். அதனாலேயே அந்தப் பேருந்துக்கு வாய்தாவண்டி என்ற பெயர் வந்தது. அதை யாரும் இப்போது மதுரைப் பேருந்து என்று சொல்வதில்லை.

எங்கள் ஊர்ப்பேருந்து நிலையத்தில் அவ்வளவு கூட்டமில்லை. உட்கார்ந்து கொண்டு வசதியாகப் பயணித்தோம். பேருந்துகளில் இருக்கையைப் பிடித்து உட்கார்ந்து விட்டாலே பெரிய சாதனையாகத் தான் இருக்கிறது. பயணிக்கும்போதே யார்யாருக்கு எவ்வளவு விலைகளில், என்னென்ன வகையான துணிகள் எடுக்க வேண்டும் என்று பேசி முடிவெடுத்துக் கொண்டோம். கையில் இரண்டாயிரம் ரூபாய் இருந்தது. எவ்வளவுக்கெவ்வளவு சிக்கனமாகச் செலவு செய்ய வேண்டுமோ அவ்வளவுக்கவ்வளவுச் சிக்கனமாகச் செலவு செய்ய வேண்டும் என்று மனதில் எண்ணிக்கொண்டேன். கூடுமான வரையில் ஓர் ஐநூறு ரூபாயாவது இதில் மீதி கொண்டு வர வேண்டும் என்று நினைத்துக்கொண்டேன். இப்படிப் பார்த்துப் பார்த்துத்தான் செலவு செய்ய வேண்டியதாக இருக்கிறது. எங்களது பொருளாதார நிலை அப்படி.

நான் ஒருவன் சம்பாதித்து குடும்பத்தைக் காப்பாற்ற வேண்டிய நிலை. மூன்று பிள்ளைகளும் முறையே மூன்று, இரண்டு, ஒன்று வகுப்பு களில் வரிசையாகப் படித்துக் கொண்டிருக்கிறார்கள். நல்ல வேளையாக மூன்று பேரும் பையன்களாகப் பிறந்தார்கள் என்று உள்ளூர மகிழ்ந்தாலும், மூன்றாவது பிறந்தவன் பெண்ணாகப் பிறந்திருக்கலாம் என்ற ஆசை எனக்குள் இருக்கிறது. என் மனைவிக்குக்கூட அப்படி ஒரு ஆசை இருக்கிறது. பெண்பிள்ளை என்றால் டிசைன் டிசைனாக

81

டிரெஸ் போட்டு அழகு பார்க்கலாம்; விதவிதமா நகைநட்டுப் போட்டுப் பார்க்கலாம் என்று அடிக்கடி கூறுவாள். அதற்கெல்லாம் வருமானம் இல்லையென்றாலும் ஆசைக்கு மட்டும் குறைவில்லை. எனக்கு அந்த மாதிரியெல்லாம் எண்ணமில்லை. பெண்பிள்ளை என்றால் எனக்குப் பிடிக்கும். பிடிக்கிறதெல்லாம் வாழ்க்கையில் கிடைத்து விடுகிறதா என்ன?

ஆசிரியர் பயிற்சி பெற்று ஏழெட்டு ஆண்டுகள் ஆகிவிட்டன. இன்னும் வேலை கிடைக்கவில்லை. அட்டவணைச் சாதியில் பிறந் திருந்தாலும், கிறிஸ்தவன் என்ற காரணத்தால் நான் பிற்படுத்தப் பட்ட சாதிக்காரனாக்கப்பட்டுவிட்டதால் என்னோடு படித்த அட்டவணைச் சாதியைச் சேர்ந்த இந்துப் பையன்கள் வேலையில் சேர்ந்து கைநிறையச் சம்பாரிக்கும்போது நான் மட்டும் பெற்றோர் ஆசிரியர் கழகத்தினால் எங்கள் ஊர்ப் பள்ளியில் நியமிக்கப்பட்டு மாதம் இரண்டாயிரம் சம்பளத்தில் வேலை செய்து கொண்டிருக்கிறேன். ஓய்வு நேரத்தில் என் மனைவி தீப்பெட்டி ஒட்டுவதால் கிடைக்கும் பணத்தையும் வைத்துக் கொண்டு எப்படியோ சமாளித்து வருகிறோம். வருடத்தில் ஒரு முறையாவது இந்தப் பிள்ளைகளுக்கு நல்ல துணிமணி எடுக்க வேண்டும் என்றுதான் இந்த மதுரைப் பயணம்.

மதுரை விளக்குத்தூண் பக்கம் சென்று துணிமணிகளை வாங்கிக் கொண்டு திருப்தியாக வெளியே வந்தோம். நான் நினைத்தபடி ஐநூறு ரூபாயை மிச்சம் பிடித்ததில் எனக்கு மிகவும் மகிழ்ச்சி. மூன்று பையன்களுக்கும் ரெடிமேட் துணி எடுத்தபிறகு, மனைவிக்கு ஒரு சேலை எடுத்தோம். எனக்கு எதுவும் வாங்கிக் கொள்ளவில்லை. கையில் பணமிருக்கவே சாப்பிட்டுவிட்டுப் போகலாம் என்று எண்ணினேன். மனைவியும் அதற்கு மறுப்புச் சொல்லவில்லை. எங்கள் ஊருக்கு நேராகச் செல்லும் பேருந்து இனி மூன்று மணிக்குத்தான். இப்பொழுது மணி ஒன்றுதான் ஆகியிருந்தது. பக்கத்தில் இருந்த உணவகத்தில் சென்று உணவருந்திவிட்டு வெளியே வரும்போது,

"சார்... சார்... பசி எடுக்குது சார்... ஒரு அம்பது பைசா குடுங்க சார்... சார்..."

என் மூத்த மகனைவிட கொஞ்சம் பெரியவனாக இருப்பான். கிழிந்த சட்டை, கலைந்த முடி இப்படி வழக்கமாக பிச்சை எடுப்பவர் களின் கோலத்தில் இருந்த ஒரு பையன் எங்கள் பின்னே கெஞ்சிய படி வந்தான். 'பாவம் இந்தப் பையன். படிக்க வேண்டிய வயதில் இப்படி பிச்சை எடுத்துக் கொண்டு அலைகிறானே, இவனுடைய தாய்

தகப்பனுக்கும் சரியான வேலை எதுவும் கிடைக்கவில்லையோ என்னவோ? ஒரு வேளை தாய் தகப்பனே இல்லையோ என்னவோ? பசிக்குது என்கிறான். சரி ஒரு ரூபாய் கொடுக்கலாம்' என்றெண்ணி சட்டைப் பையிலிருந்து ஒரு ரூபாய் எடுத்துக் கொடுத்தேன். அவனுடைய முகத்தில் ஒரு சந்தோசம்.

"இந்த மாதிரி பையனுகளுக்கெல்லாம் குடுக்கவே கூடாது தெரியுமா? சின்னஞ்சிறுசுகள பிச்ச எடுக்க உட்டுட்டு தாயும் தகப்பனும் இவம் பிச்ச எடுத்துட்டு வாரத வாங்கிச் சாப்புட்டுக்கிட்டு ஒக்காந்து இருக்குதுங்க. இவனுக்கு பிச்ச போட்டா, இவனுக்கும் இதே தொழிலாப் போகும். இந்த வயசுல பிச்ச எடுக்கனும்னு இவந்தலைல எழுதி இருக்குது பாவம்" என் மனைவி கோபமாக ஆரம்பித்து பாவமாக முடித்தாள்.

"ஆமா இவந் தலைல எழுதி இருக்கு! யாரு எழுதுறது? எல்லாம் நம்ம எழுதுறதுதான். ஏங்கூட படுச்சவமெல்லாம் இன்னைக்கு கை நெறய்யாச் சம்பளம் வாங்கிக்கிட்டு சொகுசா இருக்கைல நாமட்டும் நாயி படாத பாடு பட்டுக்குட்டு இருக்கம்ல. அப்படித்தான். பாவம் இந்தப் பையன். நல்ல புத்திசாலியான பையனா இருப்பாம்னு நெனைக்கேன். அவங் கண்ணப்பாத்தாலே தெரியுது. நம்ம குடுக்குற இந்த ஒரு ரூவாய வச்சு என்னத்த வாங்க முடியும்? ஏதோ இப்பிடி ஒரு நாலு பேரு குடுத்தா எதுனாச்சும் வாங்கிச் சாப்புட்டுக்குவான்," மனைவியிடம் சொன்னேன்.

'துணிக்கடைல அவ்வளவு ரூபா செலவழிச்சுத் துணிமணி எடுத்தமே... மீதி ரூபா கூட இருக்குதே... கிறிஸ்துமஸ்க்கு நம்ம பிள்ளைகளுக்கு இவ்வளவு செலவு செய்யும்போது இந்தப் பையனுக்கு ஒரு டிரஸ் எடுத்துக் குடுக்கலாமெ... அட, ஒரு டிரஸ் எடுக்க வேண்டாம். நம்ம நல்லா வகுறு நெறய்யாச் சாப்புட்டுட்டு வரலை அந்தப் பையன் பாவம் பசிக்குதுன்னு சொன்னப்ப ரெண்டு இட்லி எதுனாச்சும் வாங்கிக் குடுத்துருக்கலாமெ... வெறும் ஒத்த ரூவாயக் குடுத்துட்டு வந்துட்டமே...'

'ஆமா இதுவே பெருசு. செலபேரு இதுகூட குடுக்கமாட்டாங்க. கஞ்சப் பெயலுக. அவெ அம்பது பைசாத்தானக் கேட்டான். நானு ஒரு ரூவா குடுக்கவும் அவனுக்கு ரொம்ப சந்தோசமாத்தான இருந்துச்சு. நானும் பெரிய பணக்காரனா என்ன? ஏதோ ஏந்தகுதிக்கு இம்புட்டுத் தான் செய்ய முடியும்.'

'பள்ளிக்கூடத்துல பிள்ளைங்ககிட்ட மட்டும் கிறிஸ்துமஸ் சமயத்துல நம்ம மத்தவுங்களுக்கு உதவி செய்யனும்னு வாய் கிழிய சொல்லிவிட்டு இப்ப இங்க ஒரு நல்ல வாய்ப்பு கெடச்ச பெறகும்

செய்யாமே வாரமே... அந்தப் பையனுக்கு ஒரு கால் சட்ட, ஒரு மேச்சட்ட எடுத்துக்குடுத்துட்டு, சாப்பாடும் வாங்கிக் குடுத்துட்டு வந்துருக்கலாம். சரி அடுத்த கிறிஸ்மஸ்க்கு கண்டிப்பா ஒரு கஸ்டப்படுற பையனுக்குச் செய்யனும்.' பேருந்து நிலையம் சென்று சேரும் வரையில் எனக்குள் பலவிதமான யோசனைகள்.

பேருந்து நிலையத்தில் போடப்பட்டிருந்த சிமெண்டு பெஞ்சில் நானும் என் மனைவியும் அமர்ந்து கொண்டோம். எங்கள் ஊர்ப் பேருந்து வருவதற்கு இன்னும் அதிக நேரம் இருந்தது. அங்கே அமர்ந்த படி சுற்றிலும் நடப்பதை வேடிக்கை பார்த்துக் கொண்டி ருந்தோம். அப்போது சற்று தூரத்தில் மக்கள் கூட்டமாக நின்று எதையோ பார்த்துக் கொண்டிருப்பதைக் கண்ட நான் அது என்னவென்று பார்ப்பதற்காக எழுந்தேன். உடனே, என் மனைவி சொன்னாள்.

"எங்க கௌம்பிட்டீங்க? பஸ்சு இப்ப வந்துரும். இங்ன இருந்தாத் தான் ஒக்கார எடம் புடிக்க முடியும். போயிட்டு சீக்கிரமா வந்து சேருங்க. அப்பிடியே இந்தப் பெயல்களுக்கு திங்கிறதுக்கு எதுனாச்சும் வாங்கிட்டு வாங்க. போன ஒடனே வந்து பையத்தான் பாப்பானுங்க."

நேராகப் பழக்கடைக்குச் சென்ற நான் கொஞ்சம் பழம் வாங்கிக் கொண்டேன். சின்னவனுக்குப் பால்கோவா மிகவும் பிடிக்கும் என்பதால் கால் கிலோ பால்கோவா வாங்கிக் கொண்டேன். அப்படியே அருகிலிருந்து கடையில் பிஸ்கட் பாக்கெட் இரண்டும், வெளியே இருந்த கடையில் அப்போதுதான் சூடாகப் போட்டுக் கொண்டிருந்த பத்து வடைகளும் வாங்கிக் கொண்டு வந்தேன். நேராக வந்து மனைவியிடம் கொடுத்துவிட்டு வேறு எதுவும் வேண்டுமா என்று கேட்டபோது, கொஞ்சம் பூ வாங்கிட்டு வரக் கூடாதா என்றாள். அவள் கேட்காமலே வாங்கிக் கொடுத்திருக்கலாமே என்றெண்ணிய படி அருகிலிருந்த பூக்கடையில் பூவை வாங்கிக் கொடுத்துவிட்டு கூட்டத்தைப் பார்க்கக் கிளம்பினேன்.

"இனி எங்க போறீங்க? அதான் எல்லாம் வாங்கியாச்சே. பஸ்சு வந்துர போகுது. இங்ன ஒக்காருங்க. சொல்லச் சொல்லப் போறதப் பாரு." என்று என் மனைவி சொல்லிக்கொண்டிருக்கும் போதே கூட்டத்தை நோக்கிச் சென்றேன்.

பல ஊர்களிலிருந்தும் வந்த மக்கள் சுற்றி நின்று வேடிக்கை பார்க்க நடுவில் ஒரு பெண் கழுத்தைச் சுற்றி ஒரு மேளத்தைத் தொங்க விட்டுக் கொண்டு அதை அடித்துக்கொண்டிருந்தாள். அவளுக்கு அருகே வாட்டசாட்டமான ஒரு ஆண் அந்த மேளச் சத்தத்திற்கு ஏற்றபடி ஆடிக்கொண்டே கையில ஒரு நீண்ட சவுக்கை வைத்து தன்

முதுகிலே ஓங்கி அடித்துக் கொண்டிருந்தார். முதுகில் இரத்தம் வழிந்து கொண்டிருந்தது. ஒரு காலில் பேண்டை முழங்கால் வரை தூக்கிவிட்டிருந்த அவர், மேலே சட்டை எதுவும் போடவில்லை. இப்படி பல இடங்களில் அடித்து அடித்தோ என்னவோ முதுகில் ஆங்காங்கே காய்த்துப் போனதுபோல் தெரிந்தது. வியர்த்து ஒழுகியது. முதுகிலும் கைகளிலும் மாறி மாறி அடித்துக் கொண்டிருந்தார். கால்களில் கட்டியிருந்த சலங்கை, அவரது ஆட்டத்திற்கு ஏற்ப 'சல்', 'சல்' எனக் குலுங்கியது. அவருக்குப் பக்கத்திலேயே மற்றொரு சிறுவன் அவரைப் போலவே பேண்ட் மட்டும் அணிந்து கொண்டு மேலே சட்டை எதுவும் போடாமல் சின்ன சவுக்கு ஒன்றை வைத்துக்கொண்டு பளார் பளார் என்று அவனது முதுகில் அடித்துக்கொண்டிருந்தான். அவனும் கால்களில் சலங்கை கட்டிக்கொண்டு மேளச் சத்தத்துக்கு ஏற்ப கால்களை மாற்றி மாற்றிப் போட்டு ஆடிக்கொண்டிருந்தான். ஆடிக்கொண்டே அடித்தான். அடித்துக்கொண்டே ஆடினான். அவன் கால்களிலும் கைகளிலும் இருந்த வேகத்தையும் அவனது அம்மா அடித்த மேளத்துக்கு ஏற்றபடி அவன் ஆடிய ஆட்டத்தையும் அனைவரும் ரசித்தார்கள். என்னால் அதை ரசிக்க முடியவில்லை.

'இதென்ன பொழப்புன்னு இப்பிடிப் போட்டு ஒடம்ப ரண மாக்கிட்டு கெடக்காங்க! இந்த ஆளோட ஒடம்பு நல்லாத்தானே இருக்குது. எதுனாச்சும் வேல செஞ்சு பொழைக்கலாமெ... இவரு சாட்டைய வச்சுக் கொடூரமா அடிச்சுக்குறது மட்டுமில்லாமெ இந்தச் சின்னப் பையனயும் இப்பிடி போட்டு உசுர எடுக்காங்களே... சே... இந்த மத்தியான வெயிலுல இப்பிடி வேர்த்து ஒழுகைல இப்பிடித் தோலப் பிச்சுக்குற மாதிரி அடிச்சுக்கிட்டு... பாக்கவே ரொம்பக் கண்றாவியா இருக்குது. இதவேற இம்புட்டுப் பேரு சுத்தி நின்னு வேடிக்க பாத்துக் கிட்டு இருக்கோம்! ஒரு மனுசன் அவனப் போட்டு அடுச்சுக் காயப் படுத்துறத இம்புட்டுக் குரூரமா பார்த்து ரசிக்கிறத நெனைக்கைல என்னமோ மாதிரி இருக்குது. அதுலயும் அந்தச் சின்னப் பையனப் பாத்தா நெஞ்சே கனத்துப் போகுது."

எனக்குள் மண்டிய பலவித சிந்தனைகளோடு கூட்டத்தில் இருந்தவர் களை ஒருமுறைச் சுற்றிப் பார்த்தேன். பலவிதமான முகங்கள், பல விதமான முகபாவனைகள், கூட்டத்தின் முன் பகுதியில் நின்ற சிறுவனைப் பார்த்ததும் அவனை அடையாளம் கண்டு கொண்டேன். கொஞ்ச நேரத்துக்கு முன்னால் என்னிடம் பிச்சை கேட்ட சிறுவன்! இவன் இங்கே என்ன செய்கிறான் என்றெண்ணியபடி ஆட்டத்தை விட்டு விட்டு அவனைப் பார்த்துக்கொண்டிருந்தேன்.

அடித்துக் கொண்டிருந்த அந்தச் சிறுவனையே அவன் பார்த்துக் கொண்டிருந்தான். அவன் முகம் சஞ்சலப்படுவது போல எனக்குத் தோன்றியது. அந்தச் சிறுவனுக்கும் இவனுக்கும் ஏறக்குறைய ஒரே வயதுதான் இருக்கும். இடையிடையே சிலர் அந்தப் பெண் அருகே விரித்து வைக்கப்பட்டிருந்த துணியில் சில சில்லறைக் காசுகளைத் தூக்கி எறிந்துவிட்டுச் சென்றார்கள். அவள் மேளத்தை அடித்துக் கொண்டே கூட்டத்தைச் சுற்றி சுற்றி வந்தாள். சிறிது நேரம் சென்றபின் அந்தச் சிறுவனும், அவனது அப்பாவும் சாட்டையால் அடிப்பதை நிறுத்திவிட்டு கூட்டத்தைச் சுற்றி வந்து வேறு சிலர் வெறுமனே கையை விரித்தார்கள்.

என்னிடம் பிச்சை எடுத்த சிறுவன் நேராக உள்ளே சென்றான். சாட்டையால் அடித்துக்கொண்டிருந்த அந்தச் சிறுவனிடம் சென்று அவன் கையைப் பிடித்தான். அன்று அவன் பிச்சையெடுத்து வைத்திருந்த அத்தனை காசையும் அவன் கையில் கொடுத்துவிட்டு கூட்டத்தோடு கூட்டமாகப் போய்விட்டான்.

என் நெஞ்சில் சுரீரென சாட்டையடி விழுந்தது போல் இருந்தது.

குங்குமம், பிப்ரவரி 2006.

முள்வேலி

மலையப்பனுக்கு திடீர்னு நடக்க முடியல. பஸ்ஸ்டாண்டுக்கு டீ குடிக்க நடந்து போனவன சைக்கிளில் உக்கார வச்சுத் தள்ளிக்கிட்டு வந்தாக. அவனப் பாத்து எல்லாருமே பரிதாபப்பட்டாக. ஆனா எனக்கென்னமோ அவம்மேல பரிதாபமே வரல்ல. வழக்கம் போல குடுச்சுப் போட்டுத் தான் தெருவுல கெடந்தவன தூக்கியாராங்கன்னு நெனச்சேன். அதுனால நானு யாருக்கிட்டயும் அவனப் பத்தி விசாரிச்சுக்கல. அவனத் தூக்கியாரும்போது சாயங்காலம் ஆறு மணி இருக்கும். ஏழு மணி போல நானு மாடிக்குப் போயி காலார நடந்துக் குட்டு இருக்கைல கெழக்க காவாப்பக்கம் மலையப்பனப் பாத்தேன். கூனக்கெழவங் கணக்கா குனுஞ்சுக்கிட்டு, இடுப்ப ரெண்டு டைட்டா புடுச்சுக்கிட்டு குன்னிக் குன்னி நடந்து போனான். இப்பத்தான் செத்த முன்னாடி சைக்கிள்ள வச்சுத் தூக்கியாந்தாக. இப்ப இப்படி நிமுர மாட்டாமெ போறானேன்னு ஆச்சரியமா அவனப் பாத்தேன். அவனால நிமுர முடியல. குனுஞ்சு நின்னுக்கிட்டே வேட்டிய மேலாமத் தூக்கிக்கிட்டு ஒன்னுக்கிருக்கப் போனான். நானு சட்டுனு வேற பக்கம் திரும்பிக்கிட்டேன்.

மலையப்பன் மட்டுமில்ல. எங்கெங்க இருந்து வர்ர ஆம்பளை கள்ளாம் இங்னக்குள்ள வந்துதான் வேட்டியத் தூக்கிடுறானுக. ஏ வீடு கடேசி வீடுங்கறதுனால அவுகளுக்கு ரொம்பச் சவுகரியமாப் போச்சு. ஆம்பளைக எங்குன்னாலும் நாயிகணக்கா தூக்கிக்கிட்டு ஒன்னுக்கிருப்பானுக. பொம்பளைக பாத்துட்டு ஒதுங்கிப் போகனும். ஆனா பொம்பளைக ஒரு ஆத்துர அவசரத்துக்குக்கூட எங்குனக் குள்ளயும் குத்தவைக்க முடியாது. அப்பிடியே ரொம்பா அவசரம்னா காலு வழியா மோளவேண்டியதுதான். அதுகூட செல பேராலதான் சீலைலபடாமெ மோள முடியுது. மத்த பேருக்கெல்லாம் எப்பிடித் தான் மோண்டாலும் சீலை நனஞ்சுரும். ஊர்ல தாயம்மா பாட்டி நின்னபடியே லேசா முன்னால சாஞ்சுக்கிட்டு சீலைல லாவகமாத் தூக்கிப் புடுச்சுக்கிட்டு இத்தினிக்கூட சீலைல படாமெ, ஒன்னுக்கிருப்பா. அவா ஒன்னுக்கிருக்கான்னு யாருக்கும் தெரியாது. அது அவளுக்குக்

கைவந்த கலைன்னுதான் சொல்லனும். ஆம்பளைகளுக்கு அப்படியில்ல, எங்கனாலும் லொங்காமெ மோளுவானுக. அவனுகளுக்கு அம்புட்டுச் சுதந்திரம். இவனுக்கென்ன கேடு இப்படி குன்னிக்கிட்டுத் திரிறான். குடி போதை சாஸ்தியாச்சு போல. நெனச்சுக்கிட்டே கீழ எறங்கி வந்துட்டேன். மறுநாளு காலைல தெருக்குழாயில தண்ணி புடிக்கும் போது எல்லாரும் மலையப்பனப் பத்திதான் பேசிக்கிட்டு இருந்தாக, அதக் கேட்ட பெறகுதான் எனக்கு விசயமே புருஞ்சது.

மலையப்பனுக்கு ஒன்னுக்கிருக்க முடியலையாம். ஒன்னுக்கிருந்து மூனு நாளாச்சாம். அதுனாலதான் அவனால நிமுந்து நடக்க முடியலையாம். அடிவகுத்துல பயங்கரமான வலியாம். துடியாத் துடிக்கானாம். அவனோட வெரக்கொட்ட ரெண்டும் பெரிய பந்து கணக்கா வீங்கிப் போயி செக்கச் செவேர்னு இருக்காம். உள்ளூரு ஆஸ்பத்திரிக்குக் கொண்டுட்டுப் போனா பாக்க முடியாதுன்னு சொல்லிட்டாங்களாம். இன்னைக்குக் காலைல காரு வச்சு டவுனு ஆஸ்பத்திரிக்குக் கொண்டு போயிருக்காகளாம். எல்லாரும் உச்சு உச்சுன்னு சவுண்டு எழுப்பி பரிதாபப்பட்டுக்கிட்டாங்க. ஆனா எனக்கென்னமோ அப்பக்கூட அவெம்மேல எரக்கமே வரல்ல. நானு ஏம்பங்குக்கு எதுனாச்சும் சொல்லாட்டி எதுனாச்சும் நெனச்சுக்கிருவாகளேன்னு சத்தம் போடாமெ வீட்டுக்குள்ள வந்துட்டேன்.

உள்ள வந்ததுலருந்து மலையப்பனோட பொண்டாட்டி கனியம்மாளயே நெனச்சுக்கிட்டு இருந்தேன். இப்ப கனியம்மா என்ன முடிவு எடுத்துருப்பா... அவங்கூட ஆஸ்பத்திரிக்குப் போயிருப்பாளோ... அப்பிடிப் போயிருந்தா என்ன மனசோட போயிருப்பா... போகாமெ நின்னுருப்பாளோ... அவா நின்னாலும் மத்தவுக அவள நிக்க உடுவாகளா... மத்தவுகளோட பேச்சுக்கும், ஏச்சுக்கும் பயந்துக்குட்டு போயிருப்பாளோ... சே... அவங்கூட யாரு போயிருக்கான்னு கேக்காமெ வந்துட்டமேன்னு தோணவும் வேகமா வெளிய வந்தேன்.

மலையப்பன் வீட்டுக்கு எதிர்வீட்டுல இருக்குற சந்திரா நின்னுக்கிட்டு இருந்தா. அவாகிட்ட கேட்டேன்.

"மலையப்பன எந்த ஆஸ்பத்திரிக்குக் கூட்டிக்கிட்டு போயிருக்காக? அவருகூட யாரு போயிருக்காக?"

"அவருக்கு கிட்னி பெயிலாப் போச்சாம். அத்தோட கொடலு வேற கீழாமெ எறங்கிப் போச்சாம். அதென்னமோ எரனியாவும்ல? அந்த நோயும் வந்துருக்காம். பொழைக்குறது கஸ்டமாம். ஒன்னுக்கே

போகலன்னா எப்பிடிக்கூடி பொழைக்க முடியுமா? அந்தண்ணனப் பாத்தாப் பாவமா இருக்கு. டவுனு ஆஸ்பத்திரின்னு சொன்னாக. ஆனா எந்த ஆஸ்பத்திரின்னு தெரியல. அந்தக்கா கன்னியம்மாதான் கூடப்போயிருக்காக. வேற யாரு போவா? அவுக போகாட்டி இந்த ஊரு ஒலகம் அவுகளச் சும்மா உட்டுருமா?" கேள்வியோட முடுச்சா சந்திரா.

"இந்த பத்து வருசமா அவுகென்ன புருசம் பொண்டாட்டியாவா இருந்தாக? அந்தக்கா அந்தாள உட்டுட்டு தனியாத்தானெ கெடந்தாக. அப்பயெல்லாம் இந்த ஊரும், ஒலகமும் எங்க போனாக? இப்ப மட்டும் வருஞ்சு கெட்டிட்டு வந்துடுறாக. என்ன கேட்டா அந்தக்கா அவங்கூட போயிருக்கக் கூடாது." நாஞ்சொல்லவும், சந்திரா மட்டுமில்ல அங்ன நின்ன அம்புட்டு பேரும் ஒரு தினுசாப் பாத்தாக.

"அதெப்படி செல்வி போகாம இருக்க முடியும்? என்னதான் இருந்தாலும் புருசனுக்கு ஒன்னுன்னா பொஞ்சாதிக்குப் பதறத்தான செய்யும். அவுக ஆயிரம் வருசம் பிருஞ்சு கெடந்தாலும் அந்தப் புருசன், பொஞ்சாதிங்கிற ஒறவு இல்லன்னு ஆகிடுமா? புருசன் இல்லன்னா இங்க பொம்பளைக்கு என்ன மதிப்பு, மரியாதை இருக்குன்னு சொல்லு. அவெ நொண்டியோ, சண்டியோ, கூனோ, குருடோ ஒரு ஆளாக் கெடந்தாம்னா அவளுக்கு ஒரு மதிப்புத்தான். அதான் கனியம்மா எல்லாத்தையும் மறந்துட்டு கூடப் போயிட்டா." அஞ்சலப்பாட்டி சொன்னத அம்புட்டுப் பேரும் ஆமோதிக்கிர மாதிரி அமைதியா இருந்தாக. நாந்தான் அந்த அமைதியக் கலச்சுப் பேசுனேன்.

"கனியம்மா இந்தாளுக்கு வாக்கப்பட்டு வந்த நாளுலருந்து அவா எப்பேர்ப்பட்ட வாழ்க்க வாழ்ந்தான்னு நம்ம எல்லாத்துக்குமே நல்லாத் தெரியும். தெருஞ்சுக்கிட்டே இப்பிடிப் பேசுறது நல்லாவா இருக்கு? அந்தக் குடிகாரங்கிட்ட அவா பட்டபாடு கொஞ்சநஞ்சமில்ல. ஒரு நாளாவது அவங்கிட்ட அடிவாங்காத நாளுண்டா? இதே தெருவுல எத்தன தடவ அவள சீலைய உருவிட்டு செறகா கம்புட்டயே அடுச்சுருக்கான்? யாராச்சும் அவன வெலக்கிட்டு அவள காப்பாத்த முடிஞ்சுச்சா? அம்புட்டுச் சித்திரவதையையும் அனுபவிச்சுட்டு கடைசில அதுக்குமேல தாங்கமுடியாமத்தான அவா அவன உட்டுட்டு வெலகிப் போயிட்டா. அதுக்கும் அவள அவுசாரின்னு சாட்டிட்டு வஞ்சான். அந்தாள உட்டுட்டு தனியாப் போன பெறகுதான் நிம்மதியா இருக்கேன்னு அவளே அடிக்கடி சொல்லி இருக்கா. தாலி கட்டினதுனால மட்டும் புருசன் பொண்டாட்டி கெடையாது. மனசுல பாசம், ஒறவு,

மதிப்பு, மரியாத இருந்தாத்தான் அந்தக் கயித்துக்கும் மதிப்பு. இல்லன்னா அது வெறுங்கயிறுதான்னு இதே அஞ்சலக் கெழவி எத்தன தடவ சொல்லி இருக்கா. இப்ப என்னமோ ஆயிரம் வருசம் பிருஞ்சாலும் அப்பிடித்தான் இப்படித்தான்னு அவாபாட்டுக்கு அளக்குறா."

"ஆமா சொன்னேந்தான். யாரு இல்லன்னா இப்ப? என்னதான் இருந்தாலும் வாழ்வா, சாவான்னு வரும்போது பழச மறக்கத்தான் வேணும். போயிப் பாக்கத்தான் வேணும். பொம்பளையா பெறந்த பெறகு வேற என்ன செய்ய முடியும்?"

இதுக்கு மேல அவுககிட்ட பேச எனக்குப் பிடிக்கல.

"அதெப்படி பழசெல்லாம் ஒடனே சட்டுனு மறந்து போக முடியும்? கன்னியம்மா அவா புருசனப்பத்திச் சொன்னதை எல்லாம் இப்ப நெனச்சுப் பாத்தாலும் அந்தாளச் சாவடிக்கனும்னுதான் தோணும். கலியாணமாகி மொதல் நாளுலருந்தே அவா யாருட்டப் பேசுனாலும் சந்தேகம். அசிங்க அசிங்கமா பேசி அடிதடி. கால்காசு சம்பாதிச்சு கொண்டாந்து குடுக்காட்டாலும், இவா எதுனாச்சும் கூலி வேல செஞ்சு வாங்குற காசையும் புடுங்கிட்டுப் போயி ஊத்திக்கிட்டு வந்து மாட்ட அடிக்கிற மாதிரி அடிச்சு தொவச்சு எடுப்பான். அவங்கூட வாழ்ந்த சாட்சிக்குப் பெறந்தது ஒரு பொம்பளப் பிள்ளை. அதக்கூட யாருக்கோ பெத்தான்னு வாய் கூசாமச் சொல்லி அடிப்பான். அந்தப் பிள்ளையையும் அவதான் வளத்து, ஆளாக்கிட்டு வாரா. கண்ணெதுர இம்புட்டையும் பாத்த இந்த பொம்பளைகளே இப்படிச் சொல்றாகளே. இவளுக வாயிக்குப் பயந்துதான் அவா போயிருப்பா. சே... எப்படித்தான் மனசக் கல்லாக்கிட்டு போறது? அந்தாளு மொகத்துல முழுச்சு, அவங்கூட இருந்து அவனுக்கு பணிவிடை செய்றது? அவனுக்கு அதுக்கு என்ன தகுதி இருக்கு? இப்படியே இந்தாளு செத்துப் போனாக்கூட அவா என்னைக்கும் நிம்மதியா இருந்துட்டுப் போவா. இந்த மஞ்சக் கயத்த ஒன்னக் கட்டிட்டுத்தான காலம்பூராம் கொத்தடிமைக் கணக்கா இருக்க வேண்டியதா இருக்குது."

மலையப்பனுக்கு ஆபரேசன் நல்லபடியா முடுஞ்சு பொழச்சுக் கிட்டாம்னு சொல்லிக்கிட்டாக. இது அவனுக்கு மறுஜென்மம்னு சொல்லி சந்தோசப்பட்டாக. மனுச ஜென்மமே இல்லாத அவனுக்கு மறுஜென்மம் என்ன வேண்டிக்கெடக்குன்னு ஏம்மனசுக்குள்ள தோணுனத வெளிய சொல்ல முடியல.

கிட்டத்தட்ட ஒரு வாரம் கழுச்சு மலையப்பன மறுபடியும் கார்ல வச்சு வீட்டுக்குக் கொண்டாந்தாக. கார்ல இருந்து எறங்கைல ரெண்டு ஆம்பளைக போயி மலையப்பனக் கைத்தாங்கலாப் புடுச்சாக. அவனுக்குப் பின்னாடியே கனியம்மாளும் எறங்குனா. மலையப்பன மெதுவாப் புடுச்சு வீட்டுக்குள்ள கூட்டியாரச் சொல்லி கனியம்மாள்ட்ட சொன்னாக. அவா அதக்காதுல வாங்காதது மாதிரி காருக்குள்ள இருந்த வயர்க்கூடையை எடுத்துக்கிட்டு விறுவிறுன்னு வீட்டுக்குள்ள போனா. அவா போன வேகத்தப் பாத்து அவா எம்புட்டு வேண்டா வெறுப்பா அவங்கூட போயிட்டு வந்துருக்கான்னு புருஞ்சுக்கிட்டேன். அவாகூட பேசுறதுக்கு சரியான நேரம் பாத்துக்கிட்டு இருந்தேன். ரெண்டுமூணு நாளா அவ வெளியவே காணோம். பாவம், அந்தாளக் கவனிக்கவே நேரம் சரியா இருக்கும்போலன்னு நெனச்சுக்கிட்டேன்.

இதுக்குள்ள அக்கம்பக்கத்துல இருந்த எல்லாரும் மலையப்பன் வீட்டுக்குப் போயி அவனப் பாத்து விசாருச்சுட்டு வந்தாக. எனக் கென்னமோ அப்பிடி அவனப் போயி பாத்துட்டு வரப்பிடிக்கல. எவ் வீட்டுக்கு எதிர்வீட்டுக்காரங்க போம்போது என்னையும் கூப்புட்டாங்க.

“வாங்கக்கா, கூட்டத்தோட கூட்டமா நம்மளும் போயிப் பாத்துட்டு வந்துரலாம். அம்புட்டுப் பேரும் போயிப் பாத்துட்டு வந்துட்டாக.”

அவுங்க கௌம்பும்போது என்னையும் வந்து கூப்புடவே எனக்கு என்ன செய்றதுன்னு புரியல. வரமாட்டேன்னு சொன்னா அதுவே பெரிய விசயமாப் போயிரும். போகவும் புடிக்கல. இவுக போறவுக அவுகப்பாட்டுக்குல போயிப்பாத்துட்டு வரவேண்டியதுதான. நம்மளவேற கூப்புட்டு இக்கட்டுல மாட்டி உடுறாக. என்னமோ எனக்கு உதவி செய்றதா இவுகளுக்கு நெனப்பு. நாம் படுற சங்கடம் இவுகளுக்கு எங்க தெரியப் போகுது. வேற வழியில்லாம நானும் அவுகளோட கௌம்பிப் போனேன். அப்பிடியே கனியம்மாளையும் பாத்துரலாம்னு நெனச்சேன். அவுகதான் எல்லாம் விசாருச்சாக. நானு கம்முனு நின்னுக்கிட்டு இருந்தேன். கனியம்மா எங்குட்டாச்சும் கண்ணுல தட்டுப்படுறாளான்னு பாத்தேன். அவா ஆளு அரவமே இல்ல. செத்த நேரம் நின்னுட்டு அவுகளோடயே நானும் கௌம்பி வீட்டுக்கு வந்துட்டேன். வார வழிலதான் கேட்டேன்.

“கனியம்மாள வீட்டுல காணுமே. எங்க போயிட்டா? நானும் அவளப் பாக்கனும் பாக்கனும்னு இருக்கேன். பாக்கவே முடியலையே...”

“அந்தக் கொடுமைய ஏங்கேக்குற, அவாள்ளாம் ஒரு பொம்பளையா? அவன அறுத்து, தச்சுக் கொண்டாந்து போட்டுட்டு ஒடனே கெளம்பிப் போயிட்டாளாம். இங்ன இருந்து கொஞ்சம் ஒத்தாசையா இருக்கலாம்ல? வந்ததும் வராததுமா ஓடிப்போயிட்டா.”

“யாருக்கு ஒத்தாசை?”

“யாருக்கா? அவா புருசனுக்குத்தான். கட்டுன பொண்டாட்டிக்கு அக்கர வேண்டாமா?”

“அதான் வீட்டுல அவுகம்மெ இருக்கா. அவனோட அண்ணந்தம்பி, அக்கா, தங்கிச்சின்னு அம்புட்டுப் பேரும் இருக்காகள்ள, பின்ன என்ன? அம்புட்டுப் பேரு இருக்கைல இவா என்னத்துக்கு? இவ்வளவு தூரம் செஞ்சதே பெரிய காரியம். நானா இருந்தா ஆஸ்பத்திரிக்கே போயிருக்க மாட்டேன். இப்ப கனியம்மா எங்க போயிட்டாளாம்.”

“ம்.... பெத்த தகப்பன் சாகப் பொழைக்க கெடக்கான். அவம்பெத்த பொண்ணக் கூட்டியாந்து தகப்பனப் பாக்க உடல. ஏதோ கடனுக்கு வந்துட்டு, ஒடனே பொண்ணு தனியா இருக்கான்னு சாக்குப்போக்குச் சொல்லிட்டு கெளம்பிட்டான்னு சொல்லிக்கிட்டாக. நம்ம என்ன கிட்ட இருந்து பாத்தமா என்ன? நாலுபேரு சொல்லக் கேள்விப் படுறதுதான். இனியாச்சும் பொண்ணக் கூட்டியாந்து புருசங்கூட இருந்து வாழலாம்ல?”

“அப்ப ஒடம்புல ரத்தம் நல்லா இருக்கும்போதெல்லாம் குடுச்சு கும்மாளம் போட்டு ஆடிட்டு, ரத்தம் சுண்டிப் போகவும் பொண்டாட்டி வந்து கவனிச்சுக்கனுமாக்கும்? நல்லா நாயஞ்சொல்ற நீயி. கனியம்மா எடத்துல ஒனிய வச்சுப் பாரு. அப்ப இப்பிடிப் பேச மாட்டெ. அப்பிடியே கனியம்மா வந்துட்டாலும் என்ன சொல்வீக? இங்க பாரு. மழ எப்ப பெய்யும்; வழுக்கல் எப்பெ வழுக்கும்னு இதான் சாக்குன்னு வெக்கமில்லாமெ வந்து வீட்டுக்குள்ள உக்காந்துட்டான்னு சொல்வீக. நரம்பில்லாத நாக்குன்னு சும்மாயா சொன்னாக.”

“சே, சே. அப்பிடியெல்லாம் ஒருத்தரும் சொல்லமாட்டாக.”

“ஆமா சொல்லமாட்டீக. ஒரு கலியாணத்துல கனியம்மா தலைல பூ வச்சதுக்கே எவளோ சாடமாடையாச் சொன்னாளாம், ‘புருசன் வேண்டாமாம்; ஆனா பூ மட்டும் வேணுமாம்.’ கனியம்மாளும் சும்மா உடல. பதுலுக்கு நல்லாச் சொல்லியிருக்கா, ‘பூவு நானு சின்னப்

புள்ளயா இருக்கைல இருந்து வச்சுட்டு வாரேன்; புருசன் இப்ப எடவழில வந்தவன்."

பேசிக்கிட்டே வீடு வந்து சேந்துட்டேன். வீட்டுக்கு வந்தப் பெறகு ஏந்தான் அந்தாளப் பாக்க போனோம்னு இருந்துச்சு. இப்பிடித்தான். வாழ்க்கைல நெறையா விசயங்கள் நமக்குப் பிடிக்காமலே நாம செய்ய வேண்டியதா இருக்கு. நல்லதுக்கோ, கெட்டதுக்கோ. இப்பிடி மனசுக்குள்ள ஒன்ன வச்சுக்குட்டு வெளில வேற மாதிரி பாவலா பண்ண வேண்டியிருக்கு. கனியம்மாகூட இப்பிடித்தான். மனசு புடிக்காமத்தான் போயிருப்பா. பாவம் அவா, அவா மட்டுமா பாவம்? எல்லாருமே பாவப்பட்ட சென்மங்களாத்தான் இருக்கோம். அவள எப்பிடியாச்சும் பாத்துப் பேசனும்னு நெனச்சேன். ரெண்டு நாளுக் கழுச்சு அவளச் சந்தைல வச்சுப் பாத்தேன். அவளும் என்னப் பாத்து பேசனும்னு இருந்ததாச் சொன்னா. நாங் கேக்க முன்ன அவளாச் சொன்னா.

"அந்த நாரப் பெயலுக்கு முடியாமப் போச்சுன்னு ஏங்கிட்ட வந்து எதுக்குச் சொல்லனும்? அவெஞ் சாவகாசமே வேண்டாம்னு நானு ஒதுங்குனப் பெறகு, இந்தப் பத்து வருசகாலமா எதையுமே கண்டுக்காமெ இப்ப மட்டும் ஏங்கிட்ட எதுக்கு வரனும்? மனச ரணமாக்கி, கொன்னு போட்டப் பெறகு இவனக் கவனிக்க எனக்கு எப்பிடி மனசு வரும்? இந்தக் கயிறு ஒன்னு ஏங்கழுத்துல கெடக்குறதுனால இவனுக்கு நாம்போயி பீ மோத்தரம் அள்ளி செமக்கனுமா? கண்ணு முழுச்சுக் கெடந்து இவனக் கவனிக்கனுமா? இந்த நெலமைல நாங்கெடந்தம்னா இவெ வந்து எனியக் கவனிப்பானா? செத்துத் தொலஞ்சாம்னா இந்தக் கவுத்த அறுத்து வீசிட்டு ஏம்பாட்டுக்கு இருப்பேன். அம்புட்டுப் பேரும் பொழைக்க மாட்டாம்னு சொன்னாக. இவனா சாவான்?"

"நீயி எதுக்குப் போன?"

"இவளுக வாய்ல விழவேண்டாம்னுதான் போனேன். ஓங்கிட்ட சொல்றேன். எனக்குப் போகவே இஸ்டமில்லதான். சரி போ. இவந்தான் மனுசத் தன்ம செத்தவன். ஏங்கிட்ட மனுசத்தன்ம இன்னும் சாகலியே... சாகுறானோ, பொழைக்குறானோ. முடியாமக் கெடக்குறவுகளுக்கு உதவி செய்யமாட்டமா? அப்பிடிச் செய்துட்டு வருவம்னுதான் போனேன். போனதுனால எனக்குஞ் செலவுதான். இப்பக்கூட அவனுக்கு எம்புட்டு அதிகாரமும், ஆணவமுங்ற!"

"சாகட்டும்னு சொல்ற. பெறகு ஏம்போயிக் காப்பாத்துன?"

"சத்தியமாச் சொல்றேன். இத உங்கிட்டதான் சொல்ல முடியும். மத்தவுக கிட்டச் சொல்ல முடியாது. இதுதான் உண்மெ. அவெம் பொழச்சு எழுந்துருச்சு வரனும்னு எனக்குத் துப்பரவா ஆசையே கெடையாது. ஆனா ஒன்னே ஒன்னுமட்டுந்தான் ஏம்மனசுக்குள்ள ஓடுச்சு" ஏங்காதோரம் மெதுவாச் சொல்லிட்டு நிப்பாட்டுனா.

"என்னது?"

"என்ன தெரியுமா? இவஞ்செத்துப் போனாம்னா, இந்த ஊரு ஒலகத்துல எனிய முண்டச்சின்னு சொல்லி, எந்த ஒரு நல்ல காரியத்துலயும் பங்கெடுக்க உடாமெ ஒதுக்கி வச்சிருவாங்களேங்ற எண்ணந்தான் என்னைய வேதனப்படுத்துச்சே தவுர, வேறெந்த கவலையும் எனக்கில்ல.

"அதாவது ஊர்ல ஒரு பழமொழி சொல்வாகளே…"

"என்ன பழமொழி?"

"வெயிலுக்குப் பயந்துக்குட்டு வெந்நிப் பானைக்குள்ள விழுந்தது கணக்கா."

கனியம்மா கம்முனு இருந்தா.

அணங்கு, மார்ச் – ஆகஸ்ட், 2007

சாமியாட்டம்

என்னைக்குமே இல்லாத ஒரு சந்தோசத்தோட அன்னலச்சுமி வந்து ஒக்காரவும், கரண்டுக் கம்பத்துக்கு அடியில ஒக்காந்து பேசிக் கிட்டு இருந்த அம்புட்டு பேத்துக்கும் ஆச்சரியமாத்தான் இருந்துச்சு. அவ மொகத்துல அப்பிடி ஒரு சிரிப்பு! பெரிய சாதன பண்ணிட்டு வந்துட்ட மாதிரி மொகத்துல பெரும பொங்கி வழிஞ்சது. இம்புட்டு நாளா இல்லாத ஒரு அசாத்தியமான நம்பிக்கையும், துணிச்சலும், உறுதியும், வீராப்பும் அவளோட அங்கமெல்லாம் பிரவாகமா பொங்கிச் சிந்துனத அவளால மறைக்கவோ, கட்டுப்படுத்தவோ முடியல. அவளும் அதக் கட்டுப்படுத்தணும்னு எந்த பிரயாசயும் எடுக்கல. அவகூட வந்து ஒக்காந்த மாரியம்மாளும் சிருச்சுக்கிட்டே இருந்தா.

மாரி, அன்னத்துக்குப் பக்கத்து வீடு. ஒரே வீட்டத்தான் எடையில கட்டையா ஒரு செவத்த வச்சு பிரிச்சு மாரிக்கும் அன்னத்துக்கும் வாடகைக்கு உட்டுருந்தா வீட்டுக்குச் சொந்தக்காரம்மா பர்வதம். பேருக்கு ஏத்த மாதிரியே அந்த அம்மா பெரிய ஒடம்புக்காரி. ஒடம்புதான் பெருசுன்னா அவ வாயி அதுக்குமேல பெருசு. ரெண்டு வீட்டுக்கும் எடையில ஒரே செவுருங்குறதுனால வீட்டுக்குள்ள என்ன நடந்தாலும் ரெண்டு பேத்துக்கும் தெரியும். ஒழிவு மறவுன்னு ஒன்னுமே கெடையாது. வீட்டுச் செவுரு அன்னலச்சுமி ஒசரங்கூட இருக்காது குனுஞ்சுதான் போகணும்; குனுஞ்சுதான் வரணும். ஏழெட்டு வருசத்துக்கு முன்னால மேஞ்ச கூரைங்கறதுனால மழ பேஞ்சா வள்ளுசா ஒழுகும். இதுக்கு மாசம் நூத்தி அம்பது ரூவா வாடக. அடுத்த மாசத்துல இருந்து வாடகைய எரநூறு ரூவாயா ஒசத்தப் போறதா பர்வதம் சொல்லி யிருக்காளாம். ஊருக்குள்ள வேற எங்க போனாலும் இதவிட கொறஞ்ச வாடகைக்கு வீடு கெடைக்காது. இந்த வாடக கட்டுறதுக்குள்ளயே அவுகளுக்குப் போதும் போதும்னு ஆகுது. வேற வழியில்லாம ஏதோ பேருக்கு ஒரு வீடுன்னு இதுல குடியிருக்காக. இத உட்டா அவுகளுக்கு வேற கெதி இல்லன்னு பருவதத்துக்குத் தெரியும். அதுனால அவுக ரெண்டு பேத்தயும் வேலைக்காரிக மாதிரியே நடத்துவா. பர்வதம் வீட்டு வேலைகள்ளாம்கூட அன்னமும், மாரியுந்தான் செஞ்சாகணும். அவளுக்கு முன்னாடி அஞ்சி ஒடுங்கி வேலை செஞ்சுட்டு அவளுக்குப் பின்னால ரெண்டு பேரும் மொணங்கிக்கிட்டே இருப்பாக. பர்வதத் தோட கண்ணுலருந்து எப்பப் பாத்தாலும் கண்ணீரு ஒழுகிக்கிட்டே

இருக்கும். அதுனால அன்னலச்சுமி அவளுக்கு அழுத கண்ணின்னு பேரு வச்சுருந்தா. இது மத்த யாருக்கும் தெரியாது. பர்வதம் காதுக்கு எட்டுச் சுன்னா அம்புட்டுத்தான் அன்னலச்சுமியும் மாரியும் அவுகளுக்குள்ள பேசும்போது மட்டும் அழுதகண்ணி, அழுதகண்ணின்னு பேசிக்கிருவாக.

பர்வதத்தோட புருசன் பத்து வருசத்துக்கு முன்னால பாம்பு கடுச்சு செத்துப் போனான். எப்பயும் போறது கணக்கா வேலிக்காத்தாம் பொதருக்குள்ள சாராயங்குடிக்கப் போனவந்தான். நல்லா முங்கக் குடுச்சுப்போட்டு தெரியாத்தனமா நல்லபாம்ப மிதுச்சுப் போட்டானாம். அம்புட்டுத்தான்... அங்கனயே உழுந்து கெடந்தான். போன மனுசனக் காணுமேன்னு ஆளுகள உட்டு தேடும்போதுதான் அரவந்தீண்டிச் செத்துப் போனாம்னு தெருஞ்சது. அவனைத் தூக்கியாந்து அழுது பெதச்சுட்டு, இருந்த ரெண்டு ஆம்பளப் பிள்ளைகளையும் வளத்து, ஆளாக்கி, அவுகளுக்குக் கலியாணங்காச்சி முடுச்சு ரெண்டு பேத்தயும் குடும்பத்தோட மெட்ராசுல ஏதோ கம்பெனி வேலைக்கு அனுப்பிட்டா. அந்த ரெண்டு பெயலுகளயும் பாத்தா ரவுடிக மாதிரித்தான் இருப்பானுக. இவ மட்டும் நாலு எரும மாடுகள வச்சுக்குட்டு ரெண்டு குடுசைலயிருந்து வர்ர வாடகப் பணத்தயும் வச்சுக்குட்டு பூதங் கணக்காகத் திரிவா. அவ வாயத் தெறந்தான்னா அம்புட்டுப் பேரும் நடுங்கிப் போவாங்க. அப்பிடிப் பேசுவா.

அன்னலச்சுமி நல்ல கருப்புக் கலரு. லச்சணமான மொகவாக்கு. அவளுக்கு வெள்ள வெளேர்னு வருசயான பல்லு. அவளோட கருப்புக் கலருக்கும் அதுக்கும் அவ சிரிக்கும்போது பல்லு வருச பளுச்சுனு தெரியும். நல்லா கத்தி கணக்கா கூரான மூக்கு. ரொம்பத் தடியாவும் இல்லாம ஒல்லியாவும் இல்லாம திட்டமான ஒடம்பு. அவ வீட்டுல சண்ட வராத நாளே கெடையாது. அன்னலச்சுமியோட புருசன் பேரு வேங்கப்புலி. ஆனா அவனப் பாத்தா பூன கணக்கா இருப்பான். சரியாவேல வெட்டிக்குப் போகமாட்டான். எல்லாத்திட்டயும் கூசாம கடன் வாங்குவான். எதுவுமே முடியலன்னா வீட்டுல இருக்குற கொஞ்ச நஞ்ச சாமாஞ்சட்டுகளயும் கொண்டு போயி அடமானம் வைக்கத் தயங்க மாட்டான். அன்னலச்சுமிக்கு ஒரு சோடிக் கம்மலும், ஒரு சின்ன மூக்குத்தியும் இருந்துச்சு. அவுகம்மெ முத்தம்மா நாலு வீட்டுல பண்ட பாத்துரம் தேச்சு சம்பாரிச்ச பணத்த சேத்து வச்சு அந்த நகைகள வாங்கிக் குடுத்துருந்தா. வேங்கப்புலி அதக்கொண்டு போயி சேட்டு கடையில வச்சதோட சரி... திருப்பிக் கொண்டாரவே இல்ல. வேலைக்குப் போனாலும் போகாட்டியும் வேங்கப்புலி தெனமும் பாக்கெட்டுச் சாராயம் குடிப்பான். கடனு வாங்கியாச்சும் குடுச்சாத் தான் அவனுக்கு

ஒறக்கமே வரும். குடுச்சுட்டு வந்துட்டு சும்மா இருந்தாலும் பரவாயில்ல. அன்னலச்சுமிய ஒருவழி செஞ்சு போடுவான். விடிய விடிய பச்ச பச்சையாப் பேசிச் சண்ட போட்டுக் கிட்டே இருப்பான். விடுஞ்சப் பெறகு அவனப் பாத்தா, இவனா ராத்திரி அம்புட்டு அசிங்கமாப் பேசுனவன்னு அம்புட்டுப் பவ்யமாப் போவான். நல்லா வெள்ள வெளேர்னு தொவச்ச வேட்டியுஞ் சட்டையும் போட்டுக்குட்டு நெத்தி நெறய்யா திருநீறப் பூசிக்கிட்டு அதுக்கு நடுவுல ஒரு குங்குமப் பொட்டும், அதுக்குக் கீழே ஒரு சந்தனப் பொட்டும் வச்சுக்குட்டு அப்ராணி கணக்காப் போவான்.

அன்னலச்சுமி ராத்திரி என்ன அடி வாங்கியிருந்தாலும், காலைல வெள்ளனத்துலயே எந்துருச்சு அவனுக்கு வெந்நி போட்டு வைக்கணும். சூடா சோறாக்கி வைக்கணும். எங்கேயோ ஆபிசுக்குப் போறவங் கணக்கா எந்துருச்சுக் குளுச்சுட்டு சாப்புட்டுட்டு மத்தியானத்துக்கும் சாப்பாடு கட்டி எடுத்துக்கிட்டுப் போவான். நெனச்சா ஏதாச்சும் ஒரு வேலைக்குப் போவான். இல்லன்னா நெனச்ச நேரத்துக்கு வீட்டுக்கு வந்து நல்லா ஒறங்குவான். அப்பிடி வேலைக்குப் போயி வந்தாம்னா வரும்போதே நல்லா குடுச்சுட்டு வருவான். வேலை இல்லன்னா அன்னைக்கு சாயங்காலமாப்போயி வெக்கமில்லாமெ கடன வாங்கிக் குடுச்சுட்டு வருவான்.

கைல துட்டு இருந்தா அவனப் புடிக்க முடியாது. நேரங்கால முன்னு எதையும் பாக்காமெ ஒடனே போயி மீனோ, கறியோ வாங்கிட்டு வருவான். செல நேரத்துல ரெண்டயுமே வாங்கியாருவான். அத எப்பிடி வைக்கணும்னு அவனே சொல்லுவான். அதுபடிதான் அன்னலச்சுமி வைக்கணும். இல்லாட்டி அதுக்கொரு சண்ட இழுப்பான். எல்லாத்தயும் செஞ்சு வச்சுட்டு அன்னமும் அவளோட ரெண்டு பொம்பளப் பிள்ளைகளும் இவனுக்காக காத்துக் கெடக்கணும். பசியா இருந்தாக்கூட சாப்புடக்கூடாது. அவெ வந்து மொதல்ல சாப்புட்டு எந்துருச்சாதான் அன்னமும் பிள்ளைகளும் சாப்புட முடியும். கறிக்கொழம்பு. மீனு கொழம்பெல்லாம் அவஞ் சாப்புட்டது போக மீதி இருந்தா, பிள்ளைகளுக்குக் குடுப்பா. இல்லன்னா இருக்குறத திம்பாங்க. கலியாணங்கெட்டி இம்புட்டு வருசத்துல இது வரைல அன்னம் ஒருதடவகூட திருப்தியா சாப்புட்டதில்ல. சமச்சு வைக்கிற தோட சரி. வேங்கப்புலிதான் நல்லாக் குடுச்சுப் போட்டு மூக்கு முட்டச் சாப்புட்டு சண்ட இழுப்பான்.

ஒரு தடவ வெராலு மீனு எங்கயோ கெடச்சதுன்னு ஒரு கிலோ மீனு வாங்கியாந்தான். நல்லா பெரிய மீனு. துள்ளத் துடிக்க இருந்துச்சு.

அன்னலச்சுமி அறுத்துக் கழுவி வைக்கவும் வேங்கப்புலி வந்து எத்தன துண்டு இருக்குனு எண்ணி வச்சுட்டுப் போனான். சாப்புடும்போது கொழம்பு மீனு, பொறிச்ச மீனு எல்லாத்தையும் கரெக்டா எண்ணிப் பாப்பான். ஒரு துண்டு கொறஞ்சாலும் யாருட்ட குடுத்த, எவருட்ட குடுத்தன்னு அம்புட்டு கேள்வி கேப்பானாம். இவங்கிட்ட எப்பிடித்தாங் குடும்பம் நடத்துறியோன்னு யாராவது அன்னலச்சு மிட்ட கேட்டா,

"என்ன செய்றது? நரகத்துல மாட்டிக்கிட்டேன். வேற இப்ப நானு என்ன செய்ய? ரெண்டு பொம்பளப் பிள்ளைகள வச்சுக்குட்டு முழுச்சுக்குட்டு இருக்கேன். எப்ப சண்ட போட்டாலும் பிள்ளைகளை உட்டுட்டு எனிய எங்குட்டாச்சும் போன்னுதான் சொல்றான். பிள்ளைகள இந்தக் குடிகாரங்கிட்ட உட்டுட்டு எப்பிடிப் போறது? இதுகளக்கூட வித்து குடுச்சாலும் குடுச்சுப் போடுவான். அப்பிடியாப் பட்ட படுக்காளிப் பெய. எனக்கென்ன தாயி தகப்பன், அண்ணந் தம்பின்னு யாரிருக்கா? அதான் பொறுமையாவே போறேன்." சிரிச்சுக்கிட்டே ஆரம்பிச்சு சோகமா முடிப்பா.

"சரி என்ன மாரி, இன்னைக்கு என்ன நடந்துச்சு? ரெண்டு பேரும் இம்புட்டுச் சிரிப்பு சிருச்சுக்குட்டு இருக்கீகளே என்ன சமாச்சாரம்?" சாந்தாயி கேக்கவும் ரெண்டு பேரும் சத்தம் போட்டே சிருச்சாங்க. அன்னலச்சுமி சிருச்சுக்கிட்டே இருந்தா. மாரிதான் சொன்னா,

"நேத்து ராத்திரி வழக்கம்போல குடுச்சுப்போட்டு வந்து வேங்கப்புலி ரகள பண்ணிக்கிட்டு இருந்தான். காதுல கேக்கக் கூடாத வாத்தயா சொல்லிக்கிட்டே இருந்தான். அன்னமும் பொறுத்துப் பொறுத்துப் பாத்தா, மணி ரெண்டு ஆகியும் அவெ வாயப் போடல."

சிரிப்பெ நிறுத்திட்டு அன்னம் குறுக்குட்டுச் சொன்னா,

"பின்ன என்னக்கா எம்புட்டு நேரந்தான் பொறுக்குறது? பள்ளிக் கொடம் போற பிள்ளைக வேற தூக்கங்கெட்டுப் போயி பெரண்டு பெரண்டு படுத்துக்குட்டு கெடக்குதுக. இவம்பாட்டுக்கு மானாவாரியா கொலச்சுக்குட்டு கெடக்கான். குடிகாரப் பெயலுக்கு தூக்கமே வராது போல. நானு பேசாம இருந்தாலும் வலிய வலிய சண்டைக்கு இழுக்கான். என்னதான் போதையில பேசுனாலும், என்ன பேசணும்னு ஒரு அறிவு வேண்டாம்?"

அன்னத்தோட கொரலு கம்முச்சு அழுதுருவாளோன்னு இருந்துச்சு. ஆனா அழல. மறுபடியும் பழைய சிரிப்பு மொகத்துல அந்தச் சிரிப் போடயே சொன்னா,

“என்னெத்தையோ பெணாத்திக்கிட்டே கெடந்தவெ கடைசில எனிய அவுசாரி சாட்டிக்கிட்டு வைய ஆரம்பிச்சான் பாரு... எனக்குத் தாங்க முடியல. அதுவும் ஒருத்த ரெண்டு பேருகூட இல்ல. இவெ ஒருத்தனோட இம்சயவே என்னால தாங்க முடியல. இதுல நானு கள்ளப் புருசனுக வச்சிருக்கேம்னு சொன்னா ஆத்துரம் வருமா வராதா? அப்பிடிச் சந்தேகம் புடிக்கிற நாயி என்ன செய்யணும்? கையுங்களவுமா புடுச்சு ஒப்பிக்க வேண்டியதுதான? அதுலயும் நாம் பெத்த பிள்ளைகளுக்கு எதுரயே அம்புட்டு அசிங்கமா கேக்கான். அதுக இன்னமுஞ் சின்னப் பிள்ளைகளா என்ன? அதுகளுக்கும் வெவரந் தெரியுதுல? பொறுத்துப் பொறுத்துப் பார்த்துட்டு மேக்கொண்டும் தாங்க முடியாமெ, அவம் பேசிக்கிட்டு இருக்கையிலேயே செவியோட சேத்து கன்னத்துல உட்டம்பாரு ஒன்னு... அத்தோட பேச்ச உட்டுட்டு அடங்கிப் போனான்.”

“அடுச்சா போட்ட? நெசத்துக்கே அடுச்சுப் போட்டியாக்கும்?”

“பெறகென்ன பொய்யிக்கா அடிப்பாக? ஆத்துரத்துல பளாருன்னு கன்னத்துல உட்டேம்பாரு... அப்பிடியே என்னோட அஞ்சு வெரலும் அவெங் கன்னத்துல பதிஞ்சு போச்சு.” கையத் தடவிக்கிட்டா.

“அடி வாங்கிட்டு ஒனிய சும்மாவா உட்டான்?”

“நல்லா உட்டான்னா... தெகச்சுப் போனான். நானு அடிப்பேம்னு. அவெ எதிர்பார்க்கவே இல்ல. வீங்குன கன்னத்தத் தடவிக்கிட்டே அடிச்சிட்டியா... எனிய அடிச்சிட்டியான்னு என்னென்னமோ சொல்லிப் பெணாத்த ஆரம்புச்சான். அப்பிடியே ஒறங்கிட்டான். குடிபோதையில அவனுக்கு ஒன்னுந் தெரிஞ்சிருக்காதுன்னு நெனச்சா. காலைல வெள்ளனத்துல எந்துருச்சு மொதல் வேலையா அமுதகண்ணிட்டப் போயி, நானு அவன அடுச்சுப் போட்டம்னு கன்னத்தக் காட்டுனானாம்.”

“குடி போதையில தெரியாதுங்கறதெல்லாம் பொய்யிங்க. குடி போதையில எவனையாச்சும் பீயள்ளித் திங்கச் சொல்லுங்க ஒரு பெயலும் திங்க மாட்டான்.” மாரி சொன்னா.

ஒடனே அன்னஞ் சொன்னா, “குடி போதையில பொண்டாட்டி மட்டும் அடையாளந்தெரிதே... எப்பிடி? போதையில போயி இன்னொருத் திட்ட சண்ட போடலாம்ல...போயி போட்டா நல்லா வெளக்குமாத்துட்ட நாலு அடி வாங்கிட்டு வருவாம்ல... இவம் போயிக் காட்டவும் அந்த அமுத கண்ணி முண்டையும் என்ன ஏதுன்னு ஒன்னும் வெசாரிக்காமெ வந்து எனிய வைறா.”

“என்னனு வஞ்சா?”

"இதென்னடி புதுப்பழக்கம். அப்பிடி அவெ என்ன செஞ்சுட்டான்? ஊருல ஒலகத்துல இல்லாததயா செஞ்சுட்டான்? அவஞ் சம்பாரிக்கான்; அவங்குடிக்கான். ஆம்பளய கை நீட்டி அடிக்கிறவள்லாம் என்ன பொம்பள? ஒனக்கென்ன பைத்தியங் கியித்தியம் புடுச்சுப் போச்சா? கெட்டுன புருசனக் கை நீட்டி அடிக்கிற வேலையெல்லாம் வச்சுக்காத. ஒரு ஆம்பளய அடிக்கிற அளவுக்கு ஆகிப்போச்சா... காலங் கெட்டுப் போச்சிடியம்மான்னு கேக்கா."

"எனக்கு வந்த ஆத்துரத்துக்கு அளவே இல்ல. செத்த நேரம் பொறுத்துப் பாத்தேன். அழுத கண்ணி ஓயுற மாதிரித் தெரியல. பெறகு நானும் எறங்கிட்டேன்."

"இந்த பாரு பெரியம்மா நீயி ஒம்பாட்டு வாயிக்கு வந்ததெல்லாம் பேசாத. ராத்திரி என்ன நடந்துச்சுன்னு ஒனக்குத் தெரியுமா? அவெ எனிய என்னென்ன கேள்வி கேட்டாம்னு ஒனக்குத் தெரிமா? பெரிய யோக்கியங் கணக்கா ஓங்கிட்ட வந்து நானு அடுச்சத மட்டும் சொல்லிட்டானாக்கும்... நீயி அதக்கேட்டுக்குட்டு ஏங்கூட மல்லுக்கு வாரியாக்கும்" என்னைக்குமில்லாமெ நானு ஒரக்கப் பேசவும் அழுதகண்ணி சத்தத்தக் கொறச்சுக்குட்டு எனக்கு புத்திமதி சொல்றா.

"எனக்கென்னடி தெரியும்? ஓம்புருசந்தான் விடுஞ்சும் விடியாம ஓடியாந்து கன்னத்தக் காட்டிட்டு பொம்பள கணக்கா அழுகுறான். என்னடான்னு கேட்டா ஏம்பொண்டாட்டி எனிய அடுச்சுப் போட்டான்னு சொன்னான், கன்னம் வீங்கிப் போயித்தான் இருந்துச்சு. அதுக்கு அப்பிடியா அடிப்பா. ஏம்புருசன் உசுரோட இருக்கும்போது எனிய என்ன பாடு படுத்தியிருக்கான்... நானு வாய்ப்பேச்சா பேசியிருக்கனே தவுர இப்பிடி ஒனியக் கணக்கா கட்டுன புருசன அடுச்சது கெடையாது. ஆம்பளன்னா அப்டி இப்டின்னுதான் இருப்பான்; பொம்பளதான் அடங்கிப்போகணும்."

"எனிய கண்ட பெயல்ககிட்ட போறம்னு அவுசாரி சாட்டு வானாக்கும்... நானு அதக் கேட்டுக்குட்டு கம்முன்னு இருக்கணும்னு சொல்றியாக்கும்? நீயும் இங்க இருந்து பாத்துக்குட்டுத்தான இருக்க... அப்பிடி எந்தப் பெயலுக்கு நானு முந்தானைய விருச்சுக்குட்டு இருக்கேன்? சொல்லு?"

"அவந்தான் குடிபோதைல புத்தி கெட்டுப் போயிச் சொல்றான். அதுக்காக நீயி இப்பிடி ஆம்பளய அடிக்கலாமா?"

"அடிக்கலாம். ஒருநாளு அவன ஒருதட்டு தட்டுனதுக்கே இப்பிடி அலறித் துடிக்காக. எனிய தெனமும் அடிச்சு தொவச்சு அங்கமெல்லாம்

ரணமாக்குறானே... அத்தபத்தி யாரும் எதுவும் கேட்டுக்கமாட்டாக. சீய் என்ன பொழப்பு இது." காரித்துப்புனா அன்னம்.

"நீயி என்ன துப்புத் துப்புனாலும் ஒங்குடுமி அவங்கைல தான். சிக்கியிருக்கு. சும்மாவே அவெ ஒனியக் குத்திக் குடிப்பான். இன்னைக்கு ரவைக்குத் தண்ணியப் போட்டுக்கிட்டு வந்து என்ன கூத்து கட்டுவானோ போ." கன்னியம்மா சொன்னா.

"வரட்டுமே. அப்பிடி என்னதான் செஞ்சுபோடுவான்னு பாக்கேன். இனியும் இவங்கிட்ட அடியும் மிதியும் வாங்கிக்கிட்டு இருக்க மாட்டேன். நானும் ஒரு முடிவோடதா இருக்கேன். வரட்டும். இம்புட்டு வருசமா பயந்து பயந்து சீவனம் செஞ்சு என்னத்தக் கண்டேன்?" அன்னம் அசராமெச் சொன்னா.

வழக்கம்போல ராத்திரி சமையல முடுச்சுட்டு வேங்கப் புலிக்காகக் காத்துக்கெடந்தா. பத்து மணியாகியும் அவெ வரல. அக்கம்பக்கத்துல இருந்தவுகளும் ஆளாளுக்கு பேச ஆரம்புச்சாக.

"என்னதான் இருந்தாலும் இவ ஒரு ஆம்பளையக் கைய நீட்டி அடிக்கலாமா? அவெ ரோசக்காரனாங் காட்டி இந்தா உட்டுட்டு ஓடிட்டான். இப்ப என்ன செய்வ? இனியெங்க வரப்போறான்? அவனுக்கென்ன வேற பொம்பளையா கெடைக்காது? இவள உட்டுட்டு இன்னொருத்தியச் சேத்துக்கிருவான். பொண்டாட்டி நல்லா இருக்கும்போதே ஆம்பளைங்க நாலஞ்ச சேத்துக்கிறானுக. இப்பச் சொல்லவா வேணும்?"

"போனாப் போறான். எனக்கென்ன கையில்லையா காலில்லையா? இப்பிடி ரணப்பட்டுச் சோறு திங்கிறதவிட நிம்மதியா கூழக் குடுச்சுட்டுக் கெடக்கலாம். நாலு வீட்ல போயி பண்டபாத்துரஞ் தேச்சாவது ஏம்பிள்ளைகள நாங்காப்பாத்துவேன். செத்துப் போனாம்னு நெனச்சு தலைய முழுகிட்டு எம்பாட்டுக்கு இருந்துட்டுப் போறேன்." அன்னலச்சுமி சொல்லிக்கிட்டு இருக்கைலயே வேங்கப்புலி தட்டுத்தடுமாறி வர்ரதப் பாத்துட்டாங்க. அம்புட்டுத் தான். அம்புட்டுப் பேரும் கப்சிப்புன்னு ஆகிட்டாக. அழுதகண்ணி அன்னலச்சுமிய அரட்டுனா.

"சரி, சரி அவனுக்குச் சாப்பாட்டப் போட்டு மொதல்ல ஒறங்கப் போட்டுரு. நீயா எதுவும் கேட்டுக்காதெ. அவனா சண்டைய இழுத்தாம்னா ஏதோ ஒரு ஆத்துரத்துல அப்பிடி முட்டாத்தனமா அடுச்சுப் போட்டேன்னு சொல்லி அப்பிடியே காலுல கைல உழுந்து மன்னிப்புக் கேட்டு அவனச் சரிக்கட்டப்பாரு. ஒன்னுக்கு ரெண்டு

பொட்டச்சிகள வச்சுக்கிட்டு இருக்க. ஒனிய உட்டுட்டுப் போயிட்டாம்னா இதுகள வச்சுக்கிட்டு என்ன செய்வ? நானு பெரிய மனுசி சொல்றதக் கேட்டு நடந்துக்கோ? இல்லன்னா ஓ வாழ்க்கையே பறிபோயிரும் எந்துருச்சுப் போ."

அன்னம் வேண்டா வெறுப்பா எந்துருச்சு பிள்ளைகளையும் கூட்டிக்கிட்டுப் போனா. பேசும்போதே அவளுக்குள்ள அருவருப்பும், ஆத்துரமும், கோவமுமா வந்துச்சு.

"இவங்கிட்டப் போயி மன்னிப்புக் கேக்கணுமாம்ல. என்னத்துக்கு மன்னிப்புக் கேக்கணும்? என்ன பெரிய கொலையா செஞ்சுட்டேன்? ஒத்த அடி அடுச்சதுக்கே இப்பிடின்னா இத்தன வருசமா இவங்கிட்ட எம்புட்டு அடி வாங்கியிருக்கேன். அதுக்கெல்லாம் இவெ மன்னிப்புக் கேப்பானா? அந்த அழுதகண்ணி முண்ட இவன ஏங்கிட்ட மன்னிப்புக் கேக்கச் சொல்லுவாளா? ஒத்த அடி அடுச்சதுக்கு எனிய உட்டுட்டு ஓடிப்போவானாம்! போயேன். அப்பிடின்னா இவெ அடுச்ச அடிக்கி நானு எத்தன வாட்டி ஓடிப்போயிருக்கணும்? இந்தப் பிள்ளைக மொகத்துக்காகப் பாக்குறேன். இல்லன்னா இந்த நாயிட்ட நாயிருக்க மாட்டேன். போதுஞ்சாமி. இனியும் பிள்ளைகளப் பாத்துக்கிட்டு இருக்க முடியாது. செத்துப்போனாம்னு நெனச்சுட்டு சீவிக்க வேண்டியது தான். மன்னிப்பாம்ல மன்னிப்பு! ஒரு மயிரும் கேக்க மாட்டேன். எடுவட்டபெய போனாப் போறான்."

வீட்டுக்குள்ள வரவும் வேங்கப்புலி கத்த ஆரம்புச்சான்.

"கட்டுன புருசன அடுச்ச நீயி ஏ வீட்டுக்குள்ள வராதெ. நல்லா நானு சம்பாருச்சுப் போட தின்னுக்கிட்டு எனியவே அடிக்கிற அளவுக்கு ஆகிப்போச்சுல்ல. உள்ள வராதெ. ஆமா, ஏய் பொட்டக் கழுதைகளா, நீங்க நல்லபடி பொழைக்கணும்னா இங்க அப்பங்கூட இருங்க. ஒங்கள வளத்து ஒருத்தனுக்குக் கட்டி வைக்கேன். இல்ல ஒங்கம்மெ பேச்சக் கேட்டு அவகூட போகணும்னா போங்க. அவளமாதிரியே"... கெட்ட வார்த்தையோட முடுச்சான்.

அன்னலச்சுமி எதுவும் பேசல. பெரிய பொண்ணுட்ட அவுகப்பனுக்குச் சாப்பாடு வச்சுக் குடுக்கச் சொல்லி சாட காமிச்சா. அவ மாட்டேன்னு மண்டையாட்டுனா. செத்த நேரங்கழுச்சு அன்னலச்சுமி உள்ள போயி அவனுக்கும் பிள்ளைகளுக்கும் சாப்பாடு வச்சுக் குடுத்தா பிள்ளைக சத்தமில்லாமெ சாப்பிட்டாக. அவனும் பெணாத்திக் கிட்டே சாப்புட்டான்.

“இது ஏஞ்சம்பாத்தியம், நாஞ்சாப்புடுவேன். ஏம்பிள்ளைக சாப்புடுவாங்க. ஆனா... நீயி சாப்புடக்கூடாது... நீயி வெளிய போ. இது ஏ வீடு.”

“ஆமா நீயி சம்பாருச்சுக் கட்டுன பங்களா இது. வாடக வீட்டுலருந்துக்கிட்டே இம்புட்டு மப்பு ஒனக்கு. இது அந்த பெரீமா பர்வதத்தோட வீடு. நீயி யாரு எனிய வெளிய போகச் சொல்றதுக்கு? வேணும்னா நீயி ஓடிப்போ. நானு இங்கதான் இருப்பேன்.”

“சரிதான். வாடகைவீடுதான். நாந்தான வாடக கட்டுறேன். நீயா கட்டுற? ஓடிப்போ.”

பிள்ளைக சாப்புட்டு முடிக்கவும் பாயப் போட்டு அவுகளப் படுக்க வச்சா. தட்டுல சோத்தப் போட்டு கொழம்பு ஊத்திக்கிட்டு ஒரு ஓரமா உக்காந்து சாப்புட்டா. சாப்புடும் போதே மனசு கெதங்கெதன்னு தான் இருந்துச்சு. ஆனா அவெ ஒரு வாத்தகூட பேசல. சனியன் தூங்கி யிருச்சுன்னு நெனச்சா. அந்நியாரம் அவ தலைல இருந்து தண்ணி சூடா அவா மொகத்து மேல வழுஞ்சு அவ சாப்புட்டுக்கிட்டு இருந்த தட்டுல வந்து விழுந்துச்சு. வாயெல்லாம் உப்புக்கருச்சது. கண்ணு எருஞ்சது. தட்டக் கீழ வச்சுட்டு திரும்பிப் பாத்தா. அவளுக்குப் பின்னாடி வேங்கப்புலி நின்னுக்குட்டு அவ தலமேல மோண்டுக்கிட்டு இருந்தான். அவ்வளவுதான் அடுத்த நிமிசம் அந்த வீட்டுக்குள்ள இருந்து அவனோட அலறல் சத்தம் பயங்கரமா கேட்டுச்சு. அதத் தொயந்து அவனோட பிள்ளைகளோட அழுகையும் கேட்டுச்சு. பக்கத்து வீட்டுலருந்து அம்புட்டையும் கேட்டுக்கிட்டு இருந்த மாரி மொதல்ல ஓடியாந்தா. அக்கம் பக்கத்துல இருந்த சனம்பூரா வந்து கூடிட்டாங்க. அன்னலச்சுமி ஆங்காரமா நின்னுக்குட்டு இருந்தா. அன்னலச்சுமி மேல சாமி வந்துருச்சுன்னு சொல்லிக்கிட்டே அவ கைல இருந்த அருவாமனைய மாரி வாங்கித் தூரப்போட்டா. அன்னமும் அவ சொன்னதப் புருஞ்சுக்கிட்டே ‘பேய்வேங்கப்புலி’ன்னு கத்திக்கிட்டே சாமியாடத் தொடங்குனா.

குமுதம் தீராநதி, ஜூன் 2007.

தவுட்டுக் குருவி

"அம்மா, அம்மா இங்க ஓடியாயேன். இந்தக் குருவியோட கூட்டுல, இப்ப வேற ஒரு பெரிய குருவி உக்காந்துருக்கும்மா. சீக்கிரமா வந்து பாரேன்." என் மகள் காளீஸ்வரி என்னை அவசரமாக அழைத்தாள்.

"அதெப்படி தேன்சிட்டு கட்டுன கூட்டுல போயி இன்னொரு குருவி உக்காரும்? அந்தக் கெளைல உக்காந்துருக்கும். பெறகு போயிரும்" முருங்கைக்கீரை உருவிக் கொண்டிருந்த நான் சொல்லி விட்டு தொடர்ந்து கீரை உருவிக்கொண்டிருந்தேன்.

"இல்லம்மா. ஒரு பெரிய குருவி கூட்டுக்குள்ளயே உக்காந்திருக் கும்மா. நீயி வந்து பாரேன். இப்ப இன்னொரு பெரிய குருவியும் வந்து உக்காந்திருக்கும்மா. சீக்கிரம் வாயேன்." மறுபடியும் கத்தினாள்.

"நீதான் போயி எட்டிப் பாத்துட்டு வாயேன். கொழந்த கூப்புடுதுல்ல" என அம்மா பொன்னம்மா சொன்னாள்.

"போம்மா போ. ஒனக்கும் வேலையில்ல, அவளுக்கும் வேலை யில்ல. பொழுது போகமுன்ன இந்தக் கீரைய உருவிப் பெரட்டலாம்னு பாக்கேன். அவதான் சின்னப்பிள்ளைன்னா நீயி அவளுக்கு மேல சின்னப்பிள்ளையா இருப்பெ போல. நீதான் போயி பாரேன்." நான் சொல்லவும் அம்மா எழுந்து வீட்டுக்கு வெளியில் இருந்த செம்பருத்தி மரத்தில் இருந்த கூட்டைப் பார்க்கச் சென்றாள்.

சற்று நேரத்தில் அம்மாவின் குரல்.

"தாயம்மா இந்த கண்றாவிய வந்து பாரேன். ஓம் மகா சொன்னது சரிதான். அந்த ரெண்டு தேன்சிட்டுக்களையும் வெரட்டிட்டு இப்ப யாரு உக்காந்து இருக்கான்னு வந்து பாரு. அடப்படுக்காளி குருவிகா, மனுசனுங்கதான் அக்கிரமம் அநியாயம் பண்றானுங்கனா குருவிகளுமா இப்பிடி"

அம்மா சொன்னதைக் கேட்ட பிறகு எனக்கு உள்ளே உட்கார்ந் திருக்க முடியவில்லை. வேகமாக எழுந்து வெளியே சென்று பார்த்தேன். என்னாலும் நம்ப முடியவில்லை.

"என்னம்மா இது அநியாயமா இருக்கு. ஒருவாரமா என்ன பாடுபட்டு அந்த ரெண்டு தேன்சிட்டுகளும் இந்தக் கூட்ட கெட்டுச்சுக. கெட்டி முடுச்சு குடியேறப் போகைல இந்த தவுட்டுக் குருவிக வந்து ஆக்கிரமிச்சுக்கிட்டாளுக. மனுசக்கழுதைகதான் மனுசத்தன்ம இல்லாம நடக்குறாகன்னு பாத்தா இந்தக் குருவிககூட இப்பிடி அடாவடி செய்துகளே."

ஒருவாரமாக இரண்டு தேன்சிட்டுகள் அந்தக் கூட்டைக் கட்டிக் கொண்டிருந்தன. எங்கிருந்தோ பச்சைப் புல்லை அலகில் கொத்திக் கொண்டு வந்து அதை லாவகமாக வளைத்து வளைத்து அவ்வளவு அருமையாகக் கட்டின. காளீஸ்வரிக்கு அவற்றைக் கவனிப்பதில் மிகவும் ஆனந்தம். அந்தக் குருவிகள் மிகவும் அழகாக இருந்தன. கருப்பு நிறத்தில் சின்னஞ்சிறு உடம்பு. காளீஸ்வரியைப் போல. பளபளக்கும் கருப்புநிறத்தில், மெல்லிய, ஆனால் உறுதியான சிறிது நீண்ட, நுனியில் சற்று வளைந்த அலகு. பூவுக்குள் அலகை நுழைந்து தேன் குடிப்பதைப் பார்த்துக்கொண்டே இருக்கலாம். நொடிக்குள் ஒரு பூவில் குடித்து விட்டு அடுத்த பூவுக்குப் பறந்து செல்லும். நான்கைந்து பூக்களில் குடித்த பிறகு கிளையில் அலகினை அப்படியும் இப்படியுமாக உரசி சுத்தப்படுத்திக் கொள்ளும். அதைப் பார்க்கும்போது காளீஸ்வரி எப்போதும் சொல்வாள்; "அம்மா, நம்மள்ளாம் சாப்புட்டு வாய் கழுவுற மாதிரி இந்தக் குருவிகூட வாயத் தொடைக்குது பாரேன். அழகா இருக்குதுல்லமா? அதப் புடுச்சு நாம வளக்கலாமா?"

"சே சே, நாம என்ன வளக்குறது? அதுதான் அழகா கூடு கட்டி சந்தோசமா இருக்குதே. அதப்புடுச்சு வளக்கனும்னு சொல்லிக்கிட்டு அத இம்சிக்கக் கூடாதுடி. சுதந்திரமா பறந்து திரிஞ்சாத்தான் அது பறவை. நமக்குத்தான் அந்த குடுப்பின இல்ல. அதுகளாச்சும் நல்லா பறந்து திரியட்டுமே.

"இதுக்குப் பேரு தவுட்டுக் குருவியாம்மா?" யோசனையில் இருந்த என்னிடம் காளீஸ்வரி கேட்டாள்: "ஆமா"

"எதுக்கும்மா அந்தக் குருவியோட வீட்ட இந்தக் குருவி எடுத்துக்கிருச்சி?"

"எல்லாம் கொளுப்புதான். அதுக பாவம். கூடு கட்டத்தான் முடிஞ்சது. இதுகள எதுத்து நின்னு வெரட்ட முடியல. ஊரு ஒலகத்துல நடக்குற மாதிரித்தான். பலமில்லாதவன பலசாலி வெரட்டுறான். இந்தா நாங் கெடக்கலயா? அப்படித்தான்."

“நீயென்னடி சின்னப்புள்ள கிட்ட போயி. அதுக்கென்ன வெளங்கும் பாவம். அவ குருவியைப் பத்திக் கேட்டா குருவியப் பத்திச் சொல்லுவாளா...” அம்மா இழுத்தாள்.

நான் அமைதியாக வந்து விட்டேன். காளீஸ்வரி விடுவதாக இல்லை.

“பாட்டி பாட்டி, அந்தக் குருவிக்கு ஏம்பாட்டி தவுட்டுக் குருவின்னு பேரு வச்சாங்க? அம்மா எனிய தவுட்டுக்கு வாங்குனதாச் சொன்னாங்களே... அதுமாதிரி அந்தக் குருவியோட அம்மாவும் அதத் தவுட்டுக்கு வாங்குனாங்களா?”

“சே, சே... அப்பிடியில்லடி ஏந்தங்கம். யாரு சொன்னது ஒனிய தவுட்டுக்கு வாங்குனதுன்னு? நீயி ஏந்தாயம்மா வகுத்துல பெறந்த ராசாத்திடி. ஏஞ்செல்லச் சீனிக் கட்டிடி. இந்தக் குருவிக தவுடு நெறத்துல இருக்குல்ல. அதுனாலதான் இதுகளுக்கு இந்தப் பேரு” எங்கம்மா சொன்னதை மறுத்து நான் சொன்னேன்.

“நெறத்துனால இல்ல. இந்தக் குருவிக ரைஸ்மில்லுகள்ள கூட்டங்கூட்டமா வந்து தவுட்டுல இருக்குற நொய்யி, அரிசிகளைப் பொறுக்கித் திங்கும், அதுனால தான் இதுகளத் தவுட்டுக் குருவிம்பாங்க.”

“ஒனக்கு எப்பிடிமா இது தெரியும்? இதுங்க கூட்டமா வந்து திங்கிறத நீயி பாத்திரிக்கியாமா? ரொம்பாக்... குருவிகளா.. வருமாமா?”

“நாம் பாக்காத குருவிகளா? ஒங்க பாட்டி ரைஸ் மில்லுலதான் வேல செஞ்சா. அந்தத் தவுட்டுக்குள்ளதான கெட்டிப் போட்டு எனிய வளத்தா. ஒன்ன மாதிரி நாலஞ்சு வயசுப் பிள்ளையா இருக்கைல நானும் அங்கதான் வேல செய்ய ஆரம்புச்சேன். ஒன்னயே அங்கதானடி வாங்கியாந்தேன்.”

“தவுட்டுக்கா?”

“.................................”

“ஏம்மா, தவுட்டுக்காக வாங்கியாந்தெ?”

“இல்ல”

“ரூவாய்க்காமா?”

“ஒங்க பாட்டிக்கு வயசாகிப் போகவும் அவுகள வேலைக்கு வரவேண்டாமுன்னுட்டாங்க. அப்ப நாமட்டும் அங்க வேலை

செஞ்சுக்கிட்டு இருந்தேன்… அப்ப ஒரு நாளு…" மேற்கொண்டு என்னைப் பேசவிடாமல் அம்மா இடைமறித்தாள்.

"சரிதான் போ. போயி வேலையப் பாரு தாயம்மா. பச்சப் பிள்ளைட்ட கத சொல்ல வந்துட்டா. நாம் பாதகத்தி, சண்டாளி. ஏ வகுத்துல நீ பெறந்து பட்டதுபோதும். ஏதோ கெட்ட சொப்பனம்னு உட்டுட்டு இருப்பாளா…. சரி, சரி. போயி பெரட்டிட்டு இத்தினி புளி ரசம் வச்சு சோத்தப் போடு. கொழந்த பசியோட இருக்கா."

"ஆமாமா… பசிக்குதும்மா. இன்னைக்கு மத்தியானம் பால்வாடில கூட எனக்குச் சோறு கெடைக்கலம்மா."

"ஏங்கெடைக்கல? நாளைக்கு அவளுகள கேக்குறம் பாரு."

"இல்ல பாட்டி. அந்தக் காவாயில பசங்க மீனு புடுச்சுக்கிட்டு இருந்தாங்களா… அதப்பாத்துக்கிட்டே நானு இருந்தேனா. அப்பறமா நானு போறதுக்குள்ள சோறு காலியாப் போச்சுன்னு சொல்லிட்டாங்க."

"சரி, சரி, இந்தா இப்ப ஒங்கம்மெ சோறாக்கிருவா. நல்லாச் சூடா ரசம் ஊத்தி, சுடச் சுடக் கீர வச்சு சாப்புடலாம்."

"சரி. அதுவரைக்கும் எனக்குத் தவுட்டுக் குருவி பத்திக் கத சொல்லு பாட்டி"

"நீ யென்னடி. அத உடவே மாட்டியா? தவுட்டுக் குருவியப் பத்தி என்ன கத இருக்கு? அது ஒரு படுக்காளிக் குருவி. பாடைல போற குருவி. அதப்பத்தி வேணாம். ஒனக்கு வேற நல்ல கத சொல்லட்டா? இங்க பாட்டிக்கிட்ட வாடி ஏஞ்செல்லம்."

"ஏம்பாட்டி, ஒனக்குத் தவுட்டுக் குருவியப் பிடிக்காதா? அத எதுக்கு வைற பாட்டி?"

"ஊகும். புடிக்காது. அப்ராணிக அந்தச் சிட்டுக கட்டுன கூட்ட இவளுக புடுங்கிக்கிட்டாளுகள்ள… அதான். அப்டி எடுக்குறது தப்புதான? சொல்லு."

"தப்புத்தான் பாட்டி. நாளைக்கு இந்தத் தவுட்டுக் குருவிகள வெரட்டி உட்டுட்டு அந்தத் தேன் சிட்டுகளக் கூப்புட்டு கூட்ல உக்கார வைப்பமா பாட்டி?"

"ம்…. ம்… வைக்கலாம், இப்ப நீயிச் சாப்புட்டுட்டு படுத்து ஒறங்கு என்ன."

"அப்பிடியெல்லாம் வைக்க முடியாது. மனுசங்க கை பட்டா குருவிக திரும்பி வராது. நாளைக்கு மொத வேலையா இந்தத் தவுட்டுக்

குருவிகள வெளக்கமாத்தக் கொண்டே அடுச்சு வெரட்டி உடுறம்பாரு, அப்பதான் அதுகளுக்குப் புத்தி வரும். சரி. சரி, வாங்க சாப்புட...” கோபத்தோட சொன்ன என்னை, அம்மா பரிதாபமாகப் பார்த்தாள்.

சாப்பிடும்போது மறுபடியும் அந்தக் குருவியைப் பற்றி காளீஸ்வரி பேச ஆரம்பித்தாள்.

“அம்மா, பாவம்மா அந்தக் குருவி. அத அடிக்க வேண்டாம்மா. இங்கயே இருக்கட்டும்மா. தேன் சிட்டுக வந்தா அதுகளுக்கே கூட்டக் குடுத்துருவோம். என்னம்மா?”

“ஒனக்கு என்னடி தெரியும்? நானு கேவலப்பட்டு, கெட்டுப்பட்டு நிக்கிறது ஒனக்கு எங்கத் தெரியப்போகுது? நீ நெனச்சமாதிரியெல்லாம் கூட்ட இதுக்கு அதுக்குன்னு குடுக்க முடியாது. அடாவடி பண்ணுறவனு களுக்குத்தான் காலம். அவனுக இந்தத் தவுட்டுக் குருவிக மாதிரிதான். நல்லா இருக்குறத எடுத்து நாஸ்தி பண்ணிப் போட்டுட்டு போயிடு வானுங்க. வாய மூடிட்டு சாப்புட்டு போயித் தூங்கு.” ஆங்காரமாகக் கத்தினேன்.

“வாய மூடிட்டா எப்பிடி சாப்புட முடியும்?” - காளீஸ்வரியின் இந்தக் கேள்வியால் என் கோபம் கொஞ்சம் குறைந்தது. சிறிது சிரிப்பும் கூட வந்தது. ஆனால் சிரிக்கவில்லை. சிரிக்கக்கூடிய மனநிலையில் நான் இல்லை. என்னால் சாப்பிடவும் முடியவில்லை. சோற்றைப் பிசைந்து கொண்டு சூனியத்தை வெறித்துக் கொண்டிருந்தேன். என் அம்மாவும் வேதனை நிறைந்த விழிகளால் என்னை உற்றுப் பார்த்துப் பெருமூச்சு விட்டுக்கொண்டிருந்தாள். எங்கள் இருவரையும் மாறி மாறிப் பார்த்த காளீஸ்வரி தயங்கித் தயங்கிக் கேட்டாள்.

“எதுக்கும்மா அழுகுற? நாளைக்கு வேணும்னா அந்தத் தவுட்டுக் குருவிகள அடுச்சு வெரட்டிரலாம். நீயி அழாதமா.” அவள் அழுது விடுவாள் போல இருந்தது.

“அடுச்சு வெரட்ட முடியலேடி... ஆனமட்டும் பாத்தேனே... முடியலய்யேடி... என்னென்னமோ கனாக் கண்டுக்குட்டு கெடந்தேனே... அம்புட்டயும் நாசம் பண்ணிட்டானே சண்டாளப் பாவி... இத்தினிகூட ஈவு எரக்கமில்லாமெ கூட்டக் கலச்சுட்டானே....” சத்தமாக அழுதேன்.

என் அம்மாவும் கண்களைத் துடைத்துக் கொண்டாள். முந்தானையில் மூக்கைச் சீந்திவிட்டு காளீஸ்வரியை இழுத்து மார்போடு அணைத்துக் கொண்டாள்.

"அம்மா என்ன சொல்றாங்க பாட்டி? அம்மாவா கூட்ட கட்டுனாங்க? அத யாரு பாட்டி ஒலச்சு உட்டாங்க? அதுக்கா பாட்டி அம்மா அழுவுறாங்க?"

"ஏஞ்செல்லக்குட்டி, ஏந்தங்கக்கட்டி. இந்தா பாட்டி ஊட்டி உடறேன். சாப்புட்டு தூங்கு கண்ணு" - காளீஸ்வரியைச் சாப்பிட வைத்து பாயை விரித்து அவளைப் படுக்க வைத்தாள் என் அம்மா. அவளும் சிறிது நேரத்தில் தூங்கிப்போனாள்.

அம்மாவும், நானும் அமைதியாக இருந்தோம். நீண்ட நேரத்துக்குப் பிறகு அம்மா என் அருகில் வந்தாள். என்னைக் கட்டிப் பிடித்து அணைத்தாள். சத்தமாக அழுதாள். அவள் மடியில் படுத்து குமுறிக் குமுறி நான் அழுதேன். சற்றுநேரத்தில் பக்கத்து வீட்டு பாட்டி வீராயி வந்தாள்.

"நல்லா இருக்குதுங்கடி ஒங்க நாயம். அர்த்த ராத்திரியில அம்புட்டுச் சனமும் ஒறங்கைல தாயும் பொண்ணும் இப்பிடிக் கட்டிப் புடுச்சுக் குட்டு அழுதுகிட்டு கெடக்கீக. அம்புட்டையும் நானு கேட்டுக்கிட்டுத் தான் இருந்தேன். அந்த ரைஸ் மில்லுக்காரன் செய்றதயுஞ் செஞ்சு போட்டு நாலு பேருக்கு முன்னால வெள்ளையுஞ் சொள்ளையுமா திரிறான். பிள்ளையும் பெறந்து வளந்து இப்ப பள்ளிக்கொடம் போற வயசாச்சு. இம்புட்டு வருசத்துக்குப் பெறகும் இப்பிடி அழுது அழுது உசுர மாச்சுக்கப் போறீகளா என்ன? தாய்க்கும் மகளுக்கும் அன்னாடம் இதே பொழப்பாப் போச்சு. அதயே நெனச்சு, நெனச்சு அழுதுக்குட்டு கெடந்தாப்ல என்னத்தப் புடுங்கப் போறீங்க? ஆனா நீயி பாரு பொன்னம்மா. நம்ம கண்ணெதுருலயெ அவெ என்ன சாவு சாகுறாம்னு பாரு. ஆமா... இப்பிடி எத்தன பேரோட கண்ணீரு... அவனச் சும்மா உடாது."

"இந்தக் குருவிக்கூட்டுனால வந்த வென பாத்துக்கோ. எனக்கும் இம்புட்டு வயசாச்சு. இப்பிடி நானு பாத்ததுமில்ல கேட்டதுமில்ல. நாங்களும் பாக்க, ரெண்டு தேன் சிட்டுக் குருவிகதான் அந்த செம்பருத்தியில கூடு கட்டிக்கிட்டு இருந்துச்சுக. இப்பப் பாத்தா அதுகள வெரட்டிட்டு ரெண்டு தவுட்டுக் குருவிக வந்து அந்தக்கூட்டுல உக்காந்திருக்குதுக. என்னத்தச் சொல்ல? அதுலயும் அதுக கட்டுன கூட்டுமேல கொஞ்சம் வைக்கலக் கொண்டாந்து போட்டுக்கிட்டு, என்னமோ இவளுகதான் கூட கட்டுனவளுக மாதிரி பம்மாத்துக் காட்டிக்கிட்டு உக்காந்திருக்காளுக."

"அவளுக உக்காந்துட்டுப் போறாளுக பொன்னம்மா. அதுக்கெதுக்கு நீங்க ரெண்டு பேரும் அழுதுக்கிட்டு இருக்கனும்?"

“எதுக்கா! நாலு பேர போல நம்மளும் கலியாணங்காச்சி முடுச்சு வாழனும்னு ஏம்மகா எம்புட்டு எம்புட்டு கனாக் கண்டுருப்பா? எம்புட்டு ஆசைகள வளத்து வச்சுருப்பா? அவா மனசுல கட்டுன கோட்டைய தரமட்டமாக்கிட்டானே... அந்தப் படுபாவிப் பெய. அந்தக் கூட்டயும் தவுட்டுக் குருவியையும் பாத்துட்டுத்தான் கஞ்சியும் குடியாமெ தண்ணியும் குடியாமெ கெடக்கா. இப்பிடித்தான். அழுதுதான் ஆத்திக்கிர வேண்டியிருக்கு. நம்மளப் போலவுள்ளவுகளுக்கு வேற என்ன கதி?”

“அவனுக்கு நானு பத்தோட ஒன்னு பதுனொன்னு. ஆம்பளன்னா சேத்துல மிதிப்பானாம், ஆத்துல கழுவுவானாம். அப்பிடித்தான ஊரு ஒலகம் சொல்லுது. என்னால அப்பிடி முடியலயே.” நான் சொன்னதைக் கேட்ட வீராயிப் பாட்டி ஆவேசமாகக் கத்தினாள்.

“ஏம் முடியாது முடியனும். கூடாவது, குருவியாவது. குருவி கூட்டக்கட்டி, முட்டையிட்டு, குஞ்சியப் பொறிக்கவும் என்ன செய்யுது? கூட்டுக்குள்ளயேவா ஒக்காந்து கெடக்குது? கூட்டவிட்டு ஓடிப்போகல? கூட்டுக்குள்ள ஒனக்கென்ன சோலி? கூட்டுக்கு வெளிய வந்து பாரு. விஸ்தாரணமா விரிஞ்சு கெடக்கு ஒலகம். சந்தோசமா பறந்து திரியறத உட்டுட்டு அழுது பொலம்பி என்னெ பெரயோசனம் எல்லாம் நம்ம மனசுலதான் தெம்பு வேணும். சரி, எந்துருச்சு சாப்புடுங்க. சாப்புட்டுட்டு நல்லா ஒறங்குங்க. விடுஞ்சா எல்லாஞ் சரியாகும்.”

வீராயிப் பாட்டியின் வார்த்தைகள் என்னை விண்ணுக்குத் தூக்கிச் சென்றன.

புதுவிசை: ஜூலை-செப்டம்பர் 2007.

அடையாளம்

மே மாதம் விடுமுறை முடிந்தது. ஜூன் மாதம் ஒன்றாம் தேதி மறுபடியும் பள்ளி திறக்கப்பட்டது. பள்ளிக்குச் செல்வது கலைவாணிக்கு மிகவும் பிடிக்கும். அதற்குக் காரணம் குழந்தைகள். அதிலும் முதல் வகுப்பில் சேரும் குழந்தைகள். கடந்த இருபது ஆண்டுகளாக கலைவாணி ஒன்றாம் வகுப்பு ஆசிரியையாகப் பணியாற்றிக் கொண்டிருக்கிறாள். ஒவ்வொரு ஆண்டும் ஒன்றாம் வகுப்பில் புதியதாக வந்து சேரும் குழந்தைகளின் மனத்துயரை கலைவாணி நன்கு அறிவாள். சுதந்திரமாகத் துள்ளித் திரிந்த குழந்தைகளை நான்கு சுவர்களுக்குள் அடைக்கும்போது, அடங்க மறுக்கும் அவர்களைக் கண்டு பரிதாபப்பட்டிருக்கிறாள். சிலர் வெளியே உட்கார்ந்து கொண்டு உள்ளே வரமுடியாது என்று போராட்டம் செய்வர். அவர்களை உள்ளே வரவழைக்கச் செய்யும் முயற்சிகள் பல நேரங்களில் பயன் தருவதில்லை. வெளியில் இருக்க வைத்தாலும் பலர் மிரள மிரள விழித்துக்கொண்டு வீட்டுக்கு ஓடிப்போக சமயம் பார்த்துக் கொண்டிருப்பார்கள். இரண்டு மாதங்களுக்குள் அநேகமாக இந்த நிலைமை மாறிவிடும்.

இந்த ஆண்டும் அப்படித்தான். வெற்றிச்செல்வன் என்ற பையனை உள்ளே கூப்பிட்டபோது, 'நீ மட்டும் அப்பப்ப வெளியே போற; உள்ள வார. என்னய மட்டும் எதுக்கு உள்ள போகச் சொல்ற' என்று சொல்லி வெளியில் படுத்துக்கொண்டான். சிலர் உள்ளே உட்கார்ந்து கொண்டு பரிதாபமாக அழுது கொண்டிருந்தனர். ஒரு சிலர் பள்ளிக்குள் நுழையும் போதே கண்ணீரும், கம்பலையுமாய் வருவார்கள். அவர்களைப் பிடித்து தூக்கிக்கொண்டு வந்து அடைத்துப் போடும்போதெல்லாம் கலைவாணிக்கும் கஷ்டமாகத்தான் இருக்கும். நான்சி என்ற குழந்தையை அப்படித் தூக்கிவரும்போது கையைக் கடித்தது நினைவுக்கு வந்தது. அவளை மேஜைமீது அமரச் செய்து அழுகையை நிறுத்த முயற்சி செய்தபோது, அவள் கையில் வைத்திருந்த பிளாஸ்டிக் டப்பாவைத் தூக்கி எறிந்து கத்தியதை நினைக்கும்போது சிரிப்பாக வந்தது. அவ்வளவு கோபம்! தரையில் சிதறிய, பல்பம், புளியங்கொட்டை, பென்சில் எல்லாவற்றையும் பொறுக்கி மறுபடியும் டப்பாவில் போட்டு கொடுத்தபோது, டப்பாவை வாங்கிக்கொண்டு, 'அதோ, அங்கு ஒரு பல்பம் கெடக்குது' என்று சொல்லிவிட்டு மீண்டும் அழுகையைத்

111

தொடர்ந்ததை எப்போது நினைத்தாலும் சிரிப்பு வரும். வேறு வகுப்புகளில் அண்ணன் அல்லது அக்காள் யாராவது இருந்தால், அவர்களோட போய் உட்கார்ந்துகொண்டு சந்தோசமாக இருப்பார்கள். அவர்களோடு இருப்பது இவர்களுக்கு ஒரு பாதுகாப்பு.

கலைவாணி அவர்களிடம் தனது பெயரைச் சொல்லிவிட்டு அவர்களின் பெயரைக் கேட்டாள். சிலர் உற்சாகமாகச் சொன்னார்கள்; சிலர் மெதுவாகச் சொன்னார்கள்; வேறு சிலர் சொல்லவே இல்லை. கை விரலைச் சூப்பியபடி அமர்ந்திருந்த சிறுமியின் பெயரைக் கேட்டபோது, விரலை எடுத்துவிட்டு புஜ்ஜி என்று சொன்னபின், மீண்டும் விரலை வாயில் வைத்துக் கொண்டாள். கலைவாணி மறுபடியும் கேட்டாள்.

"என்ன பேரு சொன்ன?"

"புஜ்ஜி"

"புஜ்ஜியா"

"புஜ்ஜியா இல்ல. புஜ்ஜி". அழுத்தம் திருத்தமாகச் சொன்னாள். கலைவாணிக்குச் சிரிப்பு வந்தது. ஆனால் சிரிக்கவில்லை.

"புஜ்ஜியில்ல டீச்சர். பஜ்ஜி; வாழக்கா பஜ்ஜி." குமார் சொல்லிச் சிரித்தான்.

புஜ்ஜி அவனை முறைத்துப் பார்த்தாள்.

"நீ சொல்லு பாப்பா."

"தோ... எனக்கு ரெண்டு பேரு இருக்குது. ஒன்னு புஜ்ஜி... இன்னொன்னு ச்சுவேதா" மழலைக் குரலில் சொன்னாள்.

கலைவாணிக்கு அவள் கூறியது சரியாகப் புரியவில்லை. மீண்டும் அவளிடம் கேட்டாள்.

"என்னது? ச்சுவேதாவா?"

"இதுகூட தெரியாதா? வீட்டுல இருக்கும்போது புஜ்ஜி. பள்ளிக் கூடத்துக்கு வந்துட்டா ச்சுவேதா. எங்கம்மா சொன்னாங்க."

"புஜ்ஜி நாக்குட்ட மூக்கத் தொட்டுருவா டீச்சர்". காவியா சொன்னாள்.

"அப்பிடியா புஜ்ஜி? எங்க தொடு பாப்போம்."

"தொடு புஜ்ஜி. வீட்ல எல்லாம் எம்புட்டுத் தடவ தொட்ட?" காவியா கேட்டாள். "காவியா, நீயும் புஜ்ஜியும் ஒரே ஊரா?" கலைவாணி கேட்டாள்.

"தோ... நானும் புஜ்ஜியும் சொந்தக்காரங்க. அவுங்கப்பா எனக்குச் சித்தப்பா. எங்கப்பா இவளுக்குப் பெரியப்பா. இல்ல புஜ்ஜி? நாக்கவச்சு மூக்கத் தொடு" காவியா சொன்னவுடன் நாக்கை நீட்டி மிக எளிதாக மூக்கைத் தொட்டாள். அனைவரும் கைதட்டிச் சிரித்தனர். அவளும் மிகவும் சந்தோசமாகச் சிரித்தாள்.

"புஜ்ஜி நீயி ரொம்பக் குட்டியா இருக்கியே. ஒனக்கு அஞ்சு வயசு ஆயிருச்சா?"

"ம்... ஆயிருச்சே. கையிட்ட காதத்தொட்டுருவனே" சொன்னது மாதிரியே வலது கையை தலைக்குமேல் உயர்த்தி வளைத்து இடது காதைத் தொட்டுக் காட்டினாள். அப்போது முதல் மணி அடிக்கவே, புஜ்ஜி பையை எடுத்துக் கொண்டு வெளியே ஓடினாள். கலைவாணி அவள் பின்னால் சென்று உள்ளே அழைத்து வந்தாள்.

"இந்த மணி வீட்டுக்குப் போறதுக்கு இல்ல. நீளமணி அடுச்சாத்தான் வீட்டுக்குப் போகணும். சரியா?"

"சொல்லி முடிப்பதற்குள் புஜ்ஜி, "நீளமணி எப்ப அடிப்பீங்க?" என்று கேட்டாள்.

"நாலு மணிக்கு அடிப்போம்" கலைவாணி சொன்னாள். அதிலிருந்து பத்து நிமிடத்துக்கு ஒருமுறை புஜ்ஜி மணி கேட்டுக் கொண்டே இருந்தாள். கலைவாணி மணியாகவில்லை என்று சொல்லிக் கொண்டிருந்தாள். சிறிது நேரத்தில் புஜ்ஜி உதட்டைப் பிதுக்கிக் கொண்டு அழ ஆரம்பித்தாள்.

கலைவாணி குமாரிடம் சொல்லி நான்காம் வகுப்பில் படிக்கும் புஜ்ஜியின் அண்ணன் அசோக்கை அழைத்து வரச்சொன்னாள். அசோக் வந்தான். உடனே புஜ்ஜி வேகமாக ஓடிச்சென்று அவன் கையைப் பிடித்துக்கொண்டாள். அவனும் அவளைப் பிடித்துக் கொண்டு அழ ஆரம்பித்தான்.

"இப்ப நீயி எதுக்குடா அழுகுற? ஒந்தங்கச்சிதான் புதுசா சேந்துருக்கா. சின்னப்பிள்ள. அழுகுறா. ஒனக்கென்னாச்சு? தங்கச்சி அழுகுறதப் பார்த்ததும் உனக்கும் அழுக வந்துருச்சாக்கும்?"

"வீட்டுக்குப் போகணும் டீச்சர். எனக்கு எங்கம்மா ஞாபகமா வருது டீச்சர். எங்கம்மாவ நானு பாக்கணும் டீச்சர். நானு அவுங்ககூட

இருக்கணும் டீச்சர்." அழுதுகொண்டே சொன்ன அசோக்கைப் பார்த்து கலைவாணிக்கு ஆச்சரியமாக இருந்தது.

"டேய், இதென்னடா இப்பிடிச் சொல்ற? இப்ப ஒரு மாசமா வீட்ல ஒங்கம்மாகூடதான இருந்துட்டு வந்த. ஒண்ணாங்கிளாசுல இருந்து நீயி இங்கதான படிச்சுட்டு இருக்குற. ஒந்தங்கச்சி இப்பத்தான் புதுசா சேந்துருக்கா. சின்னப்பிள்ள வேற. அழுகுறா, நீயி பெரிய பையந்தான? என்னாச்சு."

"அதுல்ல டீச்சர், லீவு உட்டீங்கள்ள டீச்சர்... அப்ப இவுங்க அப்பா செத்துப் போயிட்டாரு டீச்சர். அதுக்குத்தான் டீச்சர் அழுதுக்கிட்டே இருக்கான். இவுங்கப்பா ரொம்பக் குடுச்சுட்டு செத்துட்டாரு டீச்சர். அடுத்து எங்கப்பாகூட செத்துருவாராம். என்ன அசோக்கண்ணெ?" காவியா சர்வசாதாரணமாகச் சொன்னா.

"எதுக்குடி அப்பிடிச் சொல்ற?"

"எதுக்குத் தெரியுமா? எங்கப்பாவும் ரொம்ப குடிப்பாரு அதுக்குத்தான் டீச்சர் செத்துருவாருன்னு எங்க ஆயா சொன்னாங்க."

"வீட்ல எங்க அம்மா மட்டும் தனியா இருக்காங்க டீச்சர். அதான் நானு போகணும் டீச்சர்" அசோக் சொன்னான்.

"உங்கம்மா என்ன சின்னப் பிள்ளையாடா? பெரியவுங்கதான. அவுங்க இருந்துப்பாங்க. நீயி அழாம இருந்து படி. அப்பத்தான் உந்தங்கச்சியும் அழாம இருப்பா"

"எங்கப்பா செத்துட்டாருல்ல டீச்சர்; அதுனால நாந்தான எங்கம்மாவப் பாத்துக்கனும் டீச்சர். நானு வீட்டுக்குப் போகணும் டீச்சர். எங்கம்மாவ நானு காப்பாத்தணும் டீச்சர். எங்க பாப்பா வேணும்னா இங்க இருந்து படிக்கட்டும் டீச்சர். நானு எங்கம்மாகூட இருந்து வேல செய்வேன் டீச்சர்."

"ஒங்கம்மாதானடா உன்னக் காப்பாத்தணும். நீயி என்ன வேல செஞ்சு உங்கம்மாவக் காப்பாத்தப் போற? நீயி நல்லாப் படுச்சு பெரிய வேலைக்கு வந்து, நல்லா சம்பாருச்சு உங்கம்மாவக் காப்பாத்தலாம். சரியா?"

"இல்ல டீச்சர். நானு இப்ப எங்க அம்மாகூட இருக்கணும் டீச்சர். இல்லன்னா எங்கம்மா ஆம்பளைகளோட வேலைக்குப் போயிக் கெட்டுப்போவாங்க டீச்சர்" சொல்லிக்கொண்டு ஏங்கி, ஏங்கி அழுதான். இதைக் கேட்டு கலைவாணிக்கு அதிர்ச்சியாக இருந்தது.

அவனது சின்ன உருவம்... லேசாக வெளியே துருத்திக் கொண் டிருக்கும் சற்று பெரிய கண்களில் பொங்கி வழிந்த கண்ணீர், அதில்

கரைந்தோடிய சோகம், வலியைச் சுமந்த சின்ன கருப்பு முகம் இவற்றைப் பார்க்கும்போது கலைவாணிக்கு என்ன சொல்வதென்றே புரியவில்லை. அவனை அழுத்திக் கொண்டிருப்பது என்னவென்று அவளுக்குச் சரியாகத் தெரியவில்லை. அவனிடம் சொன்னாள்.

"சரி அசோக், நீயி நாளைக்கு உங்கம்மாவக் கூட்டிக்கிட்டு வா. உங்கம்மாட்ட பேசிட்டு அப்புறமா பார்க்கலாம். சரியா?"

சரியென்று தலையை ஆட்டினான்.

மறுநாள் காலைல கலைவாணி பள்ளி சென்றபோது, அவளை எதிர்பார்த்து, அசோக்கின் அம்மா நின்று கொண்டிருந்தார்கள். அசோக்கின் அப்பா இறந்ததை விசாரித்தபின், முதல் நாள் அசோக் சொன்னதை கலைவாணி அவர்களிடம் சொன்னாள். உடனே அவர்கள் அழ ஆரம்பித்தார்கள். அதைப் பார்த்த அசோக்கும் அழுதான். அழுதுகொண்டே அவர்கள் சொன்னதைக் கேட்ட கலைவாணி அதிர்ந்து போனாள்.

"டீச்சர், இவெ ஒருத்தன் போதும் டீச்சர் என்னையக் கேவலப் படுத்துறதுக்கு. உசுரோட இருந்த காலத்துல இவுகப்பங்காரன் ஏம்மேல சந்தேகப்பட்டு, சந்தேகப்பட்டு டெய்லி அடுச்சு ஒதச்சு என்னைய சித்ரவத செஞ்சான். அந்தக் குடிகாரப் பெய குடிச்சே அற்ப ஆயுசுல போயிச்சேர்ந்தான். இந்த ரெண்டு பிள்ளைகளையும் நானு என்னனு வளத்து, படிக்க வச்சு, ஆளாக்குவோம்னு கதிகலங்கிப் போயி நிக்கேன். இதுல அவஞ்செத்ததுல இருந்து இந்தப் பெய எனிய இப்பிடியே சொல்லிச் சொல்லி அசிங்கப்படுத்திக்கிட்டு இருக்கான் டீச்சர். வீட்டுல இருக்குறவரைல நல்லாத்தான் இருந்தான் டீச்சர். பள்ளிக்கூடத்துக்குப் போகனும்னு சொன்னதுலருந்து இப்பிடியே சொல்லிக்கிட்டு இருக்கான் டீச்சர். ஏங்கூட இருந்து எனிய ஆம்பளைகள்ட இருந்து காப்பாத்துவானாம். இவெ வயசுக்குத் தகுந்த பேச்சா பேசுறான்! நாம் பெத்த பிள்ளையே இப்பிடிச் சொன்னா நானு என்ன செய்வேன் டீச்சர். நானு ஆம்பளைங்ககூட வேலைக்குப் போகாமெ இவுகள எப்பிடிக் காப்பாத்த முடியும்? படிக்க வைக்க முடியும்? போனா பொம்பளை களோடதான் வேலைக்குப் போகணுமாம். நேத்துப் பெறந்த பெய எனக்குச் சட்டம் போடுறான். கெடைக்கிற வேலைக்குத்தான போக முடியும். ஆம்பள, பொம்பளன்னு பாத்துப் பாத்து போகுற நெலமைலயா நானு இருக்கேன்?" பரிதாபமாக அழுதார்கள்.

"வீட்ல உங்ககூட இப்ப யாரு இருக்கா?"

"யாருமில்ல. ரெண்டு பேத்தயும் பள்ளிக்கூடத்துக்கு அனுப்பிட்டு நானு சித்தாளு வேலைக்குப் போறேன் டீச்சர்."

“அந்த வேலைக்குப் போக்கூடாது நீயி. ஆம்பளைங்களோட போகக்கூடாது. அவுங்ககூட நீயிப் பேசக்கூடாது. நானு உங்கூட வருவேன். என்னைக் கூட்டிக்கிட்டுப் போயிடு. நானு படிக்க மாட்டேன். எனியக் கூட்டிட்டுப் போயிடுமா” அசோக் அழுது கொண்டே அலறினான்.

“பாத்தீங்களா டீச்சர், இவஞ் சொன்னதைக் கேட்டீங்களா டீச்சர். இவுகப்பனோட ஆவி இவம்மேல வந்துருச்சுன்னு நெனைக்கேன். சின்னப்பிள்ள மாதிரியா பேசுறான். இப்ப அவுகப்பன் செத்தப் பெறகுதான் இவெ இப்பிடிப் பேசிட்டுத் திரிறான். அவெ உசுரோட இருக்கும்போதெல்லாம் ஊமக்கோட்டானாட்டம் இருந்தவன் இவன். ஒருபக்கம் இவனப் பாத்தா பாவமா இருக்குது டீச்சர். இன்னொரு பக்கம் கோவமா இருக்கு. இவன வச்சுக்கிட்டு நானு என்ன செய்ய?” கதறி அழுதார்கள்.

கலைவாணிக்கு என்ன செய்வதென்று தெரியவில்லை. இந்த இருபது வருடத்தில் இப்படியொரு பையனை அவள் பார்க்க நேர்ந்ததில்லை. அசோக் இந்தப் பள்ளியில்தான் கடந்த மூன்றாண்டு களாகப் படித்தான். இப்போது அவன் மிகவும் வித்தியாசமாகத் தெரிந்தான். பெரியவன் போல பரிதவித்துக் கொண்டிருந்தான். அவனது அம்மா வேலைக்குச் செல்ல நேரமாகி விட்டதென்று சொல்லி புறப்பட்டார்கள். அவ்வளவுதான். அவர்களின் புடவையைப் பிடித்துக்கொண்டு அவன் விடவே இல்லை. அவர்கள் அவனை அடிக்க ஆரம்பித்தார்கள். அதை தடுத்து நிறுத்திவிட்டு கலைவாணி சொன்னாள்.

“சரி அசோக், இன்னைக்கு அம்மா வேலைக்குப் போயிட்டு வரட்டும். இப்ப நீயி படிப்பில் மட்டும் கவனம் செலுத்து. அம்மா பெரியவங்கதான். அவுங்கள யாரும், எதுவும் செய்ய முடியாது. அவுங்களே அவுங்களக் காப்பாத்திக்கிடுவாங்க. நீயி அம்மாகூட இருந்தாலும் ஒன்னால என்ன செய்ய முடியும்? நீயி சின்னப்பையந்தான?”

“சின்னப்பிள்ளைன்னாலும் நானு ஆம்பளப்பிள்ள” கோபத்தோடு சுத்தினான்.

த சன்டே இந்தியன்; 19 ஆகஸ்ட் 2007.

சிதறல்கள்

மாத்தூர் சிறுவர் சீர்திருத்தப் பள்ளியில் ஒவ்வொரு நாள் மாலையிலும் வாத்தியக்குழுவினர் முழுவீச்சில் பயிற்சி மேற்கொண்டிருந்தனர். காட்டுப்பட்டி பள்ளிக்கூடத் திறப்பு விழாவுக்கு அவர்களது குழுவினரை அழைத்திருந்தார்கள். அதனால் கடந்த ஒரு வாரமாக சிறுவர்கள் மாலை நேரத்தில் பயிற்சியில் ஈடுபட்டிருந்தார்கள்.

கீரனூருக்கும் கொளத்தூருக்கும் இடையில் பிரதான சாலையில் மாத்தூர் அமைந்திருந்தது. கீரனூர் காவல் எல்லைக்குட்பட்ட பகுதிகளில் குற்றச்செயலில் ஈடுபட்டதாகச் சொல்லப்பட்ட சிறுவர்கள், அந்தப் பள்ளியில் இருந்தார்கள். சந்திரனும் அவர்களில் ஒருவன். எடையபட்டிதான் அவனது சொந்த ஊர். சீர்திருத்தப் பள்ளிக்கு வந்து ஓராண்டு ஆகிறது. அவனது ஊரைவிட மாத்தூர் கொஞ்சம் பெரிய கிராமமாக இருந்தது. அவனுக்கு அங்கு இருக்கப் பிடிக்கவில்லை. அடிக்கடி அவனது ஊரையும், அவனது அம்மாவையும், அவனது ஒரேயொரு குட்டித் தங்கையையும், அவன் படித்த பள்ளியையும் அவனது நண்பர்களையும் நினைத்துப் பார்ப்பான். அப்படி நினைக்கும் பொழுதெல்லாம் அவனுக்குக் கண்கள் கலங்கும். அங்கு வந்த புதிதில் அடிக்கடி அழுது கொண்டிருப்பான். இப்போது மௌனமாக வேதனையைச் சுமந்து திரியப் பழகிக்கொண்டான்.

சந்திரனின் வயது பதிமூன்று. சீர்திருத்தப் பள்ளிக்கு வருவதற்கு முன்பு, ஊரில் ஏழாம் வகுப்பு படித்துக்கொண்டிருந்தான். அவன் மூன்றாம் வகுப்பு படித்துக்கொண்டிருந்தபோது அவனது அப்பா கோதண்டம் இறந்துபோனார். வயலில் நெற்பயிருக்குப் பூச்சி மருந்து அடிக்கச் சென்றவர் அங்கேயே சுருண்டு விழுந்து இறந்து விட்டதாகச் சொல்லி, வீட்டுக்குத் தூக்கிக் கொண்டு வந்தார்கள். சந்திரனின் அம்மா ரஞ்சிதம் கூலி வேலை செய்து சந்திரனைப் படிக்க வைத்துக் கொண்டிருந்தாள். சந்திரனும் நன்றாகப் படித்துக் கொண்டிருந்தான். படிப்பில் இருந்தது போல மற்ற எல்லா விசயத்திலும் கெட்டிக் காரனாக இருந்தான். அவனை எப்படியாவது படிக்க வைத்து ஒரு நல்ல நிலைமைக்குக் கொண்டு வரவேண்டுமென்று ரஞ்சிதம் கனவு கண்டாள். ஆனால் இடையிலேயே அவனது வாழ்க்கை இப்படியாகிப் போனதை எண்ணி

அவள் நொறுங்கிப் போனாள். சந்திரனுக்கும் அம்மாவை நினைத்தால் மிகவும் கவலையாக இருக்கும். மறுபடியும் ஊருக்குப் போயி நண்பர்களோடு சேர்ந்து படிக்க வேண்டும்; தங்கையோடு விளையாட வேண்டும் என்று ஏங்கிக்கொண்டிருந்தான். படிக்கும்போது நண்பர்களோடு சேர்ந்து செய்த சேட்டைகளையெல்லாம் அடிக்கடி நினைத்துப் பார்த்துகொள்வான்.

அவன் படித்த பள்ளிக்குச் செல்லும் வழியில் ஒரு வட்டமான பெரிய கிணறு இருந்தது. அந்தக் கிணற்றுச் சுவரையொட்டிய மஞ்சணத்தி மரத்தில் ஒரு குருவிக்கூடு இருந்தது. அந்தக் கூட்டில் இருந்த குருவிக்குஞ்சை எடுப்பதற்கு, நண்பர்கள் சந்திரனை மரத்தில் ஏறச்சொன்னார்கள். சந்திரனும் ஏறினான். கூடு இருந்த கிளை கிணற்றின் உட்புறமாக சாய்ந்து தொங்கிக் கொண்டிருந்தது. அந்தக் கிளையில் கால் வைக்க வேண்டாமென்று நண்பர்கள் சொன்னார்கள். அது மிகச் சிறியதாக இருந்ததால் ஒடிந்துவிடுமென்று பயந்தார்கள். அப்படி ஒடிந்தால் சந்திரன் கிணற்றுக்குள்தான் விழவேண்டும். சந்திரனும் அந்தக் கிளைக்கு அருகே இருந்த பெரிய கிளையில் காலூன்றிக் கொண்டு கையை நீட்டி கூட்டைத் தொட முயன்றான், தொட முடியவில்லை. அந்தக் கிளை கிணற்றுக்குள் தொங்கிக் கொண்டிருந்ததால் கூட்டை நெருங்குவது அவ்வளவு சுலபமாக இல்லை. நண்பர்களுடைய ஆலோசனைப்படி சந்திரனின் சட்டையைக் கழற்றி அதை அவன் இடுப்பில் கட்டியிருந்த அரைஞாண் கயிற்றில் கட்டி சட்டையின் மறுமுனையை நண்பர்கள் பிடித்துக்கொள்ள, சந்திரன் தாவி அந்தக் கிளையை இழுக்க முயன்றான். ஆனால் அடுத்த நிமிடத்தில் இடுப்பில் கட்டியிருந்த கயிறு அறுந்துவிட சந்திரன் தடாலெனக் கீழே விழுந்தான். நல்ல வேளையாக கிணற்றுக்குள் விழாமல் வெளியில் விழுந்ததால் கை ஒடிந்ததோடு தப்பித்துக் கொண்டான். அந்த நிகழ்வை நினைத்து இப்போது அந்தத் தோளைத் தொட்டுப் பார்த்துக் கொண்டான். அதனால் ஒரு மாதம் பள்ளிக்கே செல்லாமல் சுற்றிக்கொண்டிருந்ததை நினைத்துக்கொண்டான்.

அப்போது பயிற்சிக்கு மாஸ்டர் அழைப்பதாக மணிகண்டன் வந்து சொல்லவும், சந்திரன் எழுந்து சென்றான். அந்தப் பள்ளியில் அவனுக்குப் பிடித்தது அந்த வாத்தியக்கருவிகளைக் கையாளுவதுதான். அனைத்துக் கருவிகளையும் இசைக்கப் பழகியிருந்தான். ஊரில் இருக்கும்போதே பறையடிப்பதில் அவனை யாரும் வெல்ல முடியாது. நாக்கைக் கடித்துக் கொண்டு ஆவேசத்தோடு ஆடிக் கொண்டே அவன் அடிப்பதைப் பார்க்கும் போது பார்ப்பவர்களுக்கே ஆட்டம்

வந்துவிடும். அவ்வளவு ஈடுபாட்டோடு பறையடிப்பான். இப்போது இங்கு பறை இல்லாததால் டிரம்ஸ் அடிப்பான். ஆனாலும் பறை அடிப்பதில் இருக்கும் ஊக்கமும், உற்சாகமும் டிரம்ஸ் அடிப்பதில் இல்லை என்று அவனுக்குச் சற்று ஏமாற்றமாகத்தான் இருந்தது. புல்லாங்குழலில் வாசிப்பான். தபேலா அடிப்பான். வாசிக்கப்படும் இசைக்கு ஏற்ப மொராக்கசை வைத்து அருமையாக உள்ளங்கையில் உருட்டுவான். அந்த மொராக்கசை உருட்டுவது அவனுக்கு மிகவும் பிடித்திருந்தது. இதற்கு முன் அதை ஊரில் பார்த்திராததால் அவன் எப்பொழுதும் அதை எடுத்து உருட்ட விரும்புவான். அவன் தாளம் தவறாமல் உருட்டுவதால் மாஸ்டரும் அவனை அதேயே உருட்டச் சொல்லி விட்டார். இதற்காக மட்டும்தான் அந்த மாஸ்டரை அவனுக்குக் கொஞ்சம் பிடிக்கும். மற்றபடி அவரைக் கண்டால் இவனுக்குக் கோபம் கொப்பளிக்கும். அதற்குக் காரணமும் இருந்தது.

நான்கைந்து மாதங்களுக்கு முன்பு ஓரிடத்திற்கு வாத்தியக்குழு சென்றிருந்தபோது, அந்த சந்தர்ப்பத்தைப் பயன்படுத்தி சந்திரன் தப்பியோட முயன்றான். அப்போது இந்த மாஸ்டர்தான் அவனைப் பிடித்துக் கொண்டு வந்து மீண்டும் இந்தப் பள்ளியில் போட்டு விட்டார். அதிலிருந்து மாஸ்டருக்கு இவன்மேல் ஒரு கண். எங்கு சென்றாலும் இவனை கண்காணித்துக் கொண்டே இருப்பார். அதை அவன் வெறுத்தான். அவரையும் வெறுத்தான். இப்போது காட்டுப் பட்டிக்குச் செல்ல பயிற்சி எடுக்கும்போதே சொல்லிவிட்டார்.

“என்ன சந்திரன், நம்ம போறது ஒரு சின்ன கிராமம். அங்கயெல்லாம் தப்பிச்சு கிப்பிச்சு ஓடலாம்னு நெனைக்காதே. அப்பிடி எதுவும் செஞ்சீனா ஈசியா மாட்டிக்கிடுவெ.”

சந்திரன் பதிலுக்கு அவரை ஒரு பார்வை பார்த்தான். அவ்வளவு தான் அவனால் செய்ய முடிந்தது.

காட்டுப்பட்டி பள்ளியைத் திறந்து வைக்க வந்த அதிகாரியை, காட்டுப்பட்டி பேருந்து நிலையத்திலிருந்து வாத்தியக் குழுவினரின் இசையோடு ஊர்வலமாக பள்ளிக்கு அழைத்துச் செல்ல வேண்டும். அதற்காக மாஸ்டரும், மற்றும் வாத்தியக் குழுவில் இடம் பெற்றிருந்த பத்துச் சிறுவர்களும் தூய வெண்ணிறச் சீருடை மற்றும் வெள்ளைத் தொப்பி அணிந்து அவரவரின் வாத்தியக் கருவிகளுடன் மாலை ஐந்து மணிக்கெல்லாம் காட்டுப்பட்டி பேருந்து நிலையத்தில் வரிசையாக நின்று கொண்டிருந்தனர். காட்டுப்பட்டி பேருந்து நிலையத்திலிருந்து பள்ளிக்கூடம் வரையுள்ள தெருக்களில் ஆங்காங்கே மின்விளக்குகள்

கட்டி அலங்கரித்திருந்தனர். ஊரே திருவிழாக்கோலம் பூண்டிருந்தது. எல்லோரும் மகிழ்ச்சியாக இருந்தார்கள். பேருந்து நிலையம் மிகவும் சிறியதாக இருந்தது. ஒன்றிரெண்டு தேநீர்க் கடைகள் தவிர குறிப்பிட்டுச் சொல்லும்படி எதுவுமில்லை. ஒரு பெரிய வேப்பமரம் இருந்தது. அதில் சினிமா போஸ்டர் ஒன்று தொங்கிக் கொண்டிருந்தது. என்ன படமென்று சரியாகத் தெரியவில்லை. ஊரில் இருக்கும்போது அக்கம் பக்கத்து பையன்களோடு சினிமாப் பார்க்கப் போனது சந்திரனின் நினைவுக்கு வந்தது. அப்போது நடந்த நிகழ்வை நினைத்துப் பார்த்தான்.

ஊரில் இருந்த சினிமாக் கொட்டகையில் ரஜினிகாந்து படம் வந்தபோது அம்மாவிடம் சினிமாவுக்குக் காசுகேட்டு தொந்தரவு செய்தது ஞாபகத்துக்கு வந்தது. அம்மாவிடம் அப்போது பணமில்லை. படம் ஆரம்பமாவதற்கு முன்பே அங்கு சென்ற சந்திரன், டிக்கெட் கவுண்டரில் வைக்கப்பட்டிருந்த ஒரு கட்டு டிக்கெட்டை எடுத்துக் கொண்டு வீட்டுக்கு வந்துவிட்டான். கவுண்டரில் டிக்கெட் கட்டைக் காணாமல் அலைமோதிக் கொண்டிருந்தார்கள். காணாமல் போன டிக்கெட்டுகளின் எண்கள் கொண்ட டிக்கெட்டுகளை எடுத்து வருபவர்களைப் பிடிப்பதற்கு உஷாராக இருந்தார்கள்.

இதைப் பற்றியெல்லாம் யோசிக்காத சந்திரன் தன் நண்பர் களுக்கும் டிக்கெட் கொடுத்து, அவர்களையும் அழைத்துக் கொண்டு சென்றான். மாட்டிக்கொண்டதும் நண்பர்கள் சந்திரன்தான் தங்களுக்கு டிக்கெட் கொடுத்தான் என்று சொல்லிவிட, சந்திரனைப் பிடித்து விசாரித்தார்கள். ஊர்ப்பெரியவர்களிடம் சொல்லி அவனைக் கண்டித்து வைக்கச் சொன்னார்கள். ஊரில் அனைவரும், "டிக்கெட்டு எடுத்த பெயலுக்கு அதக்கொண்டுக்கிட்டு போனா புடிபட்டுக்கிருவம்னு கூடத் தெரியல பாரு"ன்னு சொல்லி அவனைக் கிண்டல் செய்து சிரித்தனர்.

தலைவர் வந்துவிட்டாரென மக்கள் பரபரப்பாகவும், சந்திரனின் சிந்தனை தடைப்பட்டது. மாஸ்டர் உத்தரவுப்படி அவரவர் வைத்திருந்த வாத்தியக் கருவிகளை வாசிக்க ஆரம்பித்தனர். சந்திரனும் தன் கையிலிருந்த மொராக்கஸை வலது கையில் பிடித்துக்கொண்டு பல வண்ண மணிகளைச் சேர்த்துக் கட்டப்பட்டிருந்த அந்த மணிகளை இடது உள்ளங்கையில் வைத்து தாளத்துக்கு ஏற்றபடி உரசி உரசி ஒலி எழுப்பிக் கொண்டிருந்தான். மற்ற சிறுவர்களும் ஒருமித்து வாசித்ததைக் கேட்பதற்கு மிகவும் நன்றாக இருந்தது. மாஸ்டர் அவர்களை வழி நடத்திக்கொண்டிருந்தார்.

அலங்கரிக்கப்பட்ட வாகனத்தில் தலைவர் ஏறிக்கொள்ள ஊர்வலம் தொடங்கியது. வாத்தியக்குழு ஊர்வலத்துக்கு முன்னே வாசித்தபடி

மெதுவாகச் சென்றது. சிறுவர்களின் வாசிப்பு மிகவும் பிரமாதமாக இருப்பதாக மக்கள் ஒருமனதாகச் சொன்னார்கள். அந்தச் சிறுவர் களைப் பார்ப்பதற்கே கூட்டம் அலைமோதியது. ஆனால் அந்தச் சிறுவர்கள் முகத்தில் எந்தவித உணர்வும் இல்லை. ஏதோ தங்களுக்குக் குறிக்கப்பட்ட ஒரு கடமையைச் செய்வதுபோல எவ்விதச் சலனமுமின்றி அவர்கள் வாசித்துக்கொண்டே முன்னோக்கி நகர்ந்தார்கள். இடை யிடையே பட்டாசுகளை வெடித்தார்கள். இச்சிறுவர்கள் அதைக் கண்டுகொள்ளவே இல்லை. அவர்களது முழுக் கவனமும் வாசிப்பில் தான் இருந்தது. அவர்களைச் சுற்றி இளைஞர்கள் ஓர் அரண்போல பாதுகாப்பாக வந்து கொண்டிருந்தார்கள். அவர்கள் எங்கும் ஓடி விடாமல் இருக்கவே அப்படி புடைசூழ்ந்து வருகிறார்கள் என்பதைச் சந்திரன் புரிந்துகொண்டான். அவனுக்கு அது எரிச்சலை உண்டாக்கியது. அவன் மனது பலவிதமான உணர்வுகளால் அலைக்கழிக்கப்பட்டது. அவன் கையில் அகப்பட்டுக்கொண்ட அந்த மொராக்கஸை அவன் ஆக்ரோசமாக உருட்டி உருட்டி மனசை ஆசுவாசப்படுத்த முயற்சி செய்தான். கைகளிரண்டும் சூடாகின. மனது கொதித்துக்கொண்டிருந்தது.

தங்களைச் சுற்றி பெருந்திரளாக மக்கள் கூடி வந்தது தங்களது வாசிப்புத் திறனைப் பார்த்து, கேட்டு மகிழத்தான் என்றெண்ணியிருந்த சந்திரன், அவர்கள் தங்களது பந்தோபஸ்துக்காகத்தான் வருகிறார்கள் என்பதை அறிந்தபின் ஆத்திரமும், வெறுப்பும் அடைந்தான். மாஸ்டரைப் பார்க்கும்போது அவனுக்கு வெறித்தனமான கோபம் வந்தது. அவர் தன்னை மட்டும் குறிப்பிட்டு கவனிப்பது போல் தெரிந்தது. சீர்திருத்தப் பள்ளிக்கு வருவதற்கு முன்பு தனது ஊரில் எவ்வளவு மகிழ்ச்சியாக விழாக்கள் கொண்டாடினோம் என்று நினைத்தான். தன் வயதுப் பையன்கள் ஓடியாடித் திரிவதைப் பார்க்கும்போது அவனது மனம் வேதனையில் கனத்தது. துக்கம் துக்கமாக வந்தது. அந்தக் கூட்டத்தி லிருந்து எங்காவது ஓடி விடலாம் போல இருந்தது. அவனது மனச் சஞ்சலத்தை அவன் கையில் வைத்திருந்த மொராக்கஸ் பட்டபாட்டி லிருந்து அறிய முடிந்தது. அவன் மனதிலிருந்த ஆத்திரத்தையும், வலிமையையும் அவன் கையில் வைத்து உருட்டிய மொராக்கஸின் மணிகள் எழுப்பிக் கொண்டிருந்தன. அவனது முகத்திலிருந்து வியர்வை தாரை தாரையாக வழிந்தது. அவனது கைகள் சூடானது போலவே அவனது முகமும் சூடானது. அவனது நெஞ்சின் வேட்கை, வெக்கையாக வெளியேறியது. அவனைப் பார்த்துக்கொண்டிருந்த வர்கள் பேசிய பேச்சுக்கள் அவன் காதுகளில் தெளிவாகக் கேட்டது.

“யே... இந்தப் பையனப் பாருங்கடா... இந்த மணிய எப்பிடி உருட்டுறாம்னு பாருங்க... இதுமாதிரி உருட்ற மணிய நம்ம இதுவரைல

பாக்கவே இல்லைலடா... இவெ உருட்டுற உருட்டுல மணியே அந்து போகும்போலடா..."

"இதெப்பிடிடா செஞ்சுருக்காக?"

"அதுக்குள்ள இருக்குறது என்னனு தெரியுமா? தேங்காச் செரட்ட."

"செரட்டயா? இம்புட்டுப் பெரிய செரட்டையா?"

"ஆமாடா. அது கேரளா தேங்காயில இருக்குற செரட்ட. இதுக்குப் பேரு கொப்பறத்தேங்காடா. அங்கயெல்லாம் ரொம்ப பெருசாத்தான் இருக்குமாம். எங்கண்ணஞ் சொன்னான். நீயி வேணும்னா அத உருட்டுற பெயல்ட கேட்டுப்பாரேன்."

"ஐயய்யோ... அவங்கிட்டயெல்லாங் கேக்கக்கூடாதுடா. அந்தா வாராருல அவுங்க வாத்தியார்டத்தான் கேக்கனும்."

"போடா போ... அவருட்ட கேக்கக் கூடாதுடா. எனக்கு அவரப்பாத்தா புடிக்கவே இல்லடா. அவருதாண்டா இந்தப் பெயல்கள புடுச்சு அடச்சு வச்சுருக்காரு."

"இல்லடா... இவனுங்க என்னமோ தப்பு செஞ்சாங்களாம்டா. அதுக்குத்தான் இவனுங்கள செயில்ல புடுச்சு வச்சுருக்காங்களாம். எங்கெம்மெ சொன்னா."

"போடா போ... அதெல்லாமில்லடா. பாவம்டா இவனுங்க. இவுங்க செயில்ல இல்லடா. அதென்னமோ சீர்திருத்தப் பள்ளிக் கூடத்துல இருக்காங்களாம். ஆஸ்டலுமாதிரி. இல்லடா?"

இதைக் கேட்டுக்கொண்டே நடந்த சந்திரனுக்கு, "ஆஸ்டலு இல்லடான்னு" கத்த வேண்டும் போல இருந்தது. அவர்களுடன் பேச வேண்டும் போல இருந்தது. அந்த மாஸ்டரைப் பற்றியும் அந்த சீர்திருத்தப் பள்ளிக்கூடத்தைப் பற்றியும் அவர்களிடம் சொல்ல வேண்டும்போல் இருந்தது - அத்துடன் அவன் கையில் வைத்து உருட்டிக்கொண்டிருக்கும் அந்த மொராக்கஸைப் பற்றியும் அதை அவன் எவ்வாறு தாளத்துக்கு ஏற்றாற் போல உருட்டுகிறான் என்பது பற்றியும் அவர்களுக்கு உருட்டிக்காட்டவும் அவனுக்கு ஆசையாக இருந்தது. இப்படி எத்தனையெத்தனை ஆசைகளை அவன் அழித்துக் கொள்ள வேண்டியுள்ளது என்றெண்ணினான். இவர்களைப் போல தானும் தனது நண்பர்களும் பேசித் திரிந்த நாட்கள் நினைவுக்கு வர, துக்கம் தொண்டையை அடைத்தது. அழ வேண்டும்போல இருந்தது.

ஆனால் இந்தக் கூட்டத்தில் எப்படி அழமடியும்? அழுகையை அடக்கிக் கொண்டு ஆனந்தமாக வாசிப்பது போல பாவனை செய்யப் பழகியிருந்தான்.

"பாவம்டா... சின்னப் பெயலா இருக்கான். ஆனா எம்புட்டு அழகா தாளம் தப்பாமெ உருட்டுறாம்னு பாரு. எப்பிடி வேர்த்து ஊத்துதுன்னு பாரு. இவம்மேல் கருப்பசாமி எறங்குனது மாதிரி இருக்குதுடா."

"இவனத்தாம்டா குறிப்பாக கவனிக்கச் சொல்லி அந்த மாஸ்டரு சொல்லியிருக்காராம். ஏம்னா இன்னொரு எடத்துல இப்பிடி வாசிக்கப் போனப்ப இந்தப் பெய தப்புச்சு ஓடப்பாத்தானாம். ஆனா மாட்டிக்கிட்டானாம்."

இதைக் கேட்டதும், அடக்கி வைக்கப்பட்டிருந்த சந்திரனின் அழுகை ஆங்காரமாக மாறியது. மனது இறுக்கமானது. மொராக்கஸில் கட்டப்பட்டிருந்த கம்பிகளின் இறுக்கத்தை அவன் மனமும் அனுபவித்தது. ஊர்வலம் பள்ளியை நெருங்கிக்கொண்டிருந்தது. சந்திரனின் மன உளைச்சல் உச்சத்தை அடைந்தது. அது அந்த மணிகளின் ஆங்கார ஓசையில் வெளிப்பட்டது அவனது மனதைப் போலவே கைகளும் சூடாகின. அவன் ஆக்ரோசமாக உருட்ட, உருட்ட மணிகளை இணைத்துக் கட்டியிருந்த கம்பிகள் அறுந்தன. மணிகள் சிதறின. விடுதலையாகிப்போன மணிகளை ஏக்கத்தோடு பார்த்தான் சந்திரன்.

அம்ருதா - டிசம்பர் 2007.

ஆவிகளும் ஆண்டைகளும்

உலத்தரப்பட்டி கிராமத்துல பேய்க்கதைகளுக்குப் பஞ்சமே இருந்ததில்ல. அதுலயும் பால்ராசு தாத்தாவ யாரும் மிஞ்சவே முடியாது. இத்தினிக்கானு பிள்ளைகள்ள இருந்து வயசான கெழடு கெட்டைக வரைல அம்புட்டுப் பேரும் அவரு சொல்றதக் கேக்க ஆவலாக் கூடிக் கெடப்பாக. எளவட்டப் பெயல்களும் நின்னு கேட்டுக்குட்டு பெறகு அங்குட்டுப் போயிட்டு.

"பேயாவது பெசாசாவது; இந்தக் கதையெல்லாம் எவனாவது காதுல பூ வச்சுக்குட்டு இருக்குறவங்கட்ட போயிச் சொல்லனும். இந்தக் கெழவஞ் சொல்றாம்னு அம்புட்டுப் பேரும் மெனக்குட்டு ஒக்காந்து கேட்டுக்கிட்டு இருக்கீகளே... அவருதான் வேலவெட்டி இல்லாமெ பொழுது போகனும்னு இல்லாத கதையெல்லாம் அள்ளி உடுறார்னா நீங்க அவருக்கு மேல... நாங்கள்ளாம் நம்ப மாட்டோம்." மேம்போக்காச் சொன்னாலும் அவனுகளுக்குள்ள ஒரு மாதிரி திக்கு திக்குன்னுதான் இருக்கும். பால்ராசு தாத்தா அம்புட்டு தத்ரூவமா கத சொல்வாரு. உள்ளுக்குள்ள ஒதறலு இருந்தாலும் அவரு சொல்ற கதையக் கேக்க எல்லாருமே ஆசப்படுவாக.

பால்ராசு தாத்தா அம்புட்டுச் சாமன்யத்துல கதைய ஆரம்பிக்க மாட்டாரு. அவருக்கா ஒரு நேரம் வரனும். மத்தவுக போயி எம்புட்டுத் தான் கேட்டாலும் அம்புட்டு ஈசியா சொல்ல மாட்டாரு. ஊருக்கு மேற்க இருக்குற அஞ்சரமணிப் பூ மரத்தடிதான் அவரு கத சொல்ற எடம். அந்த மரத்துக்கு நெசமான பேரு என்னனு தெரியல. தெனமும் சொல்லி வச்சது கணக்கா கரெக்டா சாயங்காலம் அஞ்சர மணிக்கு அந்த மரத்துல பூ பூக்கும். அதுனால அந்தூர்ச் சனங்க அத அஞ்சரமணிப் பூ மரமுன்னுதான் சொல்லுவாக. பால்ராசு தாத்தா சிலநேரத்துல தெக்குந்தெரு மிலிட்டரி அந்தோணி வீட்டுத் திருணயில ஒக்காந்தும் கத சொல்வாரு. மிலிட்டேரி அந்தோணியும் தாத்தாவும் அந்தக் காலத்துலருந்தே பிரண்டுகளாம். இப்பயும் பிரண்டுகளாத்தான் இருக்காக. கேண்டீன்ல இருந்து வாங்கியார மிலிட்டரி சரக்குல அப்பப்ப தாத்தாவுக்கும் குடுப்பாராம். அப்படி போட்டுட்டார்னா

அன்னைக்கு அவரு கத சொல்ற வெதமே வித்தியாசமா இருக்கும். படு உற்சாகத்துல ஓரெடத்துல ஒக்கார மாட்டாரு. எந்துருச்சு கதைய நடுச்சே காட்டுவாரு. ஊடால ஒன்னு ரெண்டு பாட்டும் எடுத்து உடுவாரு. செல நேரத்துல மிலிட்டரி அந்தோணியும் கூட இருந்து ரசிப்பாரு. இதெல்லாம் எப்பயாச்சுந்தான். மத்தபடி அவரு மாமூலா கத சொல்ற எடம் அஞ்சரமணிப் பூ மரத்தடிதான்.

எனக்கும் இப்ப நாப்பது வயசு ஆகிப்போச்சு. கிட்டதட்ட நானு பத்து வயசுப் பெயலா இருக்கும்போதே தாத்தாவோட கதையக் கேட்டுருக்கேன். அப்பயெல்லாம் தாத்தாவப் பார்த்தாலே பேயப் பாக்குறது மாதிரி பயம்மா இருக்கும். அவரு சொல்ற கதையக் கேட்டா அதுக்கு மேல திகிலா இருக்கும். ஆனாலும் அதக் கேக்கணும்னும் ரொம்ப ஆசையா இருக்கும். நானு ஆறாங்கெளாஸ் படிக்கைலதான் மொதமொதல்ல வாடக சைக்கிள் எடுத்து ஓட்டப் பழகுனேன். அதுக்கு முன்ன தத்தக்கா புத்தக்கான்னு ஓட்டிப் பழகியிருந்தாலும் நானா... வாடக சைக்கிள் எடுத்து ஓட்டுனது ஆறாங்கிளாசுலதான். எப்படா சனி, ஞாயிறு வருமுன்னு நெனச்சுக்கிட்டே கெடப்பேன். அந்த வாரம் எங்கம்மெ வாங்கித்திங்கக் குடுத்த துட்டெல்லாம் அப்பிடியே சேத்து வச்சுருந்து சலிக்காமெ சைக்கிள் ஓட்டிக்கிட்டுத் திரிவேன். சாப்புடாமெ கொள்ளாமெ நானு அலையறத பாத்துட்டு எங்கெம்மெ இனிமே துட்டே கெடையாதுன்னு மெரட்டுவா. ஆனா எப்பிடியும் குடுத்துருவா. மொதல்ல எங்கூருக்குள்ளயே அடுச்சுக்குட்டு இருந்த நானு ஒரு தடவ பக்கத்து ஊரு வரைல போயிட்டு வந்துட்டேன். அம்புட்டுத் தான். பக்கத்து ஊருல எனியப் பாத்தவுக வந்து எங்கய்யாட்ட சொல்லிக்குடுத்துட்டாக. எங்கம்மைகிட்ட சொல்லி ருந்தாக்கூடப் பரவாயில்ல. அன்னைக்கு ராத்திரி சாப்புடும்போது எங்கய்யா எங்கம்மைய வஞ்சுக்கிட்டு இருந்தாரு.

“அவனுக்குத் துட்டு குடுக்காத துட்டுக் குடுக்காதன்னு ஒனக்கு எத்தன தடவ சொல்றது? இன்னைக்கு என்ன செஞ்சாம்னு தெரியுமா? சைக்கிள் எடுத்துக்கிட்டு கோணம்பட்டி வரைல போயிருக்கான். அதுவும் பஸ் வார ரோட்டுல! அதுவும் பொழுது போனப்பெறகு! இந்தப் பொடியன எவனும் அடுச்சுப் போட்டுப் போனாக்கூட தெரியாது. அவ ஆளு இருக்குற சைசுக்கு இம்புட்டு நட்னத்தனம் செஞ்சுக்குட்டு இருக்கான். தூக்கிப் போட்டு மிதிச்சம்னா ஒரு மிதிக்குத் தாங்க மாட்டான். ஏதோ சின்ன பெயம்னு பாத்தா, இல்லாத அக்குரும மெல்லாம் செஞ்சுக்கிட்டுத் திரிரான்.”

“அவ எங்க கோணம்பட்டிக்குப் போனான்? இங்னக்குள்ளதான் அடுச்சுக்குட்டு இருந்தான். எந்தப் பெயமக்களோ சும்மா சொல்லி இருக்காளுக. ஏண்டா, நீயி கோணம்பட்டிக்காடா போனெ?”

அம்மெ கேக்கவும் கம்முனு அவளயே பாத்தேன். ஆமான்னு சொல்லுவமா, இல்லன்னு சொல்லுவமான்னு யோசிச்சிக்கிட்டு இருந்தேன். அதுக்குள்ளே எங்கய்யா கோவமாக் கத்துனாரு.

“வாயத்தெறக்கானான்னு பாரு இல்லன்னு சொல்லச் சொல்லு பாக்கேன். பொய் சொன்னா அம்புட்டுத்தான். கொதவளய நெறுச்சே கொன்னு போட்டுருவேன்.”

“சொல்லேண்டா, வாய மூடிக்கிட்டு இருந்தா என்ன அருத்தம்?”

ஆமான்னு தலைய மட்டும் ஆட்டுனேன்.

“நெசம்மாவாடா போனெ? சைக்கிள்ளயேவா போன? அம்புட்டு தொலவு என்னனு மிதுச்செடா? நீயா போயிட்டு நீயா வந்துட்டியாக்கும்? பஸ்சுகிஸ்செல்லாம் பாத்து, பரிவிச்சு, சூதானமா ஒட்டிக்கிட்டு வந்துட்டெ, பரவாயில்லையே! ஆமா, ஒத்தலையா போனெ?”

“இல்ல. பத்துப் பேரு கூட பவனி வர ஓம்மகெ சைக்கிள் ஓட்டிக்கிட்டுப் போனான். இப்பிடி சொன்னீனா அவெ கோணம் பட்டி என்ன குப்பாம்பட்டிகூட போவான். எல்லாம் நீயி குடுக்குற எடந்தான். அவனக் கண்டிக்கிறத உட்டுட்டு என்னமோ சாதன பண்ணிட்ட மாதிரில்ல பரவசப்பட்டுக்கிட்டுருக்க. இம்புட்டு நேரமும் பயந்து போயிக்கெடந்த பெய இப்ப முழிக்கிற முழியப்பாரு! ஒரு நாளைக்கு ஏங்கிட்ட வசம்மா வாங்குவடா. ஓங்கம்மைய ஏமாத்துறது கணக்கா எனியவும் ஏமாத்திரலாம்னு நெனைக்காதெ. தெரிஞ்சுதா?”

அதோட அன்னைக்குத் தப்புச்சுட்டேன். ராத்திரி தூங்கப் போகும்போது அம்மைட்ட நானு கோணம்பட்டிக்குப் போயிட்டு வந்ததப் பத்தி விலாவாரியாச் சொன்னேன். அம்மைக்கும் சந்தோசந்தான். ஆனா மசங்குனப் பெறகு அந்த ரோட்டுக்கா போக்குடாதுன்னு சொன்னா. ஏன்னு கேட்டதுக்கு, அந்த ரோட்டோரத்துல இருக்குற ஒத்தப் பனமரத்துல பேயி இருக்குன்னு சொன்னா. ஆனா நானு அது வழியாப் போயிட்டு வரும்போது எந்தப் பேயும் இல்லையேன்னு நானு நெனச்சுக்கிட்டேன்.

இது நடந்த மறுநாளுதான் பால்ராசு தாத்தா சைக்கிள்ல பேய் வந்த கதையச் சொன்னாரு. எனக்கு அத இப்பக் கேட்டது கணக்கா

அப்பிடியே நெனப்புல இருக்கு. வழக்கம்போல அஞ்சரமணிப்பூ மரத்தடில நெறய்யாப் பேரு உக்காந்திருந்தாக. நானும், ஏங்கூட படிக்கிற இன்னும் நாலஞ்சு பெயல்களும் தாத்தாவுக்கு முன்னால முண்டியடுச்சுக்கிட்டுப் போயி உக்காந்துகிட்டோம். தாத்தா தொடங்குனாரு.

“அதாவதுடா போன அம்மாவாச அன்னைக்கு வடக்கே சதுரகிரி மலையத் தாண்டி ஒரு வேலையாப் போயிருந்தேன். அதாவது அந்த ஊர்ல அன்னைக்கு மாட்டுச் சந்தைன்னாக. நானும் எங்க வீட்டுக் கெழவியும் சும்மாதான கெடக்கோம்னு ஏம்மகெ மூத்தவெ ஒரு நல்ல பால்மாடா பாத்துப் புடுச்சு வளக்கச் சொன்னா. அந்தக் கெழவியும் சும்மா நச்சுருச்சுக்கிட்டே கெடந்தாளா… சரி இந்தக் கெழவி தொல்ல தாங்கமாட்டாமெ போயி பாத்துட்டு வருவோம்னு கெளம்புனேன். வாடக சைக்கிள் எடுத்துக்கிட்டு வெள்ளனத்துல கஞ்சியக் குடுச்சுட்டு கெளம்பிட்டேன்.”

“சைக்கிள்ளயா போன தாத்தா? ஒனக்கு சைக்கிள் ஓட்டத் தெரியுமா தாத்தா?” நாந்தான் கேட்டேன்.

தாத்தா எனியப் பாத்து சிருச்சுக்கிட்டு அவரோட வெள்ள மீசையத் தடவிக்கிட்டு சொன்னாரு.

“அட படுவாப் பெயலே, சைக்கிள் ஓட்டத் தெரிமான்னா கேட்ட? ஒங்கய்யங்கிட்ட கேட்டுப் பாரு. ஒனியவிட சின்னப் பெயலா இருக்கைலயே நானு எங்கெங்க ஒட்டிக்கிட்டு போனம்னு. பெடல்ல காலு வச்சுட்டம்னா சல்லுன்னு வண்டி பறக்கும்டா ராசேந்திரன் மகனே.”

“பெரிய சைக்கிளா? சின்ன சைக்கிளா தாத்தா?”

“பெரிய சைக்கிள்டா. சீட்ல உக்காந்தா பெடலுக்குக் காலு எட்டாது. அதுனால நின்னுக்கிட்டே எம்புட்டுத் தூரம்னாலும் மிதிப்பேன்.”

“சரி சைக்கிள் உட்டகத இருக்கட்டும் தாத்தா. நீயி போயி வந்த கதையச் சொல்லு”ன்னு கூட்டத்துல இருந்த கொப்புளான் சொல்லவும் தாத்தா கதைக்குப் போனாரு.

“நீங்கள்ளாம் நெனைக்கிறமாதிரி இது கதை இல்ல. உண்மையா நடந்துச்சு. நானு அந்த ஊருக்குள்ள போயிச் சேரவே நடுப்பொழுது

ஆகிப்போச்சு. முன்ன மாதிரி இப்ப அம்புட்டு வேகமா வண்டி மிதிக்க முடியல. அங்னங்ன நிறுத்தி ஒரு வெத்தலயப் போட்டுக்கிட்டு மெதுவாப் போயிச் சேந்து மாட்டப் பத்தி வெசாருச்சேன். நல்ல சாதி பால்மாட்ட பத்து ரூவா! இருவது ரூவங்றான். அம்புட்டு வெல குடுத்து எவனால வாங்க முடியும்?" தாத்தா நிப்பாட்டிட்டு இத்தினி போயல எடுத்து வாயில போட்டுக்கிட்டாரு.

ஏங்கூட உக்காந்துருந்த மணிப்பெய கேட்டான். "பத்து ரூவாய்க்குக் கூட, இருவது ரூவாய்க்குக்கூட மாடு இருக்குதாக்கும் தாத்தா? அப்பிடின்னா அத ஓட்டிக்கிட்டு வரவேண்டியதுதான தாத்தா?"

அதக்கேட்டுட்டு பெரியாளுக பூராம் சத்தமாச் சிருச்சாக. சரி உடுங்க; அவஞ் சின்னப் பெயலுக்குத்தக்கன அவம் பேசுறான்னு சொல்லிட்டு தாத்தா தொயந்து சொல்ல ஆரம்பிச்சாரு.

"மத்தியான வெயிலு மண்டையப் பெளக்குறது மாதிரி இருந்துச்சு. இந்த வெயிலுக்குள்ள போனா எடவழில எங்கயாச்சும் மயங்கி விழுந் தாலும் இந்தக் கெழவிக்குச் சொல்லக்கூட நாதியத்துக் கெடப்பமேன்னு நெனச்சுக்கிட்டு அந்த ஊருக்குத் தெக்க இருந்த பெரிய வேப்ப மரத்துக்கடில துண்ட விரிச்சுப் படுத்துட்டேன். வேப்பங்காத்துக்கு அதுக்கும் நல்லாக் குளுக்குளுன்னு இருக்கவும் சாயங்காலம் வரைக்கும் ஒறங்கிட்டேன். பெறகு நாலு மணிவாக்குல அந்தூருப் பெயல்க பால்பீச்சுறதுக்காக டம்முடம்முனு கேன்களப் போட்டு அடிக்கவும், அந்தச் சத்தத்துல முழுச்சுட்டேன். தெருக்குழாய்ல நல்லா கைகாலு மூஞ்சியெல்லாம் கழுவிக்கிட்டு, அங்ன இருந்த டீக்கடைல ஒரு சிங்கிள் டீ அடுச்சுட்டு, துண்ட எடுத்து தலப்பாக் கட்டிக்கிட்டு வண்டிய மிதுச்சேன். எங்னக்குள்ளயும் நிப்பாட்டல. இருட்ட முன்ன எப்பிடியும் ஊரு வந்து சேந்துரனும்னு வேகமாக மிதிச்சேன். கிட்டத்தட்ட பாதித் தொலவட்டுக்கு மேல வந்துட்டேன். சனமெல்லாம் வேலவெட்டிய முடுச்சுட்டு வீடுகளப் பாத்துப் போயிக்கிட்டு இருந்தாக. பெறகு சன்னஞ்சன்னமா இருட்ட ஆரம்பிச்சது. சைக்கிள்ல நல்லவேளயா லைட்டு இருந்துச்சு. இம்புட்டு வயசாகியும் எனக்குக் கண்ணுபார்வை நல்லாத் தெளிவாகத் தெரியும். ஓட்டிக்கிட்டே வரும்போது திடீர்னு எதுக்க ஒரு பொம்பள கைக் கொழந்தையோட நின்னுக்கிட்டு இருக்கா. நானு தொலவட்டுலயே பாத்துட்டு பெல்லடுச்சுக்கிட்டே வந்தேன். நானு முன்னேறி வர வர, அவா ஒரு குறிப்பிட்ட தூரத்துல எனக்கு முன்னால நின்னுக்கிட்டே இருக்கா. முன்னால போற மாதிரியும் இல்ல;

ஏம்பக்கமா வாரமாதிரியுமில்ல. பெறகுதான் நானு சுதாருச்சுக் கிட்டேன். சரி இது அந்தக் கழுததான்னு தெருஞ்சுக்கிட்டேன்.''

“எந்தக் கழுதன்னு தாத்தா?''

“ஏலேய் சும்மா கெடலே. பெறகு தாத்தா?''

“பெறகென்ன? சமாளுச்சுப் பெறக்கி எப்பிடியாவது வீடு வந்து சேரனும்ல. மனசுல தீர்க்கமா ஒரு முடிவெடுத்துக்கிட்டேன். என்ன நடந்தாலும் வண்டிய நிப்பாட்டவும் கூடாது; வண்டிய உட்டுட்டு கீழ எறங்கவும் கூடாதுன்னு முடிவு பண்ணிட்டு வேர்க்க விறுவிறுக்க முடுஞ்சமட்டுக்கும் வேக வேகமாக மிதிச்சேன். செத்த நேரத்துல அவா இருந்த எடந் தெரியாம ஓடிப்போனா. ஏங்கிட்ட போயி வாலாட்ட முடியுமா? இதப் போல எத்தன பாத்துருக்கேன். பயமே இருக்கக் கூடாது. பயந்தான் மொதல் எதிரி. சரி, சனிய உட்டதுடான்னு கொஞ்சம் நிதானமா மிதிச்சேன். நம்ம ஊருக்கு இன்னமும் ஒரு மைலுதான் இருக்கும். நானு எம்புட்டுத்தான் பிரயாசைப்பட்டு வண்டிய மிதுச்சாலும் வண்டி நகரமாட்டேங்கி. என்னமோ நாலஞ்சு நெல்லு மூட்டைய பின்னால கேரியர்ல வச்சுக்கிட்டு மிதிக்கிறமாதிரி அம்புட்டுக் கஸ்டமா இருக்குது. இதென்ன இப்படிப் பேய்க்கனம் கனக்குதுன்னு லேசாத் திரும்பி சைடுல பாத்தா... ஏ ஈரக்கொலையே நடுங்கிருச்சுடா.''

நாங்க சின்னப் பிள்ளைகள்ளாம் நக்களிச்சுக்கிட்டே போயி தாத்தாகிட்ட நெருங்கி உக்காந்துகிட்டோம். மத்த யாருமே ஆடல; அசையல. தாத்தாவும் செத்த நேரத்துக்கு எதுவுமே பேசல. அவரு அமைதியா இருக்க, இருக்க எங்களுக்கெல்லாம் ரொம்பா பயம்மா இருந்துச்சு. அப்புறம் என்னாச்சு தாத்தான்னு ராசு அண்ணாச்சிதான் தைரியமாக் கேட்டாரு.

“ஏலைகா... நாஞ்சொன்னா நீங்க நம்பமாட்டீகடா... அந்தக் கண்டாரளி கொழந்தையோட கேரியர்ல உக்காந்துருக்காடா. ஒரு நிமுசம் அப்பிடியே திக்குமுக்காடிப் போனேன். ஆனா வண்டிய மிதிக்கிறத மட்டும் நிப்பாட்டவே இல்ல. எம்புட்டுக் கனமா இருந்தாலும் ஆனமட்டும் மிதிச்சுக்கிட்டே இருக்கேன். மெல்ல, மெல்ல மிதிச்சுக் கிட்டே அந்தய்யா சந்துரசேகரரோட பிஞ்சைக்கிட்ட வரும்போது திடீர்னு பக்கத்துல இருந்த கெணத்துக்குள்ள யாரோ டமாலுன்னு உழுகுற சத்தம் கேட்டுச்சு. அந்த நிமுசத்துல அந்தக் கனமும் கொறஞ்சு வண்டி வழக்கம்போல, வேகமா ஓடுச்சு. அப்பத்தான் புருஞ்சுக்கிட்டேன்.

அந்தப் பேய்க் கண்டாரளிக்கு அதுவரைலதான் எல்லைன்னு. பேய் களுக்குன்னு ஒரு எல்ல இருக்குடா. அதத்தாண்டி அதுக வராதுக. ஆமா அந்ததிக்கம் திரும்பிப் பாக்காமெ வீட்டுக்கு வந்து சேந்துட்டேன். வீட்ல கெழவிட்ட மட்டும் அன்னைக்குச் சொன்னேன். அவா என்ன சொன்னாங்ற அங்னக்குள்ள அந்தப் பிஞ்சைக்கார ஐயாவோட பொண்ணு வாயும் வகுறுமா இருக்கைல அந்தக் கெணத்துக்குள்ள உழுந்து செத்துப் போனாளாம். அவாதான் அப்பிடி கைப்பிள்ளை யோட வந்து வழிமறிக்கான்னு நெறய்யாப் பேரு கண்ணுக்குத் தெருஞ்சுருக்குன்னு சொல்றா."

"ஏ தாத்தா, நீ புளுகுனாலும் கொஞ்சமாச்சும் நம்புறமாதிரி புளுகனும். அதெப்பிடி தாத்தா பேய் போய் சைக்கிள்ள உக்காரும்? இரும்பக் கண்டா பேய் வராதுன்னு நீதான முன்னால ஒரு தடவ சொன்னே. பெறகு இப்ப மட்டுக்கும் எப்பிடி சைக்கிள்ள பேய் உக்காரும்? சைக்கிள் இரும்புலதான் செஞ்சுருக்கு?"

"நீங்க இப்பிடிக் கேப்பீங்கன்னு எனக்கு நல்லாவே தெரியும். அந்தக் கண்டாரளி சைக்கிள் கேரியர்ல அப்பிடியே சப்புன்னு நம்மள மாதிரி உக்காரலடா. கேரியருக்கு மேல அர அடி ஒசரத்துல உக்காந்துருக்கு. கேரியர் இத்தினிக்கூட தொடலன்னா பாத்துக் கோயேன். அம்புட்டு லாவகமாக உக்காந்துக்கிட்டு வருதுன்னா பாரு. ஆனா என்ன கனம்ங்கற!"

"அப்பிடி உக்காரும்போது ஒனியத் தொடலயா தாத்தா?"

"எனியத் தொடுறதுக்கு அதுக்குத் தைரியம் இருக்குமாடா? எனியச் சுத்தி வேலி போட்டது கணக்கா ஒரு சக்தி இருக்குடா. அதாண்டா நெஞ்சுத் தைரியம். அதுனால எந்தப் பேயும் என்னத் தொடாது. ஏங்கிட்ட வந்து இல்லாத சேஷ்டைகள்ளாம் செஞ்சு பாக்கும். ஆனா எனியச் செயிக்க முடியாது."

"அப்ப நீ என்ன கடவுளா தாத்தா?"

"ஏலைகா, நெஞ்சுக்குள்ள பயமில்லன்னு வையி. அப்ப பேயும் இல்ல. மசுருமில்ல. அரண்டவங்கண்ணுக்குத் தாண்டா இருண்ட தெல்லாம் பேயி. கடவுளோ, பேயோ எல்லாம் நம்ம கைலதாண்டா இருக்கு."

"இப்பிடித்தான் பெறகு ஒரு தடவ எந்த ஊருக்கோ போயிட்டு வரைல பேய்க்கூட்டத்தையே பாத்தீல தாத்தா?"

“இது இங்ன பக்கத்துலதாம்டா. இந்த நம்மூருக்கு மேற்க ஆத்திபட்டி இருக்குல்ல. அங்க என்னோட மச்சினனோட மாமியாரு காலமாகிட்டாகன்னு துஷ்டிக்குப் போனவுகள்ளாம் வெள்ளனத்துலயே கௌம்பி வந்துட்டாக. எனிய மறுநாளு கௌம்பிப் போச்சொன்னாக. நாந்தான் ராத்திரியே போயிட்டா மறுநாளு ஏதாச்சும் வேல வெட்டிக்குப் போகலாமேன்னு ராத்திரி சாப்ட்டப் பெறகு வெத்தலையப் போட்டுக் கிட்டுக் கௌம்பிட்டேன். நல்லா நெலா வெளுச்சம். ஊடுகாட்டுப் பாதையா வந்து ஊருணியத் தாண்டி வந்துக்கிட்டு இருந்தேன். அங்னக்குள்ள கோலாரம்னு ஒரு சின்ன ஊரு. அந்தூருல மொத்தத் தலக்கட்டே நூறுகூட இருக்காது. அந்நியாரத்துல, அந்த அர்த்த ராத்திரில, ஊருக்கு வெளிய இருந்த பாறைல கூட்டமா ஆளுக உக்காந்து பேசிக்கிட்டு இருந்தாக. இதென்ன இந்தூருக்கானுக இந்த நேரங்கெட்ட நேரத்துல, அதுலயும் இங்ன உக்காந்து பேசிக்கிட்டு இருக்கானுக! ஊர்க்கூட்டமா இருக்குமோன்னு நானே யோசுச்சுக் கிட்டு ஊருக்குள்ள வந்தேன். அங்னெ எதுர ஆப்டவுககிட்ட அதப் பத்திக் கேட்டா அப்பிடி எதுவும் இல்லையேங்கறாங்க. இந்த மாதிரி ஊருணிக்குத் தெக்க இருக்குற பாறைல பத்து ஐம்பது பேரு கூட்டங் கூட்டமா உக்காந்து என்னமோ பேசிக்கிட்டு இருக்காகளே. அவுகள்ளாம் அப்ப யாருன்னு வெவரமாக் கேட்ட பெறகு, அந்த ஊருல இருக்குற ஒரு பெரியவரு சொன்னாரு. ‘அதெல்லாம் பேய்க்கூட்டங்க. ரொம்ப வருசத்துக்கு முன்னால இங்க சாதிக்கலவரம் வந்தப்ப கூட்டங் கூட்டமா சனங்கள வெட்டிக்குமுச்சாக. அதுல செத்தவுக எப்பமாச்சும் இப்பிடி இந்தப் பாறைல வந்து உக்காந்து பேசுறதும், அழுகுறதும், பெருமூச்சு உட்டு சுத்துரதும் கேக்கவே மனசப் போட்டுக் கசக்கும்.” அதக் கேட்ட பெறகு எனக்கும் மனசு கனத்துப் போச்சுடா. வெட்டுப் பட்டுச் செத்தவுக பூராம் நம்மாளுகதானாம். இப்பிடி அகால மரண மடைரவங்க ஆவியா அலைறத எத்தனையோ தடவ பாத்திருக்கேன். ஆனா பயப்படவே மாட்டேன்.” சொல்ல முடியாத சோகத்தோடயும், பயத்தோடயும் எல்லாரும் ஒவ்வொருத்தரா எந்துருச்சுப் போயிட்டோம்.

தாத்தாவுக்கு இப்பச் சரியா நடக்க முடியாது. ஆனாலும் ஒரு எடத்துல சும்மா உக்காந்திருக்க மாட்டாரு. சுத்திக்கிட்டே இருப்பாரு. இப்ப ஊருக்குள்ள பிரஸ்தாபமாகிட்டு இருக்குற ஆவிக்கதையைக் கேட்ட பெறகுதான் தாத்தா முன்னால சொன்ன கதையெல்லாம் ஞாபகத்துக்கு வந்துருச்சு. இப்ப இந்தக் கதையக் கேட்ட பெறகு நம்பவும் முடியல; நம்பாம இருக்கவும் முடியல. இதப் பத்தித் தாத்தா

என்ன சொல்றாருன்னு கேக்கனும் எனக்கு மட்டுமில்ல; எனியப் போல இன்னும் நெறய்யாப் பேத்துக்கு ஆசையா இருந்துச்சு. அதுனால தாத்தாவத் தேடிக்கிட்டு இருந்தோம். தாத்தாவும், பாட்டியும் மகன் வீட்டுக்குப் போயிருக்கிறதாச் சொன்னாங்க. இந்த நேரம் பாத்து தாத்தா ஊருக்குள்ள இல்லையேன்னு எல்லாருக்கும் வருத்தந்தான். ஊர உட்டுட்டு அவரால ரொம்ப நாளைக்கு இருக்க முடியாது. எப்பிடியும் இன்னமும் ரெண்டு நாளைல வந்துருவார்னு நெனச்சோம். அதுமாதிரியே அன்னைக்குச் சாயங்காலமே வந்து சேந்துட்டாரு. சின்னராசு மாமாதான் தாத்தாட்ட விசயத்தச் சொன்னாரு.

“தாத்தா, போன மாசத்துல இந்தக் கோணம்பட்டி ரோட்டுல ஒரு ஆக்சிடெண்டு நடந்துச்சே தெரியுமா?”

“அதாண்டா நம்ம தெருப் பெய ஒருத்தன் டிராக்டர பங்காரு ஐயா மேல ஏத்திட்டானே… அதான?”

“ஆமா தாத்தா, அதேதான். நம்ம தெருப்பெய ஏத்தல தாத்தா. அவரு நல்லா தண்ணி போட்டுக்குட்டு டூ வீலர்ல வந்து டிராக்டர் மேல மோதி மண்டைல சரியான அடி. ஆளு அங்னகுள்ளயே காலி. அவரு இப்ப ஆவியா வந்து நம்ம தெரு பிள்ளயப் புடுச்சுக்கிட்டு ஆட்டுறாரு தாத்தா. இதுக்கென்ன சொல்ற நீயி?”

“அப்பிடியாடா? என்ன சொல்றாரு?”

“தாத்தா நாம எல்லாரும் அந்தப் பிள்ளையோட வீட்டுக்கே போவோம். அங்க நீயி பாரேன்.”

தாத்தாவோட அம்புட்டுப் பேரும் சரோஜா வீட்டுக்குப் போனோம். சரோஜா தலவிரி கோலமா உக்காந்திருந்தா. அவளுக்கு இருவது வயசு இருக்கும். அவளோட அம்மையும், ஐயாவும் அவளுக்கு முன்னால சோகமா உக்காந்து இருந்தாக. அவளோட பாட்டிதான் அவாகூட பேசிக்கிட்டு இருந்தா.

“ஐயா, நீங்க செய்றது ஒங்களுக்கே நல்லா இருக்கா? நாங்க உங்க நெலநீச்சுல கூலிவேல செஞ்சுப் பொழைக்கிற கூலிக்காரக. எங்க வீட்டுப் பிள்ள மேல வந்து எறங்கிருக்கீகளே… நாங்க என்ன செய்ய முடியும்? எங்களுக்கு என்ன ஐவசு இருக்கு? உங்களுக்குப் பிரியமானதச் சொல்லும் சாமி. எங்களால முடுஞ்சா செய்றோம். வாங்கிக்கிட்டு எங்க பிள்ளைய விட்டுட்டுப் போயிரும் சாமி. நாங்களே அன்னாடங் கஞ்சிக்கே கஸ்டப்படுற ஏழைக சாமி.”

சரோஜாட்ட இருந்த ஆவி பேசுச்சு, "எனக்கு வேற ஒன்னும் பெருசா வேண்டாம்.... ஒரு குவாட்டர் விஸ்கி வாங்கிட்டு வந்து வை. நாம் போயிடுறேன்."

சரோஜாவோட அப்பா ஓடிப்போயி வாங்கிட்டு வந்து வச்சாரு. சரோஜா அது எடுத்துத் தொறந்து மடக்குமடக்குன்னு குடுச்சதப் பாத்துட்டு எல்லாரும் வாயி மேல கை வச்சாக. தாத்தாவுக்கு ஒரே சிரிப்பு. சரோஜாவோட பாட்டி மறுபடியும் பேசுனாக.

"ஐயா, உங்க சாதிசனமென்ன? அந்தஸ்து என்ன? உங்க சாதியெல்லாம் உட்டுட்டு இந்த கீச்சாதி வீட்டுப் பிள்ளைகட்ட நீங்க வரலாமா? நீங்க உசுரோட இருந்த காலத்துல இந்தத் தெருப்பக்கங்கூட தலவச்சுப்படுக்கமாட்டீகளே... அப்பேர்ப்பட்ட நீங்க இந்த தாழ்ந்த சாதிப்பெய வீட்டுக்கு வரலாமா சாமி? எங்கள உட்டுட்டு போயிருங்க சாமி. ஒங்களுக்குப் புண்ணியமாப் போகும்."

சரோஜா ஆம்பளத் தொண்டைல சத்தமாச் சொன்னா, "சாதியப் பத்தி பேசாதே. உசுரோட இருக்குறவங்களுக்குத்தான் சாதி. ஆவிகளுக்குச் சாதி இல்லை."

சாளரம்: இலக்கிய மலர் – ஜனவரி 2008.

வலி

கண்ணங்குடில அன்னைக்கு ஒரு துஷ்டியாகிப் போச்சு. ஒத்தச் சனம் வேல வெட்டிக்குப் போகல. ஒரு கெழடு கெட்ட போயிருந்தாலே ஊர்ச்சனம் பூராம் ஒன்னாக் கெடந்து ஒப்பாரி வைக்கும். இப்பச் செத்துருக்கது, கொஞ்ச வயசுப்பிள்ள. அதப் பத்திப் பேசாத ஆளு இல்ல. செத்துப் போன பூரணிக்கு மிஞ்சி மிஞ்சிப் போனா முப்பது வயசுக்குள்ளதான் இருக்கும். கலியாணம் முடுச்சு ஒரு ஏழெட்டு வருசம் ஆகிப்போச்சு. பிள்ளையே இல்ல. அவளும் என்னென்னமோ வைத்தியமெல்லாம் செஞ்சு பாத்தா. ஒன்னும் ஜெனிக்கல. நல்லாத்தான் இருந்தா. இப்பிடித் திடீர்னு செத்துட்டாங்குறாக. அவா எப்பிடிச் செத்தான்னு ஆளாளுக்கு அவுகளுக்குத் தெருஞ்சத கூடக் கொறச்சு சலிக்காமெச் சொல்லிக்கிட்டு இருந்தாக.

“பிள்ள உண்டாகனும்னு எங்குட்டெங்குட்டோ போயி மருந்து வாங்கிச் சாப்புட்டுக்கிட்டு இருந்தாள்ள... போன வாரத்துல யாரோ சொன்னாகன்னு மேற்க என்னமோ குருவிக்காரம்பட்டின்னு ஒரு ஊர்ல போயி எவங்கிட்டயோ என்னமோ ஒரு லேகியம் வாங்கியாந்து சாப்புட்டாளாம். அதுல ஆரம்பிச்சதுதான். அன்னைலருந்து வாயால வகுத்தால போயிக்கெடந்துருக்கா. மூனே நாளுதான். போயிட்டா,”

“ரத்தரத்தமா வாந்தி எடுத்துல்ல செத்துருக்கா.”

“இல்ல. வெளிக்குப் போற எடத்துலருந்து ரத்தமா ஊத்துச்சாம். வகுத்து வலில துடுச்சுப் போனாளாம் துடுச்சு.”

“அப்பிடி இல்லயாம். பிள்ள இல்லாத கவலைல என்னத்தையோ குடுச்சுட்டாளாம். வெளிய தெரியக்கூடாதுன்னு இப்படிச் சொல்லிக்கிட்டு இருக்காக.” ரொம்ப ரகசியமா கிட்டத்துல நெருங்கி வந்து அருளாயி சொன்னா.

“சே நீயி ஓம்பாட்டுக்கு என்னத்தையுஞ் சொல்லிக்கிட்டுத் திரியாத அருளாயி. அப்பிடிச் சாகுறவன்னா இத்தன வருசத்துல செத்துருக்க மாட்டாளா என்ன? அவா புருஷன் அவள பூவோ, பொன்னோன்னு அப்படித் தாங்குவான். அப்பிடி இருக்கைல தற்கொல செய்யனும்னு எவளாவது நெனப்பாளா? எல்லாம் அந்த மருந்து செஞ்ச வேலதான். அதுல சந்தேகமே இல்ல.” கருப்பாயி திட்டவட்டமாச் சொன்னா.

"இப்ப பிள்ளையில்லாட்டா என்ன கெட்டுப் போச்சு? பிள்ள பெத்தவளுகெல்லாம் என்னத்த வாரிக்கெட்டிக்கிட்டாளுக? அநியாயமா உசுரப் போக்கடுச்சுட்டாளே... பாதகத்தி மகா... சாக வேண்டிய வயசா?"

ஆளாளுக்குப் பேசிக்கிட்டு இருக்கும்போதே பக்கத்து ஊர்ல இருந்து சொந்தக்காரங்கள்ளாம் கூட்டமா வந்து ஒருத்தர ஒருத்தரு கட்டிப் புடுச்சுக்கிட்டு ஒப்பாரிய ஆரம்புச்சுட்டாங்க. அம்புட்டுத்தான். அடுத்து ஒரு ஆறுமணி நேரத்துக்கு அவுகளோட ஒப்பாரிச் சத்தம் ஓயல. அவுகவுகளுக்குத் தெருஞ்ச ஒப்பாரிப் பாட்டுகள உருக்கமாப் பாடுனாக. அந்தச் சத்தத்தக் கேக்கவும் அம்புட்டுப் பேரும் கப்புச்சிப்புன்னு ஆகிட்டாக. பயங்கரமான சோகம். அந்தப் பாட்டு அம்புட்டுப் பேரோட மனசயும் புழுஞ்சு எடுத்துருச்சு. அழாத கண்ணுலருந்துகூட தன்னால கண்ணீரு பொங்கி வழுஞ்சது. கண்ணுகளத் தொடச்சுக்குட்டு மூக்கச் சீந்திச் சீந்திப் போட்டாக.

"சரி, சரி ஆம்பளைகள்ளாம் கொஞ்சம் எந்துருச்சு அப்பால போங்க. பொணத்தக் குளுப்பாட்ட வேண்டாமா? குளுப்பாட்டி வச்சுட்டா பெறகு மனம் போல அழுதுட்டு போயிப் பெதைக்கலாம்." அஞ்சலப் பாட்டி அதட்டலாச் சொன்னா.

அம்புட்டு நேரமும் அழுதுக்கிட்டு இருந்தவுக அம்புட்டுப் பேரும் சொல்லி வச்சது கணக்கா ஒடனே அழுகய நிப்பாட்டுனாக. ஆம்பளைய எந்துருச்சுப் போயி பந்தலுக்கடில போட்டுருந்த பெஞ்சுக நாற்காலிகள்ள எடம் புடுச்சு உக்காந்துட்டாக. பந்தக்காலுகளப் புடுச்சு வெளாண்டுக் குட்டு இருந்த சின்னஞ்சிறுசுகள்ளாம் என்னமோ நடக்கப் போகுதுன்னு வீட்டுக்கள்ள ஓடியாந்தாக. அவுகளப் பூராம் பொம்பளைக வெளிய போச்சொல்லி தொரத்தி உட்டாக. ஒன்னும் புரியாமெ மறுபடியும் வெளிய ஓடிப்போயி வெளாட்டுகளத் தொயந்து வெளாண்டாங்க. பிள்ளைக எடைய ஏதாவது சத்தம் போட்டா, அவுகள ஆம்பளைக அரட்டி உட்டாக. பொணத்தக் குளுப்பாட்டி, புதுச்சீலையக் கட்டி வாசலுல வச்சுருந்த பெஞ்சு மேல கெடத்தி வச்சாக. பொம்பளைக சுத்தி உக்காந்து பூரணியோட அரும பெருமைகளப் பத்திப் பேசிக் கிட்டுருந்தாக. ஊடால யாராச்சும் துஷ்டி கேட்டு வந்து அழுகைல மட்டும் பேச்ச நிப்பாட்டிட்டு ஒன்னாச் சேந்து ஒப்பாரி வச்சுக்கிட்டாக.

பெணத்த எடுக்க சாயங்காலம் ஆகும்னு சொல்லிக்கிட்டாக. பூரணியோட கூடப் பெறந்த அண்ணங்காரன் எங்கயோ தூரந்தொல வட்டுல இருக்கானாம். அவம் பெறப்புட்டு வந்து சேர எப்பிடியும் சாயங்காலம் ஆகுமாம். அவெ வந்தப் பெறகுதான் எடுப்பாக. மீதிப்

பேரெல்லாம் ஒவ்வொருத்தரா வந்துக்கிட்டே இருந்தாக. நேரமாக ஆக கூட்டம் அதிகமாகிட்டே இருந்துச்சு. திடீர் திடீர்னு ஒப்பாரிகளும், ஊடால பேச்சுகளுமா நேரம் போயிட்டு ருந்துச்சு.

பூரணியோட புருசக்காரன் பித்து புடுச்சது கணக்கா குனுஞ்ச தல நிமுராம உக்காந்திருந்தான். தோளுல கெடந்த துண்ட வச்சு அப்பப்ப கண்ண தொடச்சுக்குட்டான். அவனப் பாக்கைல பரிதாவமா இருந்துச்சு. பாவம்! இனி ஒத்தைல கெடப்பான். பூரணியோட அய்யன் ஒரு அப்ராணி! துக்கந் தாங்கமாட்டாமெ வெளித்திண்ணைல உக்காந்தவந்தான். மலங்க மலங்க முழுச்சுக்கிட்டு இருந்தான். அவுகம்ம பார்வதி நெஞ்சாங்கொலைலயும், வகுத்தலயும் அடுச்சுக்குட்டு கதறிக்கிட்டு கெடந்தா. பெத்த வகுறுல்ல! பூரணியோட தாய்மாமன் கணேசந்தான் அம்புட்டுக் காரியத்தையும் எடுத்துப் போட்டு செஞ்சுக் கிட்டு இருந்தான். அவுக வழக்கப்படி பாட கட்டி அதுல பிரேதத்த வச்சுத் தூக்கிட்டுப் போயி இடுகாட்டுல பெதைப்பாக. அவளச் சுத்தி பத்து சின்னப்பெயல்க வேடிக்க பாத்துக்கிட்டு நின்னாக. பெணத்த எடுத்துக்கிட்டு போகைல மேளம் அடிக்கிறதுக்காக மேளக்காரனுக மேளத்த நெருப்புல காட்டி சூடேத்திக்கிட்டு இருந்தாக. ஊரு நாட்டாமெ செய்ய வேண்டிய சடங்கு முறைகளைப் பத்தி அப்பைக்கப்ப ஞாவகப்படுத்திக்கிட்டு இருந்தாரு. சாமிக்கண்ணு தாத்தா பூரணியோட அய்யங்கிட்ட சத்தமாச் சொன்னாரு.

"என்ன மாடசாமி இப்பிடி இடுஞ்சு போயி உக்காந்து என்ன செய்ய? ஆண்டாண்டு அழுதாலும் மாண்டவுக திருப்பி வரவா போறாக? மண்ட நரச்சுப் போன நம்மள்ளாம் கெடக்கைல சின்னஞ் சிறுசு, வாழ வேண்டிய வயசுல போயிருச்சே... என்ன செய்ய? நம்ம என்ன செய்ய முடியும்? என்ன கணேசா, செய்ய வேண்டியதெல்லாம் செஞ்சுட்டியாடா? வாங்க வேண்டியதெல்லாம் வாங்கியாந்திட்டியாடா?"

"செஞ்சுக்கிட்டே இருக்கேன் தாத்தா. ஏறக்கொறைய எல்லாம் முடுஞ்சது. நாலுமணிக்கெல்லாம் எடுத்துரலாம் தாத்தா."

"கோழிக்குஞ்செல்லாம் ரெடியாடா?"

"கோழிக்குஞ்சா? அதெதுக்கு தாத்தா? கோழி வாங்கனும்னு ஒருத்தரும் எங்கிட்ட சொல்லலையே தாத்தா."

"சொல்லலையா? ஏலேய், பிள்ளையில்லாத சின்னப்பொண்ணு செத்துருக்க. கோழிக்குஞ்சு இல்லாம எப்பிடிடா பெதைக்கிறது? இந்தக் காலத்து பெயல்களுக்கு இதெல்லாம் எங்க தெரியப்போகுது?

தெரியாட்டி நாலு பெரியாளுககிட்ட கலந்து பேசிச் செய்யனும் அதுவுமில்ல. நானு இப்ப ஓங்கிட்ட கேட்டது நல்லதாப் போச்சு. இங்க வாடா. நாஞ்சொல்லப் போறத நல்லாக் கேட்டுக்கோ. அதுபடி எல்லா ஏற்பாட்டையும் செய்யுடா."

"சரி, சொல்லு தாத்தா." கணேசன் தாத்தா கிட்டத்துல வந்து உக்காந்தான்.

"நம்ம வழக்கப்படி சனிக்கிழம பொணம் உழுந்தா பொணத்த இடுகாட்டுக்குத் தூக்கிட்டுப் போகைல வீட்டுலருந்து இடுகாடு வரைல ஒருத்தரு கடுகு அள்ளித் தெளுச்சுக்கிட்டே போகனும்டா."

"அதெதுக்கு தாத்தா?"

"எதுக்கா? ஊடால நாயித்துக்கெழம வருதுலடா. சனிக்கெழம பெதச்ச பொணத்தோட ஆவி தொணப்பொணம் கேட்டு எந்துருச்சு ஊருக்குள்ள வரும்டா. அப்பிடி வரைல அது வழில தெளுச்சுருக்குற கடுகப் பூராம் பெறக்கிட்டுத்தான் ஊருக்குள்ள வரனும். அப்பிடி அது அம்புட்டுக் கடுகையும் பெறக்கிட்டு ஊருக்குள்ள வாரதுக்குள்ள நேரமாகிப்போகும். நேரமாகிப் போகவும் திருப்பி இடுகாட்டுக்கே போயிரும்டா. விடுஞ்சப் பெறகு ஊருக்குள்ள வராது. அப்ப ஊருக் குள்ள இன்னொரு பொணம் உழுகாதுல்ல. அதுக்குத்தான், இது நானு சின்னப் பிள்ளையா இருந்த காலத்துல இருந்தே இருக்குடா."

வேறொரு சமயமா இருந்துருந்தா கணேசன் தாத்தாகிட்ட ஒரு பெரிய வாக்குவாதமே செஞ்சுருப்பான். இப்ப மனசு இருந்த நெலமைல அவனால எதையும் பேச முடியல. அமைதியா அவருட்ட கேட்டான்.

"சரி தாத்தா. ஒரு ரெண்டு கிலோ கடுகு வாங்கியாரச் சொல்லிடுறேன். பெறகென்னமோ கோழிக்குஞ்சி வேணுமின்னு சொன்னியே. அதெதுக்கு?"

"ஆமாடா. கலியாணம் முடிச்சு சின்னவயசுலயே பிள்ள இல்லாமெச் செத்துப் போனா அந்த ஆவிக்கு பிள்ள ஏக்கம் இருக்கும். அந்த ஏக்கத்துல ராத்திரி எந்துருச்சு பிள்ள தேடி ஊருக்குள்ள வந்துரும். அப்பிடி வந்தா ஊருக்குள்ள இன்னொரு பொணம் உழுந்துரும்ல. அதுனால என்ன செய்வாகன்னா பொணத்த பாடைல வச்சுத் தூக்குறதுக்கு முன்ன ஒரு கோழிக்குஞ்சிய அந்தப் பாடைல ஒரு ஓரத்துல கட்டி உட்டுறனும். பெறகு பொணத்தப் பெதக்கைல கூட அந்தக் குஞ்சியையும் போட்டுப் பெதச்சிறனும்டா. இதெல்லாம் தலமொறத் தலமொறையா ஊருக்குள்ள செஞ்சுக்கிட்டு வார வழமைக.

நீயும் போயி ஒரு கோழிக்குஞ்சி வாங்கியாந்திருடா. நாட்டுக்கோழியாப் பாத்து வாங்கு."

சாமிக்கண்ணு தாத்தா சொன்னது மாதிரியே கணேசன் எல்லா ஏற்பாடுகளையும் செஞ்சான். கோழிக்குஞ்சிய வாங்கிட்டு வந்து அவனோட வீட்டுத் திருணைல கட்டிப் போட்டான். அவனோட நாலு வயசு மகன் பால்பாண்டிக்கு அந்தக் கோழிக்குஞ்சியப் பாத்து ரொம்பச் சந்தோசமா இருந்துச்சு. அதுக்குப் பக்கத்துலயே உக்காந்துக் கிட்டு இருந்தான். அதுக்கு கொஞ்சம் அரிசிய அள்ளிப் போட்டுட்டு அது கொத்தித் திங்கிறதப் பாத்து சந்தோசப்பட்டுக் கிட்டான். ஒரு சின்னக் கிண்ணத்தில் தண்ணியுங் கொண்டாந்து அதுக்கு வச்சான். அந்தக் கோழியும் இன்னங் கொஞ்ச நேரத்துல சாகப் போறம்னு தெரியாமெ திருதிருன்னு முழுச்சுக்கிட்டு அரிசியப் பெறக்கிட்டு இருந்துச்சு. எடைல என்னமோ எடுக்க வீட்டுக்கு வந்த கணேசன் மகனப் பாத்துட்டு,

"ஏலேய் பாண்டி. குஞ்சியக் கிஞ்சிய அவுத்து உட்டுறாதடா. பெறகு புடிக்க முடியாது. நீயி எதுக்குடா இங்னக்குள்ளயே காவக் கெடக்குற? எந்துருச்சு அம்மைட்ட போடா." சொல்லிட்டு அவனத் தூக்கிக் கொண்டு போயி அவுகம்மைட்ட உட்டுட்டு வேற வேலைகளக் கவனிக்கப் போயிட்டான்.

பால்பாண்டிக்கு அவுகம்மைட்ட இருக்க முடியல. அந்தக் கோழிக் குஞ்சியவே நெனச்சுக்கிட்டு இருந்தான். வீட்டுக்குப் போயி அத அவுத்துக் கொண்டு வந்து கைல வச்சிக்கிரலாம்னு எந்துருச்சான். ஆனா அவுகம்மை அவன உடல.

"ஏமா, நானு அந்த கோழிக் குஞ்சிய கவுத்தப் புடுச்சு இங்க கூட்டியாரட்டுமாமா?"

"சும்மா கெடடா. இருக்குற வேதனைல இவந் தொல்ல வேற தாங்க முடியல. போயி அந்தப் பிள்ளைகளோட வெளாடு. வீட்டுக்குப் போகாத. தெருஞ்சதா?"

சரின்னு தலையாட்டிட்டு பந்தலுக்கடில வெளாண்டுக்கிட்டு இருந்த மத்த பிள்ளைகளோட போயிச் சேந்துக்கிட்டான்.

அந்தா இந்தான்னு சாயந்தரம் ஆகிப்போச்சு. சனங்களும் அழுது, அழுது ஓஞ்சு போனாக. பார்வதிக்கு தொண்டையே கட்டிப் போச்சு. பூரணியோட அண்ணன் குமாரு கடைசியா வந்து சேந்தான். அவெ வரவும் தங்கச்சி மேல உழுந்து அழுத அழுகையப் பாத்துட்டு

138 தவுட்டுக் குருவி

அம்புட்டுச் சனமும் மறுபடியும் கதறிக் கதறி அழுதாக. பொணத்தத் தூக்கிப் பாடைல வைக்கும்போது ஊரே கதறுச்சு. பூரணியோட புருசனும் துக்கந் தாங்கமாட்டாமெ கதறிக் கதறி அழுதான். அவுகம்மெ பாடைக்குப் பின்னால தலவிரி கோலமா கத்திக்கிட்டே ஓடுனா.

"நாம்பெத்த மகளே. போக வேண்டிய வயசுல நாங்கெடக்கேனே... ஏ உசுரு போயிருக்கக் கூடாதா... வாழ வேண்டிய வயசுல உன்னைய வாரிக் குடுக்கனே... வாய்க்கு வாய் ஏமா ஏமான்னு வளைய வளைய வருவியேடி... நாம்பெத்த ராசாத்தி... என்னையும் சட்டுன்னு எடுத்துட்டு போயிருடி... ஏந்தங்கமெ... ஏந்தங்கமே... ஏங் கடவுளே..." சொல்லிக் கிட்டே தலைல தலைல அடுச்சுக்கிட்டு அழுதா.

நாலஞ்சு பொம்பளக பின்னால போயி அவளப் புடுச்சு இழுத்துக் கிட்டு வந்தாக. அவுக வழக்கப்படி பொம்பளைக இடுகாட்டுக்குப் போகக் கூடாது. பால்பாண்டிய அவுகய்யா தூக்கிக்கிட்டுப் போனாரு. முனியாண்டி பாடைக்குப் பின்னால கடுக அள்ளித் தெளுச்சுக்கிட்டே போனாரு. பாடைல ஒரு ஓரத்துல காலு ரெண்டையும் கட்டித் தொங்கிக்கிட்டு இருந்த கோழிக்குஞ்சி இங்குட்டு அங்கிட்டும் ஆடிக்கிட்டு கியா கியான்னு கத்திக்கிட்டே போச்சு. அதப் பாத்த பால்பாண்டிக்கு ரொம்பா வருத்தமா இருந்துச்சு. அத அவுத்துக் குடுத்தா கைல எடுத்துக்குட்டுப் போகலாம்னு நெனச்சான். ஆனா அவுகய்ய அழுதுக்கிட்டு வாரதப் பாத்துட்டு அவங்கிட்ட எதுவும் கேக்கல. ஊர்ச்சனமே அழுதுக்கிட்டு இருந்தாலும் அவனுக்கு அந்தக் குஞ்சி அழுகுறதுதான் பெரிய கவலையா இருந்துச்சு. தலகீழா தொங்கிக்கிட்டு இருந்த அதையே பாத்துக்கிட்டுப் போனான்.

இடுகாடு வந்ததும் ஏற்கனவே வெட்டியான் வெட்டி வச்சிருந்த குழிக்குள்ள பொணத்த எறக்குனாக. குழிக்குள்ள நின்ன வெட்டியான் பொணத்த சரியா உள்ள வச்சான். மேல நின்னவுக அவங்கிட்ட இப்பிடி வை, அப்பிடி வைன்னு ஆளாளுக்குக் கோளாறு சொல்லிக்கிட்டு இருந்தாக. கடைசியா மொகத்தப் பாத்துக்கங்கன்னு சொல்லவும் ஆளாளுக்கு எட்டிப் பாத்தாங்க. கணேசனும் எட்டிப் பாத்துட்டு அழுதான். பால்பாண்டி கோழிக்குஞ்சையே பாத்துக்கிட்டு இருந்தான். சாமிக்கண்ணு தாத்தா வெட்டியானப் பாத்து, கடைசி ஒருதடவ காதுல, கழுத்துல, மூக்குல எதுனாச்சும் கெடக்குதான்னு பாத்துட்டு மூடுறான்னு சொன்னாரு வெட்டியானும் பாத்துட்டு,

"ஒன்னுமில்ல சாமி; கழுத்துல ஒரு கருப்பு மணிதாங்கெடக்குது. அத எடுக்கவா?"ன்னு கேட்டாரு.

“அதென்னத்துக்குடா? கெடந்துட்டு போகுது உட்டுற. சரி மண்ணள்ளிப் போடு.” சொல்லிட்டு மொதல்ல மூனுதடவ அவரு கைட்ட மண்ணள்ளிப் போட்டுட்டு வந்தாரு. அடுத்தடுத்து மத்தவுக போட்டுட்டு வந்தாக. கடைசில வெட்டியான் மண்ணப் போட்டு எடுத்து சமாதிமேல போட்டாக. அப்பத்தான் பாடைல கெட்டிக் கெடந்த கோழிக்குஞ்சப் பாத்தாக. சாமிக்கண்ணு தாத்தா வெட்டியானச் சத்தம் போட்டாரு.

“ஏண்டா, குழிய மூடமுன்ன குஞ்சிய வச்சு மூடனும்னு தெரியாதாடா? இனி மூடுன குழியத் தெறக்கலாமடா? என்னடா வேல பாக்குற? இத்தன வருசம் வெட்டியானா இருக்க. இருந்து என்ன பெரயோசனம்? சரி, சரி. மேலாக்க குழிய லேசா வெட்டிட்டு குஞ்சியப் போட்டு பெதச்சிருடா.”

“நீங்கள்ள சாமி குஞ்சியக் குடுத்துருக்கனும். ஆளும் பேருமா எல்லாரும் மறந்து போட்டு இப்ப எனியக் குத்தஞ் சொன்னா எப்பிடி? சரி, அந்தக் குஞ்சிய இப்பிடிக் குடுங்க,” சொல்லிடட்டு மேட்டாப்ல குழியத் தோண்டுனான்.

குஞ்சிய பாடைல இருந்து அவுக்கவும் சத்தம்போட்டு கத்துச்சு. பால்பாண்டிக்கு அதப் பாத்து ரொம்பாப் பாவமா இருந்துச்சு. வெட்டியான் குஞ்சிய உசுரோட குழிக்குள்ள போட்டு பெதைக்கவும் குஞ்சி கியாக்கியான்னு பரிதாபமா அலறுச்சு. பால்பாண்டி கண்ணு கலங்குச்சு. எல்லாரும் அழுகைய நிறுத்திட்டு வீடுகளுக்குக் கௌம்புனாக. பால்பாண்டி மட்டும் அழுதுக்கிட்டே வந்தான்.

வயிறும் வாழ்க்கையும்

அது ஒரு அத்துவானக்காடு. காட்டுக்குள்ள ஒரு தொடக்கப் பள்ளிக்கூடம். பள்ளிக்கூடத்தச் சுத்தி வயக்காடுக. வயக்காடுகளச் சுத்திப் பனமரங்க. அந்தப் பள்ளிக்கூடத்துக்குப் படிக்க சுத்திலாப்ட கிராமங்கள்ள இருந்துதான் பிள்ளைங்க வருவாங்க. பள்ளிக்கூடம் இருக்குற ஊருபேரு ஆம்பல். அந்த ஊர்ல இந்த தொடக்கப் பள்ளியத் தவர வேற ஒன்னுங்கெடையாது. ஒரு மண்டையடி காச்சல்னா ஒரு டீ வாங்கிக் குடிக்க ஒரு சின்னக் கட கூட கெடையாது. இம்புட்டு எதுக்கு? குடிக்கிறதுக்கு நல்ல தண்ணி கூட கெடைக்காது. பள்ளிக்கூடத்துப் பிள்ளைங்க பக்கத்து வயக்காட்டுல இருக்குற கெணத்துத் தண்ணியத்தாங் குடிப்பாங்க. செலபிள்ளைங்க வீட்டுல இருந்து தண்ணி கொண்டுட்டு வருவாங்க. மத்தியானத்துல அம்புட்டுப் பேத்துக்கும் சத்துணவு போடுவாங்க. கொஞ்சம் வசதியான வீட்டுப் பிள்ளைங்க சாப்பாடு கொண்டுட்டு வந்து தனியாச் சாப்புடுவாங்க.

மொத்தம் அஞ்சு கிளாசுலயும் சேத்து இருநூத்து அம்பது பிள்ளைகளுக்கு மேல இருந்தாங்க. பக்கத்து கிராமங்கள்ள பள்ளிக் கூடம் இருந்தாலும் இந்தப் பள்ளிக்கூடத்துலதான் பிள்ளைங்களச் சேக்கனும்னு பெத்தவுங்களுக்கு ஆச. அதுக்கு அவுங்க சொல்ற காரணம் இங்க படிப்பு நல்லா இருக்காம்; ஒழுக்கம் நல்லா இருக்காம். இங்க மொத்தம் அஞ்சு டீச்சருங்க இருக்காங்க. இங்க ரொம்ப வருசமா வேல செய்றது சுந்தரி டீச்சருதான். சுந்தரி டீச்சர எல்லாத்துக்கும் தெரியும். அவங்களுக்குப் பெறகு இங்க வேலைக்கு வந்த நெறய்ய டீச்சருங்க இந்த ஊர்ல ஒரு வசதியும் இல்லன்னு வந்த ரெண்டு மூனு வருசத்துலயே மாத்திக்கிட்டு வேற ஊருக்குப் போயிட்டாங்க. சுந்தரியும் ஏழெட்டு ஊர்கள்ள வேலபாத்துட்டுத் தான் இந்தப் பள்ளிக்கூடத்துக்கு வந்து சேந்தா. இந்த பத்து பதினஞ்சு வருசமா இங்கயே கெடந்து கஸ்டப்பட்டுக்கிட்டு இருக்கா. இன்னும் ஒரு நாலஞ்சு வருசத்துல ரிடையர்டு ஆயிடுவா.

இந்தப் பகுதில பெரியவுங்க மனசுல மண்டிக்கெடக்குற சாதி வெறிய பிள்ளைங்களுக்கும் ஊட்டி வளத்தாங்க. சின்னப் பிள்ளைங்க அதப் பத்தி ஒன்னும் பெருசுபடுத்தாட்டாக்கூட, பெரியவுங்க மனசுல சாதி உணர்வு நெறஞ்சு இருந்துச்சு. சுந்தரி டீச்சர்ட படுச்ச மோகனக்குமாரோட அம்மா ஒரு நாளு சுந்தரிட்ட சொன்னாங்க.

“எங்க மோகன டவுண் ஸ்கூல்ல சேத்து படிக்கவைக்கச் சொல்லி வீட்ல ஒரே தொந்தரவு டீச்சர். நாந்தான் இங்க சேத்துட்டேன்.”

சுந்தரி எதுவும் சொல்லிக்கல. மறுபடியும் அவுங்களே சொன்னாங்க.

“எனக்குக் கூடமோகன இங்க அனுப்ப இஸ்டமில்லதான். ஆனா இங்க படிப்புக் கொஞ்சம் நல்லா இருக்குது. அத்தோட ஒழுக்கமும், கட்டுப்பாடும் இருக்குது. அதுனாலதான் இங்க சேத்துருக்கேன். அஞ்சு முடுச்ச ஒடனே டவுண் ஸ்கூல்ல சேத்துருவேன்.”

“இங்க படிப்பு, ஒழுக்கம் எல்லாம் இருக்குதுன்னு சொல்றீங்க. அப்புறம் இங்க படிக்க வைக்க இஸ்டமில்லன்னும் சொல்றீங்க?” சுந்தரி கேட்டா.

“அது வந்து டீச்சர் இந்த ஸ்கூல்ல பாதிக்குமேல சேரிப் பசங்க படிக்கிறாங்களா. எங்க பிள்ளைக அதுங்களோட சேந்தா, அதுங் களோட கெட்ட பழக்கம் எங்க பிள்ளைகளுக்கும் வந்துரும் பாருங்க. அதுனாலதான். நானு மோகன்ட சொல்லி வச்சுருக்கேன்.”

“என்ன சொல்லி வச்சிரிக்கீங்க?”

“அந்தச் சாதிப் பிள்ளைங்கட்ட சேரக்கூடாது. அதுகட்ட இருந்து எதுவும் வாங்கிச் சாப்புடக்கூடாதுன்னு.”

“அந்தப் பிள்ளைங்கட்ட நல்ல பழக்கமே இருக்காதா? அவங் கட்ட கெட்ட பழக்கந்தான் இருக்கும்னு எப்பிடி அவ்வளவு உறுதியாச் சொல்றீங்க?”

“அந்தச் சாதியப் பத்தி ஒங்களுக்குத் தெரியாது டீச்சர். திருட்டுப் பசங்க; சுத்தமில்லாத பசங்க. ஏம்பையனுக்கு நானு ஸ்கூலுக்குக் கெட்டிக் குடுத்தனுப்புற சாப்பாட்டக் கூடத் திருடித் திங்கிற பசங்க டீச்சர்.”

அதுக்குமேல சுந்தரிக்குக் கேக்கப் புடிக்கல. அவளுக்கு அவுங்க மேல கோவங்கோவமா வந்துச்சு. ஆனா அவுங்கட்ட அவா எதையும் காட்டிக்காமெ வந்துட்டா. மோகன் சுந்தரிட்ட மூனாங்கிளாசுல தான் படுச்சான். அவனக் கூப்புட்டுக் கேட்டா.

“மோகன், ஒன்னோட சாப்பாட்ட யாருடா எடுத்துச் சாப்புட்டது?”

“யாரும் எடுக்கலையே டீச்சர்,”

"ஒங்கம்மா சொல்றாங்கடா. நீதான போயிச் சொல்லி இருக்கெ. யாரு எடுத்தாங்கன்னு சொல்லு. நானு கூப்புட்டுக் கேக்குறேன். நீயி எங்கிட்டச் சொல்லாமெ ஒங்கம்மாட்டெ எதுக்குச் சொல்ற? இப்பச் சொல்லுடா. யாரது?"

"ரமேஷ் டீச்சர்."

"ரமேஷா? எந்த ரமேஷ்?"

"நம்ம கிளாஸ் வி.ரமேஷ் டீச்சர்."

"அவனக் கூப்புட்டுட்டு வாடா."

ரமேஷ் வந்தான்.

"என்ன ரமேஷ் நீயி மோகனோட சாப்பாட்ட எடுத்துச் சாப்பிட்டியாம்ல. அப்பிடியா?"

"இல்ல டீச்சர். எடுத்துச் சாப்புடல டீச்சர். அவனாத்தான் குடுத்தான் டீச்சர்."

"என்னடா நீயாத்தங் குடுத்தியாம்?"

"நானு சாப்புடும்போது வந்து வந்து ஏங்கிட்டயே கேக்குறான் டீச்சர். அதான் டீச்சர் குடுத்தேன்."

"ஏண்டா நீயி கேட்டீயாக்கும்?"

ரமேஷ் மண்டைய மட்டும் ஆட்டி ஆமான்னு சொன்னான்.

"இங்க சத்துணவு போடுறாங்கள்ள. அத வாங்கிச் சாப்புட வேண்டியதுதான. இவங்கிட்ட எதுக்காக கேக்குறெ?"

"இவெ சத்துணவு வாங்கிச் சாப்புடவே மாட்டான் டீச்சர். தட்டுக்கூட எடுத்துட்டு வரமாட்டான் டீச்சர்." மோகன் சொன்னான்.

இதக் கேக்கவும் சுந்தரிக்கு ஆச்சரியமா இருந்துச்சு. ரமேஷுக்கு அப்பா கெடையாது. அவுங்கம்மா கூலிவேலைக்குப் போயித்தான் மூனு பிள்ளைகளையும் காப்பாத்துறாங்கன்னு சுந்தரிக்குத் தெரியும். வீட்ல சாப்பாட்டுக்கே கஷ்டம்னும் தெரியும். அதுனால இவென் வீட்டுலருந்தெல்லாம் சாப்பாடு கட்டிக்கிட்டு எடுத்துக்குட்டும் வரமுடியாது. அவுகம்மாட்டெ சுந்தரி ஒரு தடவ ரமேஷ் சரியாப் படிக்கலன்னு சொல்லும்போது அவுகம்மா சொன்னத சுந்தரிக்கு ஞாபகத்துக்கு வந்துச்சு.

‘அவெம்படுச்சு பெரிய கலெக்டரு ஆவாம்னு அவன நானு பள்ளிக்கூடம் அனுப்பல டீச்சரம்மா. ஏதோ ஒரு ஒரு வேளைக்காச்சும் வகுறாரச் சூடாச் சாப்பாடு கெடைக்கும்னுதான் அனுப்பி வைக்கேன்.

“என்ன ரமேஷ், அப்பிடியா? சத்துணவு வாங்கிச் சாப்புட மாட்டியா?”

“இவந்தயிர்ச் சோறு கொண்டுட்டு வந்த அன்னைக்குத்தான் டீச்சர் இவங்கிட்ட சோறு கேட்டேன். மத்த நாளெல்லாம் சத்துணவுலதான் டீச்சர் சாப்புடுவேன்.”

“ஏ அப்பிடி?”

“இல்ல டீச்சர். நானு தயிர்ச் சோறே சாப்புட்டதே இல்ல டீச்சர். அதுனால அது எப்பிடி இருக்கும்னு பாக்கத்தான் டீச்சர் வாங்கிச் சாப்புட்டேன். அதுகூட ஒரே ஒரு கைச் சோறுதான் வாங்கிச் சாப்புட்டேன் டீச்சர்.”

ரமேஷ் சொன்னதக் கேட்ட சுந்தரிக்கு ஒரு மாதிரியா இருந்துச்சு. மேக்கொண்டு அதப்பத்தி பேசவே அவளுக்குப் பிடிக்கல. கனத்த மனசோட ரமேஷ்ட சொன்னா.

“சரி இனிமேற்பட்டு இவங்கிட்ட மட்டுமில்ல; எவங்கிட்டயும் நீயி சோறு கேக்கக்கூடாது. சத்துணவு போடுறாங்கள்ள. அங்கதான் வாங்கிச் சாப்புடனும். என்ன?”

“இவந்தட்டே எடுத்துட்டு வரமாட்டான் டீச்சர்.” மோகன் சொன்னான்.

அவனோட சேந்து இன்னும் செல பிள்ளைகளும் ரமேஷ் தட்டே எடுத்துட்டு வரமாட்டான்னு சேந்து சொன்னாங்க. மத்த பிள்ளைங்கிட்ட சுந்தரி கேட்டா,

“தட்டு எடுத்துட்டு வரலன்னா எப்பிடிச் சாப்புடுவான்?”

“இங்க சாப்புட மாட்டான் டீச்சர். சதீஷ்குமாரோட அவுங்க வீட்டுக்குப் போயிருவான் டீச்சர்.”

சுந்தரிக்கு ஆச்சரியமா இருந்துச்சு. சதீஷ்குமார் நல்ல வசதியான வீட்டுப்பையன். அவுங்க வீட்டுல இருக்குறவுங்க பயங்கர சாதி வெறி புடிச்சவுங்க. அப்பிடி இருக்கைல இவெ எப்பிடி அங்க போறான்னு சுந்தரி யோசுச்சா. ஒடனே சதீஷ்குமார வரச்சொல்லி விசாருச்சா.

“ஏண்டா சதீஷ் எதுக்காக ரமேச ஒங்க வீட்டுக்குக் கூட்டிட்டுப் போற? ஒங்கம்மா அவனுக்கும் சாப்பாடு போடுவாங்களா?”

“இல்ல டீச்சர். அவெ வந்து எங்க வீட்டுக்கு வெளிய இருக்குற தென்ன மரத்துக்குப் பக்கத்துல நிப்பான் டீச்சர். நானு உள்ள போயி சாப்புட்டுட்டு வருவேன் டீச்சர்.”

“அப்ப இவெ எப்பெ சாப்புடுவான்? நீயி எடுத்துட்டு வந்து குடுப்பியா?”

“எதுனாச்சும் மிச்சமாயிருச்சுன்னா எங்கம்மா எடுத்துக் குடுக்கச் சொல்லுவாங்க டீச்சர். இல்லன்னா வந்துருவோம் டீச்சர்.”

“அப்பறம் இங்க சத்துணவு வாங்கிச் சாப்புடுவானாக்கும்?”

“இல்ல டீச்சர், சத்துணவு அதுக்குள்ள போட்டு முடுச்சுருவாங்க. அன்னைக்கு இவெம் பட்டினியாத்தான் கெடப்பான் டீச்சர்.”

“அப்பிடியாடா?”

சுந்தரி கேட்டதுக்கு ஆமான்னு மண்டையாட்டுனான். அவனப் பாத்துக் கோவப்படுறதா பாவப்படுறதான்னு அவளுக்குத் தெரியல.

“அப்பிடி அவுங்க வீட்டுல போயி அசிங்கமா வெளிய நின்னுக்குட்டு மிச்சமீதிய வாங்கித் திங்கிறதுக்கு இங்க ஸ்கூல்ல நல்லாச் சூடா வாங்கிச் சாப்புடலாம்ல? மத்த பிள்ளைகள்ளாம் இங்க சாப்புடும்போது ஒனக்கு மட்டும் என்னவாம்?”

“அதுல்ல டீச்சர் எங்க வீட்டுல எப்பயும் தண்ணிச் சோறுதான் எங்கம்மா குடுப்பாங்க. கொழம்பே வெக்க மாட்டாங்க டீச்சர். ஆனா சதீஷ் வீட்டுல தெனமும் கொழம்பு வைப்பாங்க டீச்சர். அதுக்குத்தான் அங்க போவேன் டீச்சர்.” சர்வசாதாரணமாச் சொன்னான்.

“இங்க சத்துணவுலகூட தெனந்தெனம் கொழம்பு ஊத்துராங்க தான? பின்ன எதுக்கு அங்க போகனும்?”

“இந்தக் கொழம்பு இல்ல டீச்சர். அவுங்க வீட்டுல தெனந்தெனம் வேற வேற கொழம்பா வப்பாங்க டீச்சர். அதுக்கு ஆசையா இருக்கும் டீச்சர். அதுக்குத்தான் போனேன் டீச்சர்.”

“அப்பிடிப் போகக்கூடாது ரமேஷ். அது அசிங்கம். ஒன்னையும், சதீஷ் வீட்டுக்குள்ள கூட்டிக்கிட்டுப் போயி ஒன்னா ஒக்கார வச்சு ரெண்டு பேத்தையும் ஒன்னாச் சாப்புடச் சொன்னாப் பரவாயில்ல. இப்பிடி அவுங்க வீட்டு வாசலுல நின்னுக்கிட்டு மிச்சமீதிய வாங்கிச்

சாப்புடுறது அசிங்கம்டா. இனி அங்க போக்கூடாது. என்ன? தட்டு எடுத்துட்டு வந்து இங்க ஸ்கூல்ல சத்துணவு வாங்கிச் சாப்புடனும். சரியா?"

சுந்தரிக்கு மனசே சரியில்ல. இந்தப் பையன் ஏன் இப்பிடி இருக்கான்னு சங்கடமா இருந்துச்சு. ஸ்கூல் முடுஞ்சு வீட்டுக்கு வந்தப் பெறகும் அவனையே நெனச்சுக்குட்டு இருந்தா. திடீர்னு அஞ்சாங்கிளாஸ்ல படிக்கிற சந்தியாங்கற பிள்ளையப் பத்திய ஞாபகம் அவளுக்கு வந்துச்சு. அவளுக்கும் ரமேஷ் ஊர்தான். ஆனா அவா நல்லாப் படிப்பா. இனிமையாப் பாடுவா. பாக்குறதுக்கும் நல்ல அழகான கருத்தக் குட்டி. இந்த வருசம் பள்ளிக்கூடத் தலைவியா அவளப் போட்டுருந்தாங்க. அசெம்ளில நல்லாக் கணீர்கணீர்னு பேசுவா; பாடுவா. ஆனா திடீர்னு எடையில அவளுக்குப் பதுலா கிருஷ்ணவேணின்னு வேறொரு பிள்ள வந்து அசெம்ளி நடத்துச்சு. சுந்தரிக்கு எதுவும் புரியல. வழக்கமா இப்பிடி எடைல இதுவரைல லீடர மாத்துனது இல்ல. நல்லாச் சொல்லாட்டாத்தான் மாத்துவாங்க. இவள மாத்துனது ஆச்சரியமா இருந்துச்சு. அதுனால சுந்தரி தலைமையாசிரியர்ட்ட இதபத்திக் கேட்டா.

"நானு மாத்தல டீச்சர். அவளுக்கே பிடிக்கலன்னு கிருஷ்ண வேணிய போச் சொல்லிட்டாளாம். கிருஷ்ணவேணி ஏங்கிட்ட வந்து சொன்னா. நானுஞ் சரின்னுட்டேன்."

சுந்தரி சந்தியாட்டக் கேட்டா.

"நீயி நல்லாதான சொல்ற. பெறகு எதுக்கு அவளப் போச்சொன்ன? ஒனக்கு ஏம்புடிக்கல? பயம்மா இருக்கா?"

"பயம்மால்லாம் இல்ல டீச்சர். நாந்தான் அவளப் போச் சொன்னேன்."

"நீயா எப்படிச் சொல்லலாம்?"

"நானா சொல்லல டீச்சர். கிருஷ்ணவேணிதான் கேட்டா."

"என்ன கேட்டா?"

சந்தியா எதுவும் பேசல. இதுக்கு ரமேஷ் பதில் சொன்னான்.

"அதுல்ல டீச்சர், கிருஷ்ணவேணிக்கு லீடராகனும்னு ஆச டீச்சர். அதுனால அவா சந்தியாட்ட சொன்னா. 'சந்தியா சந்தியா நானு தெனந்தெனம் ஒனக்கு மத்தியானத்துக்கு நானு கொண்டுட்டு வார வீட்டுச் சாப்பாட்ல கொஞ்சம் தாரேன். நீயி எட்மாஸ்டர்ட போயி

ஒனக்கு லீடரா இருக்கப் பயம்மா இருக்குதுன்னு சொல்லி, ஒனக்குப் பதுலா நானு லீடரா இருப்பேன்னு சொல்றியா'ன்னு கேட்டா டீச்சர். சந்தியாவும் போயிச் சொன்னா டீச்சர். சாரும் சரின்னுட்டாரு டீச்சர்."

"அப்பிடியா சந்தியா?"

சந்தியா ஆமான்னு தலையாட்டுனா. ரமேஷ்டச் சொல்லி கிருஷ்ணவேணியக் கூப்டு வரச்சொன்னா. கிருஷ்ணவேணிட்ட கேட்டதுக்கு எங்கம்மாதான் அப்பிடிக் கேட்டு எனிய்ய லீடரா வரச்சொன்னாங்க டீச்சர்னா. சுந்தரிக்கு அதிர்ச்சிக்கு மேல அதிர்ச்சியா இருந்துச்சு. தலைமையாசிரியர்ட போயிச் சொல்லி சத்தியாவெ மறுபடியும் லீடராப் போடச் சொன்னதுக்கு,

"இதெல்லாம் எதுக்கு டீச்சர் பெருசு படுத்துறீங்க? சின்னப் பிள்ளைங்க சாப்பாடு குடுக்கும்; வாங்கும். சந்தியாவுக்கே புடிக்கலன்னா அவள எதுக்குக் கட்டாயப்படுத்தனும்? உட்டுத்தள்ளுங்க. எந்தப் பிள்ள முன்னுக்கு வருதோ அந்தப் பிள்ளையே இருந்துட்டு போகட்டும். இது கஞ்சிக்கில்லாத பசங்க. அதுங்களுக்குச் சோறு தான் முக்கியம்னா தின்னுட்டுப் போகட்டும்." நிர்தாட்சண்யமாச் சொன்னாரு.

சுந்தரிக்குக் கோவம் தலக்கேறுச்சு. தலைமை ஆசிரியர ஒரு புழுவப் பாக்குறது மாதிரிப் பாத்தா. 'கஞ்சிக்கில்லாத பிள்ளைங்கன்னா இவருக்கு அம்புட்டுக் கேவலமாப் போச்சா? இந்தச் சாப்பாட்ட வச்சுத்தான இவனுக கீச்சாதி மேச்சாதின்னு கேவலப்படுத்துறானுக! தொண்டைக்குக் கீழ போனா நரகலு! ஆனா அதெல்லாம் எந்தப் பெய யோசிக்கிறான்? கீச்சாதிக்காரனுக இவனுககிட்ட பிச்சக்காரங்கணக்கா வாங்கித்திங்கனும். ஆனா அவனுக. கீச்சாதிக்கார வீட்டுல கை நனைக்க மாட்டானுங்க! தீட்டாம்! இவரெல்லாம் படுச்சு அதுல வேற ஒரு தலம ஆசிரியராவும் வந்துட்டாரு! இந்தப் பதவிக்கே லாயக் கில்லாதவரு! பதவிக்கென்ன! மனுசனா இருக்கவே லாயக்கில்லாத ஆளு! அந்தச் சாதிப்புத்திய அப்பிடியே காட்டுறாரு. கிளாசுல பாத்தா தொண்டகிழிய சாதிகள் இல்லையடி பாப்பான்னு பிள்ளைகளுக்குச் சொல்லிக்குடுப்பாரு. எதுக்கு இந்த வேசம்! வெளங்காத பெயலுக! இந்த வேசதாரிகளையெல்லாம் இப்பிடியே சும்மா உடக்கூடாது. இதுக்கு எதுனாச்சும் ஒரு வழி பண்ணியே ஆகனும்." நெனச்சுக்கிட்டே கிளாசுக்குப் போனா சுந்தரி.

ஏடாகூடம்

'உதயம் மேல்நிலைப் பள்ளி' நல்லாங்கோட்டை நகரில் மிகவும் பிரபலமான பள்ளி. அந்தப் பள்ளியில் அட்மிஷன் கிடைப்பது குதிரைக் கொம்பு கிடைத்த மாதிரிதான். அந்தப் பள்ளிக்கு அவ்வளவு சிறப்பு கிடைத்ததற்கு முக்கியமான காரணம், அதன் தரம்தான். ஒவ்வொரு வருடமும் அந்தப் பள்ளியின் தேர்ச்சி நூறு சதவீதம்தான். எப்பாடு பட்டாகிலும் அங்கு பணிபுரியும் ஆசிரியர்கள் தேர்வு எழுதும் அத்தனை மாணவர்களையும் தேர்ச்சி பெறச் செய்து விடுவார்கள். பள்ளி நிர்வாகம் ஆசிரியர்களைப் பிழிந்தெடுத்தார்கள் என்றால் ஆசிரியர்கள் மாணவர்களைப் பிழிந்தெடுத்தார்கள். சுற்றுவட்டாரத்தில் இருந்தவர்கள் அனைவரும் தங்களது பிள்ளைகளை அங்குதான் சேர்க்க விரும்பினார்கள். அந்த வட்டாரத்தில் தமிழ்வழிக் கல்வி பயிலும் மாணவர்களுக்கு அந்தப் பள்ளி மிகப்பெரிய வரப்பிரசாதம் தான்.

தனது சொந்த ஊரான காட்டுப்பட்டியில் பத்தாம் வகுப்புத் தேர்ச்சி பெற்ற மருதமுத்து மேற்கொண்டு படிப்பதற்கு உதயம் மேல்நிலைப் பள்ளிக்குப் போக விரும்பினான். அதை அவனது அப்பா குப்புசாமியிடம் சொன்னபோது அவர் அதிர்ந்துதான் போனார். அந்த அதிர்ச்சியில் அவரால் உடனடியாக பதிலேதும் சொல்ல முடியவில்லை. மருதமுத்து மறுபடியும் மறுபடியும் வற்புறுத்தினார். குப்புசாமிக்கு என்ன சொல்வதென்றே தெரியவில்லை. மகனை மேற்கொண்டு படிக்க வைக்க அவருக்கும் ஆசைதான். ஆனால் ஆசைமட்டும் இருந்தால் போதாதே! இப்போதெல்லாம் படிக்க வேண்டும் என்றால் ஆஸ்தியும் வேண்டுமே! காட்டுப்பட்டி ஒரு சின்ன கிராமம் என்பதால் அங்கு மேல்நிலைப் பள்ளி இல்லை. மூன்று கிலோமீட்டர் தொலைவிலுள்ள வண்டிப்பட்டியில் ஓர் அரசு மேல்நிலைப்பள்ளி இருந்தாலும் மருதமுத்து உதயம் பள்ளியில்தான் சேர விரும்பினான். வண்டிப் பட்டி பள்ளி என்றால் தினமும் மினிபஸ்ஸில் போய்வரலாம். அப்படி இல்லை என்றால் பஸ் பாஸ் வாங்கி வைத்துக்கொண்டு அரசு பஸ்ஸில் இலவசமாகப் போய் படிக்கலாம். அரசாங்கமே இப்போதெல்லாம் சைக்கிள்கூட கொடுப்பதையும் குப்புசாமி மகனிடம் சொல்லிப் பார்த்தார். ஆனால் அவனோ படித்தால் உதயம் பள்ளியில்தான் படிப்பேன் என்று ஒற்றைக் காலில் நின்றான்.

குப்புசாமி தன் மனைவி மாரித்தாயிடம் பேசிப் பார்த்தார். அவளும் மகனை நல்லாங்கோட்டை பள்ளியில் படிக்கவைக்கலாம் என்றுதான் விருப்பப்பட்டாள்.

“இங்ன வண்டிபட்டிலனா போயிவந்து படிச்சுக்குவான். நல்லாங் கோட்டைக்குப் போனாம்னா எங்ன தங்கிப் படிப்பான்? அவந்தான் சின்னப்புள்ளத்தனமா சொல்லிக்கிட்டு இருக்காம்னா நீயி அவனுக்கு மேல இருக்கியே!” மனைவியைக் கடிந்துகொண்டார்.

மாரித்தாயும் விட்டுக்கொடுக்காமல் பேசினாள்.

“இந்தா பாரு நமக்கு இருக்குறதோ ஒன்னே ஒன்னு. அவனும் பத்து வருசங்கழுச்சு மருத மீனாச்சி அருளால பெறந்தவன். நமக்கென்ன வேற பிள்ளையா குட்டியா? இந்த ஒரு பிள்ளைய படிக்க வைக்கிறதுக்கு இப்பிடி யோசிக்கிறியே… அந்தப் பள்ளிக் கொடத்துல எடங்கெடைக் கிறது ரொம்பக் கஸ்டமாம். அந்த வாத்தியார் பொண்டாட்டி சொன்னா. சட்டுப்புட்டுன்னு போனாத்தான் எடங்கெடைக்குமாம். நீயி இப்படித் தயங்கித் தயங்கி யோசுச்சு முடிவெடுக்கமுன்ன எடமும் காலியாப் போகும். மொதல்ல நாளைக்கே நீயி மருதமுத்தக் கூப்புட்டுக்கிட்டு நல்லாங்கோட்டைக்குக் கௌம்புற வழியப் பாரு.”

“ஆஸ்டலுனா என்னனு நெனச்சே? என்ன ஒங்கப்பென் வீடுனா நெனச்சே? அங்க சேத்தம்னா மாசாமாசம் அவனுக்குச் சாப்பாட்டுக்கு தங்குறதுக்கு, அதுக்கு இதுக்குன்னு பணம் பணமாக் கெட்டணும். வாத்தியார் மகன் படிக்காம்னா, அவுகய்யா மாசச் சம்பளம் வாங்குறாரு. நல்லாங்கோட்டை என்ன, பட்டணத்துல கொண்டு போயிக் கூடப் பணங்கெட்டிப் படிக்க வைப்பாரு. அவருகூட தோது போடுறியே… நம்மளால முடியுமா? நம்ம தெனக்கூலிக. தெனம் கூலி வேல செஞ்சாத்தான் அடுப்பே எரியும். ஒன்னும் புரியாமப் பேசுறியே! நீயி பொம்பளைக்குத் தக்கன பேசுற. ஓம்பேச்சக் கேட்டா வெளங்குனாப்புல தான்.” கோவமாக் கத்துனாரு.

இதுவரையில் இவர்கள் பேசிக்கொண்டிருந்ததைக் கேட்டுக் கொண்டிருந்த மருதமுத்து, அவர்களிடம் சொன்னான்.

“அய்யா, என்னைய அந்தப் பள்ளிக்கூடத்துல சேத்துமட்டும் உட்டுறுய்யா. பணத்தப்பத்தியெல்லாம் நீயிக் கவலப்படாத. பத்தாங் கிளாஸ்ல நானூற்று ஐம்பது மார்க்குக்கு மேல எடுத்த பிள்ளைகளோட கல்விச் செலவ மதுரைல இருக்குற ‘அம்பேத்கார் கல்வி அறக்கட்டளை’

ஏத்துக்குவாங்களாம். நாந்தான் நானூற்று அறுபத்தெட்டு மார்க் எடுத்துருக்கம்ல. அதுனால அவுங்க எனக்கு உதவி செய்வாங்கய்யா. நாளைக்கு நம்ம மதுரைக்குப் போயி அவுங்களப் பாத்துப் பேசுவோம்யா."

"பின்ன என்ன? அந்தா ஏம்மகனோட மார்க்கே அவனப் படிக்க வைக்கப் போகுதுல்ல! நீயி அவனுக்கு செலவு கிலவு செய்ய வேண்டாம்ல! இனியென்ன யோசன வேண்டிக் கெடக்கு? நாளைக்கு மொத வேலையா மதுரைக்குப் போற வழியப் பாருங்க. காலைல மொத வண்டி ஆறு முப்பதுக்கு இருக்குல்ல. பால் கேன் ஏத்துவாங்களே அந்த வண்டிக்கே போயிருங்க. நாம்போயி நானு வேல செஞ்ச கூலிய வாங்கியாரேன். வண்டி செலவுக்கு ஆகும்ல?" சொல்லிவிட்டு வேக வேகமாக வெளியே சென்றாள் மாரித்தாயி.

மருதமுத்து சொன்னபடியே மதுரை சென்று அந்த அறக்கட்டளையின் தலைவரைப் பார்த்துப் பேசினார்கள். மருதமுத்துவின் மதிப்பெண் களையும் படிப்பில் அவனுக்கிருந்த ஆர்வத்தையும் பார்த்த தலைவரும் அவன் கேட்டபடியே நல்லாங்கோட்டை பள்ளியில் படிப்பதற்கு வேண்டிய எல்லா ஏற்பாடுகளையும் செய்து, அவன் உதயம் மேல்நிலைப் பள்ளியில் படிக்க ஆகும் எல்லாச் செலவையும் அறக்கட்டளை ஏற்றுக்கொள்ளும் என்று உறுதியும் அளித்தார். அவன் தங்குவதற்கும் நல்லாங்கோட்டையில் இருந்த ஆதி திராவிட மாணவர் அரசினர் விடுதியிலும் ஏற்பாடு செய்வதாகக் கூறினார். அதன்படி விடுமுறை முடிந்ததும் மருதமுத்து பெட்டி படுக்கையுடன் நல்லாங்கோட்டைக்குச் சென்றான். அரசினர் ஆதி திராவிடர் மாணவர் விடுதியில் தங்கி, உதயம் மேல்நிலைப் பள்ளியில் பதினொன்றாம் வகுப்பில் முதல் பிரிவில் சேர்ந்து படிப்பதற்கான எல்லா உதவிகளையும் அறக்கட்டளையின் தலைவர் மாணிக்கம் செய்து கொடுத்தார்.

ஊர், பள்ளிக்கூடம் எல்லாம் புதிதாக இருந்தாலும் எப்படியும் நன்றாகப் படித்து +2ல் ஆயிரத்துக்கும் மேல் மதிப்பெண் வாங்கிவிட வேண்டும் என்று முழுமூச்சாகப் படித்தான் மருதமுத்து. படிப்பில் அவனுக்கிருந்த ஆர்வத்தைப் பார்த்த ஆசிரியர்களுக்கு அவனை மிகவும் பிடித்துப் போனது. எப்படிப்பட்ட கணக்கு என்றாலும் முதல் ஆளாக அவன் செய்து முடிப்பதைக் கண்ட கணக்கு ஆசிரியர் சுப்பிர மணியனுக்கு அவனைப் பார்த்தாலே மிகவும் ஆச்சரியமாக இருந்தது. சக ஆசிரியர்கள் அறையில் ஒருமுறை மருதமுத்துவைப் பற்றிப் பேச்சு வந்தது. அத்தனை ஆசிரியர்களுமே அவனைப் பற்றி மிகவும் பெருமையாகச் சொன்னார்கள். சுப்பிரமணி வாத்தியாரும் அவனைப் பற்றிக் கூறினார்.

"அந்தப் பையன் மருதமுத்து ஏதோ ஒரு கிராமத்துப் பையந்தான். இங்க எங்கயோ ஆதிதிராவிடர் ஆஸ்டலுலதான் நின்னு படிக்கான். இத்தனைக்கும் எஸ்.சி. பையந்தான். என்னத்தச் சொல்லிக் குடுத்தாலும் கப்புன்னு புடுச்சுக்கிறான். எப்பேர்ப்பட்ட கணக்குன்னாலும் உடனே போட்டுக்கிட்டு வந்துடுறான். அந்தக் கிராமத்தானையே நானு நூத்துக்கு நூறு எடுக்கவச்சிடுறேன்னா பாத்துக்கோங்களேன். மத்த பையல்கள்ளாம் ஸ்கூல் முடுஞ்சப் பெறகு எங்க எங்கயெல்லாமோ துட்டக் கொட்டி டியூஷன் படிக்கிறானுக. ஆனா இவனுக்கு நானு சொல்லிக் குடுக்குறதுதான். ஏங்கிட்ட வார பயலுகள எப்பிடியும் நானு மேல கொண்டாந்துருவேன். ஒங்களுக்கே தெரியுமே! ஒவ்வொரு வருசமும் என்னோட சப்ஜெக்ட்ல எப்பிடியும் எல்லாரையும் பாசாக்கிக் காட்டிக் கிட்டேதானே இருக்கேன். இந்தப் பயல் மருதமுத்து புதுசா எங்குட்டோ கிராமத்துல இருந்து வரவும் எனக்கே ஒரு மாதிரிதான் இருந்துச்சு. எங்குட்டோ ஒரு கவுர்மெண்டு பள்ளிக்கூடத்துல இருந்து வந்துருக்கானேன்னு கொஞ்சம் யோசுச்சேன். அதுலயும் எஸ்.சி. பயல் வேற. ஆனா சீக்கிரத்துல அவனையே மத்த பிள்ளைக லெவலுக்குக் கொண்டு வந்துட்டேன். ஏங்கிட்ட வந்துட்டாம்ல.. இனி அவனுக்குக் கவல இல்ல. அந்தப் பயலுக்கு எங்கிட்ட படிக்கிறதுக்கு குடுத்து வச்சிருக்கணும். இல்லன்னா என்னப் போல ஒரு தெறமையான வாத்தியார்ட்ட படிக்கக்கூடிய வாய்ப்பு அந்த கிராமத்தானுக்குக் கெடச்சிருக்குமா? எப்பிடி இங்க வந்து சேந்தாம்னு கேட்டேன். மதுரைல இருக்குற அம்பேத்கர் கல்வி அறக்கட்டளை மூலமா வந்து சேர்ந்தானாம். முன்ன எல்லாம் எஸ்.சின்னு சொல்ல பயல்க கூசுவானுக. இந்தப் பெய நெத்தில அடுச்சமாதிப் பேசுறான். நாமதான் இனிமே சாதியப்பத்திப் பேச கூசணும்போல! ஆனா பயல சும்மா சொல்லக் கூடாது. ஏங்கிட்ட வந்த இந்த நாலஞ்சு மாசத்துக்குள்ள என்னமா முன்னேறிட்டான்!"

சுப்பிரமணி வாத்தியார் சொன்னதைக் கேட்டுக்கொண்டிருந்த தமிழ் வாத்தியார் இடைமறித்துக் கூறினார்.

"அப்பிடியெல்லாம் நீங்க ஒரேடியா ஒங்களப் பத்தியே பேசாதீங்க சார். அந்தப் பையன் பத்தாங்கிளாசுல நானூத்தி அறுபத்தெட்டு மார்க் வாங்கிட்டு வந்துருக்கான். அதுவும் அந்தக் கிராமத்துல இருக்குற அரசாங்கப் பள்ளிக்கூடத்துல படுச்சுட்டு! அப்பிடீன்னா அவங்கிட்ட நல்ல தெறம இருக்குன்னுதானெ அர்த்தம். இல்லன்னா எப்பிடி அவ்வளவு மார்க் வாங்குவான்?"

சுப்பிரமணி வாத்தியார் உடனே மறுப்புத் தெரிவித்தார்.

“இருக்கலாம் சார். பத்தாங்கிளாஸ் கணக்கு வேற; +1, +2 கணக்குக வேற சார். பத்தாங்கிளாஸ் கணக்க யாருன்னாலும் ஈசியா போட்டுறலாம். ஆனா இங்க அப்பிடிப் போட முடியாது. இப்ப நானு சொல்லிக் குடுக்கலன்னா அவனால பாஸ் மார்க்கூட வாங்க முடியாது. அவெ பத்தாவதுல ஐநூறுக்கு ஐநூறேகூட எடுத்தவனா இருக்கட்டுமே! நாஞ் சொல்லிக்குடுத்தாத்தான் அவனால கணக்கு போட முடியும்ங்றேன்.”

“சொல்லிக்குடுக்கறதுதான் சார் ஒங்க கடமை. சும்மா உக்காந்துக் கிட்டு இருக்குறதுக்கா அரசாங்கம் உமக்குச் சம்பளங் குடுக்குது? நானு என்ன சொல்றம்னா அந்தப் பையனும் தெறமையான பையந்தாம்னு சொல்றேன்.” தமிழ் வாத்தியார் கூறினார்.

“பெருசா தெறமையானவனாம்! இந்தப் பயல்க கிட்ட என்ன சார் தெறம! எல்லாம் நம்ம கைலதான் இருக்குது. நீங்க வேணும்னா பாருங்க; ஏங்கிட்ட படிக்கிறவரைல அந்தப் பயல் மார்க்க அள்ளிக் கிட்டே இருப்பான். என்ன பண்றது? நாமளே இவனுகளுக்குக் கொம்பு சீவி உடுறமாதிரித்தான் ஆகிப்போச்சு. நம்ம கிட்டயே படுச்சுப் போட்டு பெறகு நம்மளயே எதுத்து நிப்பானுக. ஆனா ஊனான்னா அம்பேத்கர் சொல்லியிருக்காரு ‘கற்க! இணைக! கலகம் செய்க! னு அப்பப்ப சொல்லிக்கிட்டுத் திரிரானுக. என்னவோ போங்க இவனு களுக்கெல்லாம் கத்துக் குடுக்கணும்னு ஏந்தலையெழுத்து! ஆனா என்ன, இந்த மாதிரிப்பட்ட பயல்களையும் நல்ல மார்க் எடுக்க வைக்கிறோம்னா ஏந்தெறமையப் புருஞ்சுக்குவாங்க. அதுக்காவது இந்தப் பயல் பயன்படுறாம்னு நெனச்சுக்கிட வேண்டியதான். மத்த பயல்கள்ளாம் டியூஷன் போறான்; அதுதான் மார்க் எடுக்காம்னு சொல்றாகள்ள? இப்ப என்னப்பத்தித் தெரியும்.” கர்வத்துடன் சொல்லிக் கொண்டார்.

வகுப்பிலும் இதேபோல அவர் சொல்லும்போது மருதமுத்துக்கு கோபம் வருவதுண்டு. ஆனால் எதையும் வெளிக்காட்டிக் கொள்ளாமல் தன் படிப்பில் கவனமாகவே இருந்தான். அவன் மனதிற்குள் ஏராளமான சிந்தனைகள் ஓடின.

“நாம நல்லாப் படுச்சாக்கூட அத ஏத்துக்க முடியல இவுகளுக்கு எஸ்.சி.ன்னா கருப்பா இருப்பான்; முட்டாளா இருப்பான்; படிக்க லாயக்கில்லாதவனாகத்தான் இருப்பான்; அசிங்கமா இருப்பான்; அசுத்தமா இருப்பான் இப்படியே சொல்லிச் சொல்லி இப்ப நாம நல்லா படுச்சாலோ, நல்ல டிரஸ் பண்ணுனாலோ, சுத்தமா வந்தாலோ

இவுகளால சீரணிச்சுக்க முடியல. அம்பேத்கர் சரியாத்தான் சொல்லி இருக்காரு. மொதல்ல நல்லாப் படிக்கணும்; அப்புறம் எல்லாரும் இணைஞ்சு இந்த சாதி அமைப்ப ஒழிக்கிறதுக்கு கலகம் செய்யணும். ஆமா. அதுனால மொதல்ல இந்த கல்விங்ற ஆயுதத்தக் கைல எடுத்துக்கணும். இருக்கட்டும். இந்த வாத்தியாரச் சும்மா உடக்கூடாது. என்னமோ இவருதான் ஒலகத்துல இருக்குற ஒட்டுமொத்த அறிவாளின்னு நெனச்சுகுட்டு இருக்காரு. மத்த வாத்தியார்கல்லாம் இப்பிடியா பேசிக்கிட்டுத் திரிறாங்க?"

தேர்வுக்கு தன்னை நன்றாகத் தயாரிப்பதில் கவனத்தைச் செலுத்தினான். தற்போது படிப்பு மட்டுமே முக்கியம் என்பதை உணர்ந்தவனாய் மற்ற கவலைகளை ஒதுக்கி வைத்தான்.

முதலாண்டுத் தேர்வில் எல்லாப் பாடங்களிலும் அதிக மதிப்பெண்கள் பெற்றுத் தேர்ச்சி பெற்றிருந்தான். வகுப்பில் மூன்றாவது மாணவனாக வந்திருந்தான். மருதமுத்துக்கு மிகவும் சந்தோசமாக இருந்தது. இடையில் கிடைத்த விடுமுறையில் ஊருக்குச் சென்று பெற்றோரைப் பார்த்து விட்டு வந்தான். அப்போது மறக்காமல் மதுரை சென்று அம்பேத்கர் கல்வி அறக்கட்டளையின் தலைவர் மாணிக்கத்தைப் பார்த்து +1 தேர்வில் வகுப்பிலேயே மூன்றாவது மதிப்பெண் பெற்ற விவரத்தையும் தனது மதிப்பெண்களையும் கூறினான். அவருக்கும் மிகவும் மகிழ்ச்சியாக இருந்தது. அவனை அவர் மிகவும் பாராட்டி அடுத்த வரும் +2 அரசாங்கத் தேர்வில் மாநிலத்திலேயே முதல் மாணவனாக வரவேண்டும் என்று வாழ்த்தி அனுப்பினார். அவனும் மிகுந்த ஆர்வத்தோடு படித்தான்.

உதயம் பள்ளியில் படிப்பது மருதமுத்துவுக்கு ஒரு வித்தியாசமான அனுபவமாக இருந்தது. பள்ளிக்கு அருகிலேயே இருந்த விடுதியில் வசதியான வீட்டுப் பிள்ளைகள் தங்கிப் படித்தார்கள். மருதமுத்துவின் ஊர்க்காரப் பையன் விஜயக்குமாரும் அங்குதான் படித்தான். ஆனால் அவன் மருதமுத்துவோடு அவ்வளவாக தொடர்பு வைத்துக் கொள்ள மாட்டான். ஆதி திராவிடர் விடுதியில் தங்கிப் படிப்பதால் அவனோடு சகவாசம் வைத்துக்கொள்ள அவன் விரும்புவதில்லை. மற்ற மாணவர் களிடம் அவன் மருதமுத்துவும், தானும் வெவ்வேறு தெருக்காரர்கள் என்பதைத் தெளிவுபடுத்தி இருந்தான். மருதமுத்து அதைப் பற்றிக் கவலைப்பட்டுக் கொள்ளவில்லை. அவனது எண்ணம் முழுவதும் படிப்பில் மட்டுமே இருந்தது. முழு ஆண்டுத் தேர்வில் முதல் மாணவனாக வரவேண்டும் என்று முயன்று படித்தான்.

+1 தேர்வில் விஜயகுமார் மிகவும் குறைவான மதிப்பெண்கள் பெற்றிருந்தான். அவனது தந்தை நடராஜன் பள்ளிக்கு வந்து ஆசிரியர் களிடம் அவனை நன்றாகப் படிக்க வைக்கும்படிக் கூறி டியூஷன் படிக்கவும் ஏற்பாடு செய்தார். சுப்பிரமணி வாத்தியாரின் வகுப்புச் சென்று, அவருடன் பேசி கணக்குப் பாடத்திற்கு டியூஷனுக்கு ஏற்பாடு செய்தார். அப்போது அதே வகுப்பில் இருந்த மருதமுத்துவைக் காட்டிச் சொன்னார்.

"சார், அந்தா அந்தப் பையன் எங்கூர்ப்பையன்தான். அந்த எஸ்.சி. பையன் நல்லாப்படுச்சு நல்ல மார்க்கு வாங்கி இருக்கிறதாச் சொல்றாக. அவுகப்பாவும் அம்மாவும் அன்னாடம் கூலி வேலசெஞ்சு பொழக்குறவுக. சாப்பாட்டுக்கே கஸ்டப்படுறவுக சார். அவுக பையன் அப்பிடி மார்க்கு எடுக்கைல, ஏம்பையன், ஒரு வாத்தியார் வீட்டுப்பையன் இப்பிடி இருக்கானே சார். இத்தனைக்கும் இவன நல்ல ஆஸ்டல்ல சேத்து உட்டு மாசாமாசம் பணம் பணமா கொட்டுறேன் சார். என்ன பிரயோசனம்? படிக்கமாட்டேங்கானே... அந்தப் பையன் கவுர்மெண்டு ஆஸ்டல்ல இருந்துக்கிட்டு இப்பிடிப் படிக்கான். அவெ இவ்வளவு மார்க்கு வாங்குறதுக்கு நீங்கதான் காரணமுன்னு சொன்னாங்க. ஏம்பையனையும் நல்லா கவனிங்க சார். அந்த எஸ்.சி. பையனவிட ஏம்மகன் நெறைய மார்க்கு வாங்கணும் சார். நீங்கதான் சார் எப்பிடியாச்சும் அவனைப் படிக்க வைக்கணும். ஒங்களத்தான் நம்பி இருக்கேன் சார். ஒரு கஞ்சிக்கு வக்கத்தவனோட பையன் அப்பிடிப் படிக்கைல ஏம்பையன் படிக்கலைன்னா ஊர்ல கேவலமாப் பேசுவாங்க சார். அதுனால அவனக் கொஞ்சம் பாத்துக்கோங்க சார்."

"நீங்க கவலையே படாதீங்க, அந்த மருதமுத்துப் பயலையே இவ்வளவு தூரம் படிக்க வச்சுர்க்கம்னா ஏந்தெறமையப் பத்தி ஒங்களுக்கும் தெருஞ்சுருக்கும். அந்தப் பய இங்க வரும்போது ஒன்னுந்தெரியாமத்தான் வந்து சேந்தான். நாங்குடுத்த பயிற்சினால இப்ப நல்லாப் படிக்க ஆரம்புச்சிட்டான். +1 பரிச்சைல கிளாசுலயே மூனாவதா வந்துருக்காம்னா பாருங்க? இத்தன வருசமா இதே ஸ்கூல்ல படுச்ச பிள்ளைகளை எல்லாம் பின்னுக்குத் தள்ளிட்டு இவன் வந்துட்டான். அதுக்குக் காரணமே என்னோட டீச்சிங்தான். நீங்களும் ஒரு வாத்தியார் தானே. ஒங்களுக்குத் தெரியும்ல. நாஞ் சொல்லத் தேவையில்ல. அடுத்து வார முழு ஆண்டுத் தேர்வுல முதல் மாணவனா வரணும்னு அந்த மருதமுத்துப் பயல் கனவுக் கண்டுக்குட்டு இருக்கான். ஒங்க மகனப் பாருங்க ஏம்பாடத்துல இருநூறுக்கு இருநூறு எடுப்பான். நீங்க கவலப்படாமெப் போங்க. ஏங்கிட்ட டியூஷனுக்கு உட்டுட்டீங்கல்ல.

இனி அவனப்பத்தி நீங்க கவலையே பட வேண்டாம். சரியா?" சுப்பிரமணி வாத்தியார் சொல்லி அனுப்பினார். அவர்கள் பேசிய அனைத்தையும் கேட்டுக் கொண்டிருந்த மருதமுத்துவுக்கு மனது மிகவும் சங்கடமாக இருந்தது. தன்னை ஒரு பூச்சியமாகத்தான் இந்த வாத்தியார் மதிக்கிறார் என்று எண்ணும்போது அவனுக்கு ஆத்திரமாக வந்தது. பார்க்கின்ற அத்தனை பேரிடமும் அவரால்தான் படிப்பதாகவும், ஒரு எஸ்.சி. பையனையே நன்றாகப் படிக்க வைத்துவிட்டதாகவும், அவர் சொல்லிக்கொண்டு அலைவதைப் பொய்யாக்க வேண்டும் என்றும் எண்ணினான். அம்பேத்கர் சொன்னது போல கலகம் செய்ய வேண்டும் என்று தீர்மானித்தான். இங்கு படிக்கும்போதே கலகம் செய்ய வேண்டும் என்று முடிவு செய்து கொண்டான்.

தேர்வு முடிவுகள் வெளிவந்தபோது கணக்குப் பாடத்தைத் தவிர மற்ற அனைத்துப் பாடங்களிலும் அதிக மதிப்பெண்கள் பெற்றிருந்தான். கணக்கில் மட்டும் மிகக் குறைந்த மதிப்பெண்கள் பெற்று தோல்வி அடைந்திருந்தான். அனைவரின் புருவங்களும் அவனை நோக்கி உயராமல் சுப்பிரமணி சாரை நோக்கி உயர்ந்தது. இத்தனை ஆண்டு களாக நூற்றுக்கு நூறு தேர்ச்சி பெற்று வந்த அந்தப் பள்ளியில் இந்த ஆண்டு அந்தப் பெருமை அழிக்கப்பட்டுவிட்டதைக் கண்டு அனை வருக்குமே அதிர்ச்சியாகவும், ஏமாற்றமாகவும் இருந்தது. மருதமுத்து மேல் அவர்களுக்கு ஏற்பட்ட எரிச்சலைவிட சுப்பிரமணி ஆசிரியர் மேல்தான் அனைவருக்கும் ஆத்திரமும், கோபமுமாக வந்தது. சுப்பிரமணி சாருக்குத் தலையை வெளியே காட்ட முடியவில்லை. 'இந்த மருதமுத்துப் பயல் இப்படிப் பழி வாங்கிட்டானே..." என்று உள்ளுக்குள் குமுறிக் கொண்டிருந்தார். மற்ற ஆசிரியர்கள் தன்னிடம் எதுவும் கேட்பதற்கு முன்பே அவராகவே தனது ஆத்திரத்தை வெளிக்காட்டினார்.

"இந்தப் பயல் மருதமுத்து வேணுமின்னே என்னைய பழி வாங்கிட்டான். நாங்கூட எத்தனை தடவ அவனப் பத்திச் சொல்லி யிருக்கேன்... நல்லா கணக்கு போடுவாம்னு... இப்பப் பாருங்க... எல்லாப் பாடத்துலயும் மார்க்க அள்ளிக் குமுச்சுட்டு ஏம்பாடத்துல மட்டும் இப்பிடி செஞ்சு போட்டானே... பரதேசிப் பெய. இதுக்குத்தான் இந்தப் பெயல்களை நம்ம ஸ்கூல்ல சேக்கக்கூடாதுங்கறது, வேணும்னே கணக்குகளத் தப்புத்தப்பாப் போட்டுருக்கான்."

"அதெப்பிடிப் போடுவான்? தப்புத் தப்பாப் போட்டா தோத்துப் போவம்னு அவனுக்குத் தெரியாதா என்ன? அடிக்கடி நீங்க அவனக் கொச்சப்படுத்தியே பேசிட்டு இருந்தீங்கல்ல; அதுனால அந்தப் பையன் மனரீதியா பாதிப்படைஞ்சு பரிச்சைல கணக்குச் செய்ய முடியாமப்

போச்சோ என்னவோ, யாருக்குத் தெரியும்? எவனாவது, அதுவும் நல்லா கணக்குப் போடத் தெருஞ்சுக்கிட்டு வேணுக்கும்னு கணக்குப் போடாம தோத்துப் போகணும்னு ஆசைப்படுவானா என்ன?" தமிழ் வாத்தியார் அவரது அபிப்பிராயத்தைக் கூறினார்.

"இவஞ் செய்வான் சார். இதுனால இவனுக்கென்ன பாதிப்பு? இப்பத்தான் அரசாங்கம் ஒடனுக்கொடனே பரிச்ச எழுதிப் பாசாகலாம்னு வழிவக செஞ்சுருக்குல. அடுத்த மாசமே பரிச்ச எழுதிப் பாசாவான். இந்த எஸ்.சி. பையல்க எதுக்குந் துணுஞ்சவனுகளா இருக்கானுக சார். கடைசில இம்புட்டு வருசமா எனக்கிருந்த பேரைக் கெடுத்துட்டான். படுபாவிப் பெய." தாங்கொண்ணா கோபத்தோடும் ஆத்திரத்தோடும் சொன்னார்.

மருதமுத்துவுக்கு மகிழ்ச்சியாக இருந்தது. நான் நினைத்த படியே கணக்குகளைச் சரியாகச் செய்யாமல் சுப்பிரமணி சாரை நோகடித்ததை மிகப் பெரிய வெற்றியாக எண்ணி குதூகலித்தான். அந்தக் குதூலத்துடனே பரிச்சைக்கு பணங்கட்டப் புறப்பட்டான்.

இவன்

அவன் ஒரு வித்தியாசமான மனிதன். அவனை ஒரு மனிதனாக யாரும் பார்ப்பதுமில்லை; மதிப்பதுமில்லை. ஒரு குறிப்பிட்ட காலம் வரையில் அவனது மனைவி மரிக்கொளுந்து அவனுக்கு அஞ்சி ஒடுங்கி வாழ்ந்து வந்தாள். அவன் குடித்துவிட்டு வந்து அடித்த அடிகள் அனைத்தையும் தாங்கிக் கொண்டு அவனுக்குப் பணிவிடைகள் செய்து வந்தாள். ஆனால் ஒருமுறை அவளையும் அறியாமல் வலி தாங்க முடியாத நேரத்தில் காஞ்சாரத்தானை நையப் புடைத்துவிட்டாள். அதிலிருந்து அவன் அவளை அடிப்பதை நிறுத்திவிட்டான். ஆனால் குடிப்பதை நிறுத்தவில்லை. மரிக்கொளுந்தும் அவன் விசயத்தில் தலையிடுவதை நிறுத்திவிட்டாள். அவனும் அவளை எதற்காகவும் தொந்தரவு செய்வதில்லை.

அடிக்கடி காஞ்சாரத்தான் மாயமாக மறைந்துவிடுவான். அவன் எங்கு போகிறான், எதற்காகப் போகிறான், என்ன வேலை செய்கிறான், எங்கு தங்குகிறான் என்பன போன்ற விசயங்கள் அவன் குடும்பத்தார் உட்பட அந்தத் தெருவில் குடியிருக்கும் யாருக்குமே தெரியாது. அதைத் தெரிந்துகொள்ளவும் யாருக்கும் அவ்வளவு அக்கறையில்லை. அவனது தொல்லைவிட்டது என்று மரிக்கொளுந்தும் மற்றவர்களும் நினைத்தனர். அவனது இரண்டு மகனுகளும்கூட தங்களது மனைவி மக்களோடு மகிழ்ச்சியாக வாழும் வழியைப் பார்த்தார்களேயன்றி அப்பனைப் பற்றிய அக்கறை கடுகளவும் இல்லாதவர்களாக இருந்தார்கள். காஞ்சாரத்தான் செய்த இம்சைகளை அறிந்தவர்கள் அவனது மனைவி, மக்களைக் குறை சொல்ல மாட்டார்கள். அவன் எப்போதாவது வீட்டுக்கு வந்து செல்வான். அப்படி வந்தால் அவனுக்குச் சாப்பாடு தருவார்கள். இரண்டு அல்லது மூன்று நாட்கள் அலைந்து கொண்டிருந்துவிட்டு மறுபடியும் எங்கோ சென்று விடுவான். அடுத்து அவன் எப்போது வருவான் என்று பெரியவர்கள் யாரும் எதிர்பார்க்க மாட்டார்கள். ஆனால் அவனது இரண்டு பேரன்களும், ஒரு பேத்தியும் அவனுக்காக ஆவலோடு காத்திருப்பார்கள். அவர்கள் மட்டுமின்றி அந்தத் தெருவிலுள்ள சின்னக் குழந்தைகள் அத்தனை பேரும் அவன் வருகைக்காகக் காத்திருப்பார்கள். அவனது வருகையை மற்றவர்களுக்கு அறிவிப்பதே இந்தக் குழந்தைகள் கூட்டம்தான். அய்...

காஞ்சாரத்தான் வந்துட்டான்; அய்... காஞ்சாரத்தான் வந்துட்டான் என்று அவர்கள் போடும் கூப்பாடு சுற்றுவட்டாரத்தையே அதிர வைக்கும். அவனைச் சூழ்ந்து கொண்டு அவர்கள் அடிக்கும் கும்மாளத்துக்குக் குறைவே இருக்காது. மற்றவர்கள் அனைவரும் மௌனமாகிப் போய் அவர்களைப் பார்த்துக் கொண்டு இருப்பார்கள். யாராவது அவனடிக்கும் கூத்தைப் பார்த்து சிரித்தாலோ ஏதாவது சொல்லி விட்டாலோ அவ்வளவுதான். மல்லுக்கு வந்துவிடுவான். அவனது வாயிலிருந்து வரும் வார்த்தைகளைச் செவி கொடுத்துக் கேட்க முடியாது. அதனால் குழந்தைகளைத் தவிர அனைவருமே மௌனமாகவோ, அல்லது மறைமுகமாகவோதான் தங்களது உணர்வுகளை வெளிப்படுத்திக் கொள்ளமுடியும்.

காஞ்சாரத்தானின் உண்மையான பெயர் என்னவென்று எனக்குத் தெரியாது. அனைவருமே அவனைக் காஞ்சாரத்தான் என்றுதான் அழைத்தார்கள். ஒருமுறை மரிக்கொளுந்திடம் அவனது பெயரைக் கேட்டபோது.

“ஆமா... அவம்பெரிய கலக்டரு... அவம் பேரக் கேட்டுக்கிட்டு இருக்க... அவனுக்குப் பேரு இருந்தா என்ன... இல்லாமத்தான் போனா என்ன? அவமெல்லாம் ஒரு மனுசம்னு அவனப் பத்திப் பேசிக்கிட்டு இருக்க. வேறப்பேச்சு இருந்தா பேசு; இல்லாட்டி எந்துருச்சுப் போ.” வெடுக்கெனக் கூறியது எனக்குக் கஷ்டமாகத்தான் இருந்தது. மற்றவர் களுக்குக்கூட அவன் பெயர் தெரியவில்லை. அவனது சொந்த ஊர் ஏதோ காஞ்சாபொரமாம். அதவச்சுத்தான் அவனுக்கு அந்தப் பெயர் என்று ஒரு சிலர் சொன்னார்கள்.

“அந்தப் பெய இந்த ஊர்க்காரன் இல்ல. அவம் பொண்டாட்டி மரிக்கொளுந்துதான் இந்த ஊரு. அவள இவனுக்குக் கெட்டிக் குடுத்தாக. அவனுக்கு வாக்கப்பட்டுப் போயி அடியும் மிதியும் வாங்கி அர உசுரும் கொர உசுருமா அங்க கெடந்தா. இப்பிடியே உட்டா அவ உசுரையே போக்கடிச்சுப் போடுவாமின்னு அவுகப்பங்காரன் இங்க கொண்டாந்துட்டான். ஏம்பொண்டாட்டிய எவண்டா இங்க கொண்டாந்தான்னு அங்கேருந்து இங்க மல்லுக்கு ஓடியாந்தான். பெறகு பஞ்சாயத்துப் பண்ணி இங்னக்குள்ள ஒரு வீடெடுத்துக் கூடி வச்சாக. அப்பிடியே இந்த ஊர்லயே நின்னு போனான். இப்பயும் அவெ இங்க வந்து முப்பது வருசத்துக்கு மேலாகுது. இப்ப எம்புட்டோ பரவாயில்லையே... ஊடதாடதான் வந்து உசுரெடுக்கான். ஏதோ சந்நியாசம் போறவங்கெணக்கா எங்குட்டோ போறான்; பின்ன வாரான். லூசுப் பெய மாதிரி இந்தப் பிள்ளைகளோட வெளாடுறான்

ஏதோ அவங்காலமும் இப்பிடியே முடியப் போகுதுல்ல. இப்ப எப்பிடியும் அவனுக்கு ஐம்பது அறுவது வயசு இருக்கும்ல?" கேள்வியோடு நிறுத்தினாள் அழுதகண்ணி பாட்டி.

"சே... சோ... அம்புட்டு இருக்காது. வேணும்னா நாப்பது அல்லது நாப்பத்தஞ்சு இருக்கும். எப்பிடினாலும் அம்பதத் தாண்டாது. ஆனா வயசானாலும் அவங்குசும்புத்தனம் மட்டும் மாறவே இல்ல."

தெருவில் சனங்கள் பேசிக் கொண்டிருக்கும்போதே அவனது பாட்டுச் சத்தம் தூரத்தில் கேட்டது.

"டாக்கு டாக்குத்தான்; சோக்கு சோக்குத்தான். டாக்கு டாக்குத்தான் சோக்கு சோக்குத்தான்."

இதுதான் அவனுக்காக பிரத்தியேகமான பாட்டு. இந்தப் பாட்டின் மூலம்தான் அவனது வருகையை அனைவருக்கும் அறிவிப்பான். இந்தப் பாட்டைக் கேட்டவுடன் குழந்தைகள் எங்கிருந்தாலும், என்ன செய்துகொண்டிருந்தாலும் அவனிடம் ஓடி வருவார்கள். அந்தப் பாட்டைப் பாடிக்கொண்டே ஆடினான். கிட்டத்தட்ட ஆறடிக்கும் அதிகமான உயரமுள்ள அவனது உடம்பு பெரிய நீளமான மூங்கில் கம்பு போல இருக்கும். குச்சியான கால்களும் கைகளும் ஏதோ கட்டித் தொங்கவிட்டது போல அவனது விருப்பத்துக்கேற்ப ஆடிக்கொண்டிருக்கும். முழங்கால்களை இடுப்போடு சேர்த்து வைத்துக்கொண்டு, முன்னங்கால்களை இறகுகள் போல மேலும் கீழுமாக, முன்னும் பின்னுமாக ஆட்டிக் கொண்டு அவன் நடந்து வருவது குழந்தைகளை மட்டுமில்ல; பெரியவர்களையும் சிரிக்க வைக்கும். ஆனால் குழந்தைகளுக்கு மட்டுமே அவன் முன்னே சிரிக்க அனுமதி. பெரியவர்கள் சிரித்தால் அதோ கதி!

என் வீட்டு வாசலில் நின்றுகொண்டு நான் அவனைப் பார்த்துக் கொண்டிருந்தேன். முதல் பாட்டு முடிந்து அடுத்த பாட்டை ஆரம்பித்தான். அவன் அடிக்கடி அதே பாட்டுகளைப் பாடுவதால் குழந்தைகள் அனைவருக்கும் அவன் பாடும் அத்தனைப் பாடல்களும் மனப்பாடமாகிப் போயிருந்தன. அவனோடு சேர்ந்து குழந்தைகளும் குதித்துக்கொண்டே பாடினார்கள். சிலர் கைதட்டியபடி பாடினார்கள். சிலர் பாடிக்கொண்டே ஆடினார்கள்.

"மாப்பள வந்தான் மாப்பள வந்தான் மாட்டு வண்டியில" என்று அவன் பாட அவனுக்குப் பின்பாட்டாக குழந்தைகள் அனைவரும்,

"பொண்ணு வந்தா பொண்ணு வந்தா பொட்டு வண்டியில" என்று கோரசாகப் பாடி தெருவையே கலக்கிக் கொண்டிருந்தார்கள். பிறகு அவர்கள் அனைவருமே சேர்ந்து பாடினார்கள்.

காஞ்சாரத்தானின் பேரன் அப்புக்குட்டி மட்டும் கீச்சுக்குரலில் சத்தமாக தாத்தா என்றழைத்துவிட்டு,

"ரோஜா மலரே ராஜக்குமாரி; ஆசைக்கிளியே அழகிய ராணி, அருகினில் வரலாமா... நீ வருவதும் சரிதானா?" என்று பாடி நிறுத்தினான். அவனைத் தொடர்ந்து அனைவரும் அந்தப் பாடலைச் சத்தமாகப் பாடி நிறுத்தினார்கள். உடனே காஞ்சாரத்தான் பாடினான்.

"குவ்வா குவ்வா பாப்பா. இவா குளிக்க காசு கேப்பா. குவ்வா குவ்வா பாப்பா இவா குளிக்க காசு கேப்பா."

குழந்தைகள் அனைவரும் இந்த வரியைப் பாடினார்கள். அப்போது என் வீட்டுக்கு நாலாவது வீட்டு சுந்தரிச் சித்தி அவர்களது குழந்தையைத் தேடிக்கொண்டு வந்தார்கள். அவர்களைப் பார்த்ததும் அவன் வேறு பாடலைப் பாடத் தொடங்கினான்.

"நீயும் பொம்மை நானும் பொம்மை நெனச்சுப் பாத்தா எல்லாம் பொம்மை."

குழந்தைகள் அனைவரும் எல்லாம் பொம்மை; எல்லாம் பொம்மை; என்று கூவிக்கொண்டு கைதட்டிச் சிரித்தார்கள். அவனும் குழந்தைகளோடு குழந்தையாகக் குதித்துக் குதித்துப் பாடினான். அதனைப் பார்த்த சித்தி என்னிடம் ரகசியமாகச் சொன்னார்கள்.

"இந்த ஆளு என்னையப் பாக்கும்போதெல்லாம் இந்தப் பாட்டத்தான் பாடுறான். நானும் பலநாளாப் பாக்குறேன். என்னையப் பாத்துட்டா இந்தப் பாட்ட ஆரம்பிச்சுடுறான். எதுக்குன்னே தெரியல." சொல்லிவிட்டு அவர்களது மகளைக் கூப்பிட்டார்கள். அவள் ஓடி வந்தாள். அவளுக்குப் பின்னே அவனும் வந்தான். அவன் வரவும் அனைவரும் ஓடி வந்தார்கள்.

இப்போது எனது வீட்டுக்கு முன்னே நின்றுகொண்டு.

"நெஞ்சமுண்டு நேர்மையுண்டு ஓடு ராஜா; நேரம் வரும் காத்திருந்து பாரு ராஜா. அஞ்சி அஞ்சி வாழ்ந்தது போதும் ராஜா; நீ ஆத்து வெள்ளம் போலெழுந்து ஓடு ராஜா... ஏய் நெஞ்சமுண்டு நேர்மையுண்டு ஓடு ராஜா; நேரம் வரும் காத்திருந்து பாரு ராஜா... ஏய் அண்ணாந்து பாக்குற மாளிக கெட்டி அதுக்குப் பக்கத்திலே ஓலக்குடிசை கெட்டி... ஏய் நெஞ்சமுண்டு..."

என்று பாடியபடியே அந்தத் தெருவின் ஒரு பக்கத்திலிருந்த குடிசையைக் காட்டிவிட்டு பிறகு மறு பக்கத்திலிருந்த மெத்தை வீட்டைக் காட்டிப் பாடிக்கொண்டே இங்குமங்குமாக கைகளை வீசியபடி ஓடுவதும் வருவதுமாய் இருந்தான். குழந்தைகளும் அவன் பின்னே கூச்சலிட்டபடி ஓடினர். தெருவே அல்லோகல்லோப்பட்டது.

மறுபடியும் டாக்கு டாக்குத்தான் சோக்கு சோக்குத்தான் பாடலைப் பாட ஆரம்பித்தான். அதை ஆரம்பித்தால் நிகழ்ச்சி முடிந்து அவன் போகப் போகிறான் என்று அர்த்தம். குழந்தைகளின் சத்தம் மெல்ல மெல்ல அடங்கியது. அவன் சென்றபிறகு சிறிது நேரத்திற்கு பெரியவர்களெல்லாம் அவனைப் பற்றியே பேசிக்கொண்டிருந்தனர். மரிக்கொளுந்து வீட்டுக்குப் பக்கத்து வீட்டில் குடியிருக்கும் தாயம்மா சொன்னாள்,

"போனதடவ காஞ்சாரத்தான் வந்தப்ப ஒரு பெரிய உண்டியலு கொண்டாந்தான். எப்பிடியும் அந்தச் சில்லற ஆயிரம் ரூவாயாவது இருக்கும். அவா மரிக்கொளுந்து உக்காந்து அரிசில கல்லு பெறக்கிக் கிட்டு இருந்தா. இவெ வந்து உண்டியல ஒடச்சு அப்பிடியே அம்புட்டுத் துட்டையும் அவா தலமேல கலகலன்னு கொட்டுனான். நாலாபக்கமும் காசுக செதறி ஓடுது. யாரு வேணும்னாலும் பெறக்கிக்கிடலாம். எம்புட்டுத் துட்டு எடுக்காகளோ அம்புட்டுத் துட்டும் பெறக்குறவுக வச்சுக்கிரலாம்னு சொன்னான். யாரும் போயிப் பெறக்கல. அவனோட பேரமாரும் பேத்தியுந்தான் ஓடி ஓடிப் பெறக்கிக்கிட்டு இருந்தாங்க. மரிக்கொளுந்து ஒன்னும் பேசாமெ எந்துருச்சுப் போயிட்டா."

"நீ எம்புட்ட எடுத்தெ?"

"ச்சீய் நானெதுக்கு எடுக்கேன். அந்த உண்டியல எங்கருந்து களவாண்டுட்டு வந்தானோ? எந்தப் பாவப்பட்ட ஜென்மமோ எறும்பு சேத்த மாதிரி ஒன்னொன்னா சேத்து வச்சதோ? இவம் போயி அடிச்சுட்டு வந்துட்டான். அத எடுக்குறது பாவம்ல? இவனெல்லாம் என்ன கதி அடைவானோ?" என்று சொல்லி அங்கலாய்த்தாள்.

எந்த வீடாக இருந்தாலும் கண்ணில் பட்டதை அவன் எடுத்துக் கொண்டுபோய்விடுவான் என்பது எல்லாருக்கும் தெரிந்த ஒரு விசயந்தான்.

நான்கைந்து மாதங்களாக காஞ்சாரத்தான் வரவே இல்லை. அதனால் தெருவில் எந்த ஆர்வாரமோ, ஆர்ப்பாட்டமோ இல்லாம லிருந்தது. குழந்தைகளும் காஞ்சாரத்தான் எப்போது வருவான் என்று கேட்கத் தொடங்கினார்கள். அவன் ஞாபகம் வரும்போதெல்லாம்

‘டாக்கு டாக்குத்தான் சோக்கு சோக்குத்தான்’ என்ற பாடலையும் அவன் வழக்கமாகப் பாடும் மற்ற பாடல்களையும் அவ்வப்போது பாடிக்கொண்டு திரிந்தார்கள். நாட்கள் ஆக ஆக பெரியவர்களும் அவனைப் பற்றிப் பேசத் தொடங்கினார்கள். எனக்கும் அவனைப் பார்க்க வேண்டும்; அவனது பேச்சைக் கேட்க வேண்டும் போல இருந்தது. மற்றவர்கள் அவனைப் பற்றித் தவறாகப் பேசினாலும் எனக்கென்னவோ அவன் மீது ஒரு தனிப்பட்ட அபிமானமும், ஈர்ப்பும் இருந்தது.

“ஓவரா குடுச்சுப்போட்டு எங்குட்டாவது வண்டில கிண்டில மாட்டிக்கிட்டு செத்துப்போயிருப்பான். அதான் இம்புட்டு மாசமாகியும் வரக்காணும்.”

“வருவான். வராம எங்க போவான். களவாங்கப் போன எடத்துல யாருட்டயாச்சும் மாட்டிக்கிட்டு செயில்ல கெடக்கானோ என்னமோ? சொல்ல முடியாது. பலநாள் திருடன் ஒருநாள் ஆப்புடுவாம்ல.”

“அவனோட பொண்டாட்டி பிள்ளைகளே கம்முனு இருக்காகளே. போயி நாலாபக்கமும் தேடிப்பாக்கலாம்ல. இல்லன்னா போலிசு டேசன்கள்ளயாவது விசாரிச்சுப் பார்க்கலாம்ல.”

“அவெ என்ன சின்னக் கொழந்தையா என்ன? வருவான். அவங்கொணமே அலாதியான கொணம். திடீர்னு வந்து நிப்பான். திடீர்னு காணாமப் போவான்.” மரிக்கொளுந்து சொன்னா.

அவள் சொன்னது போல இரண்டொரு நாட்களில் காஞ்சாரத் தான் வந்தான். தெரு மீண்டும் களைக்கட்டியது. இந்த முறை அவன் வந்த கோலம் அனைவரையும் சிரிப்பில் ஆழ்த்தியது. வழக்கமாக அவன் அணியும் வேஸ்டி சட்டைக்குப் பதிலாக இந்த முறை கருநீல நிறத்தில் நீளமான நைட்டி அணிந்து வந்திருந்தான். அவன் உயரத்திற்கு அது சரியாக இருந்தது. யாராவது துவைத்து வெளியில் காய வைத்திருப் பார்கள்; தூக்கிப் போட்டுக்கொண்டு வந்து விட்டான் என்று சொல்லிக்கொண்டார்கள்.

நைட்டி அணிந்தபடி அவன் பாடிக்கொண்டே ஆடியது குழந்தை களை மட்டுமல்ல பெரியவர்களையும் வசீகரித்தது. குழந்தைகள் அவனைச் சுற்றிச் சுற்றி வந்து நைட்டியைப் பிடித்து இழுத்து ஆரவாரம் செய்தார்கள்.

“ஏய் பொம்பளக் காஞ்சாரத்தான் பொம்பளக் காஞ்சாரத்தான்” என்று பகடி பண்ணிச் சிரித்தனர். அவனும் அவர்களை விரட்டி

விரட்டி அடிப்பது போல பாவலாக் காட்டி சிரித்து மகிழ்ந்தான். அதே பரவச நிலையோடு வீட்டுக்குள் சென்றவன் நைட்டியைக் கழற்றிவிட்டு வழக்கமான உடையணிந்து வெளியில் வந்தான். அவனது கையில் ஒரு பொட்டலம் இருந்தது. ஏதோ வாங்கி வந்திருப்பான் போல என்று அனைவரும் எண்ணினர். அவனது வீட்டுக்கு அருகே குடியிருக்கும் முத்தரசியிடம் சென்றான்.

“ஏய் முத்தரசி, வெளிய வா. இந்தா இதுல இருக்குறது வெள்ளியா தங்கமான்னு பாத்துச் சொல்லு பாப்போம்.” என்று கூறி பொட்டலத்தைக் கொடுத்தான்.

“சரித்தான். யாரு வீட்டு நகையக் களவாண்டுட்டு வந்து குடுக்குற? என்னைக்குப் போலிசுல மாட்டப்போறியோ தெரியல. ஏங்கிட்ட எதுக்குக் குடுக்குற? ஓம்பொண்டாட்டிட்ட குடுக்க வேண்டியது தானே...” சொல்லியபடியே பொட்டலத்தைப் பிரித்தாள்.

அவ்வளவுதான்; வீலென்று கத்தியபடி கையை உதறினாள். பொட்டலத்தில் கட்டி வைக்கப்பட்டிருந்த பாம்புக்குட்டி கீழே விழுந்து ஓடியது. அதை ஓடிச் சென்று பிடித்த காஞ்சாரத்தான், ஹாஹாவென்று சத்தம் போட்டுச்சிரித்தான். கூடிநின்ற பெரியவர் களும் குழந்தைகளும் பயத்தில் கத்திக்கொண்டே ஓடினார்கள். பாம்பைக் கையில் வைத்துக்கொண்டு விளையாடினான். அவனைத் திட்டிய முத்தரசி சொன்னாள். “ஒனக்கு எதுலதான் வெளாடணும்னு வெவலஸ்தையே கெடையாதா? நல்ல வேள! தண்ணிப்பாம்பா இருந்துச்சு. இதே ஒரு நல்லபாம்புக் குட்டியா இருந்திருந்தா என்ன ஆகியிருக்கும்? அப்பிடியா நானு வெள்ளிக்கும் தங்கத்துக்கும் அலையுறேன். ஏங்கிட்ட வந்து குடுக்க காஞ்சாரத்தான்?”

ஏய் முத்தரசி, இது தண்ணிப்பாம்புன்னு யாரு சொன்னது? இது நல்லபாம்புக்குட்டிதான். இங்க வா வந்து பாரு.” சொல்லிக் கொண்டே பாம்புக்குட்டியின் தலையின் மேல்பாகத்தில் இருந்த ‘யு’ வடிவத்தைக் காட்டினான்.

நெருங்கிச் சென்று பார்த்தவர்கள் அது நல்ல பாம்புக்குட்டிதான் என்று கண்டு பயத்தில் விலகி நின்று கொண்டார்கள். பாம்புக் குட்டியின் வாயைத் திறந்து தனது வலது கை ஆட்காட்டி விரலை அதற்குள் விட்டான். அவன் விரலை அது நன்கு பிடித்துக் கொண்டது. விரலைச் சிறிது தூக்கி வைத்துக் கொண்டு குட்டியை அப்படியும் இப்படியுமா ஆட்டினான். குட்டி அவனது விரலை விடவே இல்லை. அவனது விரலைப் பற்களால் பிடித்துக்கொண்டு ஆடியது. எல்லாரும்

பயங்கலந்த ஆச்சரியத்துடன் அவனைப் பார்த்துக்கொண்டு நின்றார்கள். பிறகு குட்டியின் வாயை அமுக்கிப் பிளந்து குட்டியை விரலிலிருந்து எடுத்து மீண்டும் தாளில் பொட்டலமாகச் சுற்றிக் கட்டிவிட்டுச் சொன்னான்.

"இந்தப் பொட்டலத்தக் கொண்டு போயி மாரியப்பனோட டீக்கடைல குடுக்கப்போறேன்."

அத்தனையையும் பார்த்துக்கொண்டிருந்த மரிக்கொளுந்து சொன்னாள்.

"டீக்கடைல குடுத்து அவெம் பயத்துல எதையாச்சும் போட்டு ஒடச்சு ஏதாச்சும் ஆகப் போகுது. ஒன்னைய அம்புட்டும் பேரும் சேந்து குமுறி எடுக்கப் போறாக. எடுத்துக்கிட்டுப் போ. யாராச்சும் ஒன்னைய பொளந்து கட்டுனாத்தான் ஒனக்கு அறிவு வரும்."

அவள் சொன்ன எதையுமே அவன் பொருட்படுத்தவில்லை. பொட்டலத்தோடு வழக்கமான பாடலைப் பாட ஆரம்பித்தான். அதுவரையில் அமைதியாக நின்று கொண்டிருந்த குழந்தைகளும் பயங்கலந்த உற்சாகத்துடன் 'டாக்கு டாக்குத்தான் சோக்கு சோக்குத் தான்' என்று கோரசாகப் பாட அவன் ஆடியபடி சென்றான்.

"காஞ்சாரத்தான், டாடா டாடா. அடுத்தவாட்டி பெரிய பாம்பா புடிச்சுக்கிட்டு வா என்ன?" என்று சொல்லி குழந்தைகள் அவனுக்கு விடை கொடுத்தனர்.

"ஆமா பெரிய பாம்பா புடிச்சுட்டு வந்து இவுக மூஞ்சில போடு. இத்தினிக்கூட பயமில்லையே இதுகளுக்கு! இவனுட்ட அப்பிடி என்னத்தக் கண்டு இந்தப் பொடுசுக மயங்கிக் கெடக்குதுகளோ தெரியல! அவனுந்தான் அம்புட்டுப் பேத்தையும் அரட்டி மெரட்டி வச்சுட்டு இந்தப் பச்சப்பிள்ளைகட்ட மட்டும் இம்புட்டுப் பிரியமா இருக்காம்னா ஆச்சரியமாத்தான் இருக்குது!"

இந்தப் பிள்ளைகள நாம எப்பயும் மெரட்டி உருட்டி வச்சுக் கிட்டே இருக்கம்ல. அதுனால அவனக் கண்டதும் சொதந்தரமா ஆட்டம் போடுதுக. அவனும் இதுகளுக்கு ஏத்தமாதிரி கொழந்தையோட கொழந்தையா மாறிடுறாம்ல! இந்தப் பிள்ளைக அவன, அவுகள மாதிரி ஒரு சின்னப்பிள்ளையாத்தான் பாத்துப் பழகுதுக. அதான் பயமத்துப் போச்சு. நமக்கு அவனக் கண்டா அருவருப்பா இருக்கு."

"பாக்கப் போனா நம்மகிட்ட இருக்கும்போது இருக்குறதவிட இவங்கூடதான் இந்தப் பிள்ளைக சந்தோசமா இருக்குதுங்க. எங்க

நிஷா பாப்பாவுக்கு நானு நாலு மணி நேரமா கெஞ்சிக் கெஞ்சி சாப்பாடு ஊட்டுனாலும் சனியன் வாயத் தொறந்து வாங்காது. ஆனா இவஞ் சொன்னாம்னு வையி. ஒடனே மைனா கணக்கா வாயத் தொறந்து வாங்கிச் சாப்புடும். இப்பிடிச் செஞ்சா நமக்கு எருச்சலா வரல்ல? சரி; எப்படியோ சாப்புட்டா போதும்னு ஆகிப்போகுது.” நிஷாவின் அம்மா காயத்திரி சொன்னதை அனைவரும் ஆமோதித்தனர்.

“ஆமாங்க நிஷாம்மா. நம்மகிட்ட இல்லாத என்னமோ ஒன்னு இந்தக் கிறுக்கங்கிட்ட இருக்குது. அதான் என்னதுன்னு புரிய மாட்டேங்கி.” ரமேசின் அம்மா தலையைச் சொரிந்து கொண்டது போல அத்தனை பேரும் சொரிந்து கொண்டார்கள்.

அவர்கள் சொல்லியது உண்மைதான் என்று எனக்கும் தோன்றியது. குழந்தைகள் அவனிடம் கிறங்கிக் கிடப்பதைப் போல எனக்குள்ளும் அவன் வருகை ஒரு வகைச் சந்தோச அலைகளை உருவாக்குவது ஏனென்று எனக்குப் புரிந்தது போலவும் இருந்தது; புரியாதது போலவும் இருந்தது. அவனது அடுத்த வருகையை என் மகள் பூரணி மட்டுமில்ல நானும் எதிர்பார்த்துக் காத்துக்கிடந்தேன்.

எள்

"என்ன மதினி நாளைக்கு என்ன வேலைக்கு அமந்திருக்க?" கேட்டபடி கன்னியம்மாள் அருகில் சென்று அமர்ந்தாள் முத்தழகு.

"இப்ப எங்கடி முன்னமாதிரி வேலவெட்டி கெடைக்குது? நெலம் நீச்சு வச்சுருந்தா சம்சாரிகள்ளாம் வெவசாயத்த உட்டுப் போட்டு பட்டணங்கள்ள போயி பவுசா உக்காந்துகிட்டாக. இங்க ஊர்ல இருக்குற மிச்சமீதி மொதலாளிகளும் எதுக்கெடுத்தாலும் மிசினுகளக் கொண்டாந்து வேலயை கமுக்கமா முடுச்சுக்கிறாக. இதுல நம்மள எந்தப் பெய வேலைக்குக் கூப்புடுறானுக சொல்லு."

"அதென்னமோ நெசந்தான் மதனி. சரி நாளைக்கு அந்தய்யா சூரியாவுக்கு எள்ளுக்காயி அலச ரெண்டாளு வேணும்னாரு. வாரியா நீயும் நானும் போயி அலசிப் போட்டுட்டு வருவோம்.?"

"நம்ம ரெண்டாளு போதுமாடி? எம்புட்டுக் காயோ? எம்புட்டு நேரம் ஆகுமோ?"

"இதென்ன அத்தக்குத்து வேலையா? ஆளாளுக்குப் போயி வேல செஞ்சுட்டு சம்பளம் வாங்கறதுக்கு. ஏழெட்டுப் பேரு கூடத்தான் போயி அலசிட்டு வரலாம். நம்ம ரெண்டு பேராப் போயி வேலைய முடுச்சம்னா நம்மளுக்கு ரெண்டு நாளைக்கு வேல இருக்குமேன்னு பாத்தேன்."

"அந்தய்யா அதுக்கு ஒத்துக்கிருவாரா?"

"அதப்பத்தி நீயெதுக்குக் கவலைப்படுற? அவர ஒத்துக்க வைக்கிறது ஏம்பொறுப்பு. அவருக்கென்ன வேல ஆகனும். அம்புட்டுத்தான். காலைல வெள்ளனத்துல போனம்னு வையி. சாணைல இருந்து காய அரி அரியா எடுத்து நிமித்தி வச்சுட்டம்னா அதுபாட்டுக்குக் காஞ்சுக்கிட்டு கெடக்கும். பெறகு நம்ம பாட்டுக்கு ஒரு சைடா இருந்து அலசி எடுத்து எள்ளயும் சண்டையும் பிரிச்சுப் போட்டு வந்துரலாம். அடுத்த நாளு போயி நல்ல எள்ளையும் பொக்கு எள்ளையும் பிரிச்சு நல்லாப் பொடச்சுப் பெறக்கிக் குடுத்துட்டு வந்துரலாம்."

"அப்பிடி எம்புட்டுக் காயி இருக்குது?"

"காயி கொஞ்சந்தான். இப்பத்தான் அம்புட்டு நெலத்துலயும் தென்ன, கொய்யா, சப்போட்டா, மாமரம்னு வச்சுப் போட்டாகள்ள. இவரு தென்னம்பிள்ள வச்சு உட்டுருக்காரு. அதுக்கு ஊடால எள்ள வெதச்சு உட்டு அறுத்துருக்காரு. அந்த மட்டுக்கும் எள்ளுகாயி அலசுறதுக்கு இன்னும் மிசினு வரல பாத்துக்கோ! அதுதான் நம்மளக் கூப்புடறாரு. இல்லன்னா அதையும் மிசினு வச்சு அலசி எள்ளு தனியா சண்டு தனியாப் பிருச்சுப் போடுவாக."

"அதெப்பிடி பிரிப்பாக? இதென்ன நெல்லு மாதிரியா? காயிக்கு உள்ள இருக்குற எள்ள எந்த மிசின வச்சும் எடுக்க முடியாது," தாயம்மா பாட்டி சொன்னா.

"அப்பிடியெல்லாம் சொல்லாத கெழவி. இப்ப நாத்து நடக்கூட மிசினு வந்துருச்சாம். அம்புட்டு எதுக்கு? வெத வெதைக்க, கள எடுக்கக்கூட மிசினு இருக்காம்; சொல்லிக்கிறாக. இனி எல்லா வேலையும் மிசினுதான் செய்யுமாம்", கன்னியம்மாள் சொன்னாள்.

"அப்பிடின்னா நம்மெல்லாம் வகுத்துல ஈரத்துணியப் போட்டுக் குட்டுப் படுத்துக்க வேண்டியதுதான். இப்பயே வேல கெடைக்கிறது குதிரக் கொம்பா இருக்கு. இனி எப்பிடித்தான் பொழைக்கப் போறமோ தெரியல. முன்னயெல்லாம் நெல்லுப் போட்டு அடுச்ச களத்து மேட்டக் கூட்டிப் பெறக்கி அள்ளிக்கூட பொழைக்கலாம். அம்புட்டு நெல்லு வேகாரிக்குச் செதறிக்கெடக்கும். வேலைக்கு ஆளு கெடைக்காம சம்சாரிக அலமோதிக்கிட்டு இருப்பாக. இப்ப வேல கெடைக்காம நம்ம அலமோதுற நெலம வந்துருச்சு. ஒரு பூச்சி புடிக்கிற வேலகூட இல்லாமப் போச்சுன்னா பாத்துக்கோயேன்!" தாயம்மா பாட்டி சலிச்சுக்கிட்டா.

"அதென்ன பாட்டி பூச்சி புடிக்கிற வேல? பூச்சி புடுச்சு வெளாடுவிகளாக்கும்?" பாட்டியோட பேத்தி தீபா நக்கலாகக் கேட்டாள்.

"பூச்சி புடுச்சு வெளாடுவமா? அடப் போடி நீயொரு வெளாட்டுப் பிள்ள! அதான் வெளாட்டுத்தனமா கேள்வி கேக்குற. ஒனக்குப் பள்ளிக்கொடத்துக்குப் போகவும் வீட்டுக்கு வரவுந்தான் தெரியும். வேறென்ன தெரியப் போகுது? ஒன்னயச் சொல்லிக் குத்தமில்ல. ஒங்கம்ம அப்பிடி வளத்து உட்டுருக்கா," பாட்டி பேச்சை நிறுத்தினாள்.

முத்தழகுதான் பூச்சி புடிக்கிற வேலையப் பற்றி விளக்கமாகக் கூறினாள்.

“அப்பயெல்லாம் நாங்க ஒன்ன மாதிரி பன்னெண்டு வயசுப் பிள்ளைகளா இருக்கைல பெரியாளுக கூடச் சேந்துக்கிட்டு பூச்சி புடிக்கிற வேலைக்குப் போவோம். வேர்க்கடலச் செடிகள்ள கம்பிளிப் பூச்சிக மேஞ்சுக்கிட்டு எலையப் பூரா மென்னு துப்பும். நாங்க ஒருபடி அளக்குற நாளி. இல்லனா அரப்படி, காப்படிகள் எடுத்துக்கிட்டு வெள்ளனத்துலய பெறப்பட்டுப் போயி வேர்க்கடலச் செடிகள்ள இருக்குற கம்பிளிப் பூச்சிகளப் புடுச்சுப் புடுச்சு நாளிக்குள்ள போடுவோம். நாளி நெறையவும் காட்டுக்க வெளிய தூரமாக் கொண்டு போயி பள்ளந் தோண்டிப் பூச்சிய அதுல கொட்டிப் பெதச்சுட்டு வந்து மறுபடியும் புடிப்போம்.”

“ஒங்களுக்குப் பயமா இருக்காதா?” தீபா கேட்டாள்.

“ஊகும். போயும் போயும் ஒரு பூச்சிக்கா பயப்படுவாக. வேலைய முடுச்சுட்டு மதியம் ரெண்டு மணிக்கெல்லாம் வீட்டுக்கு வந்துருவோம். வந்து மொகங்கை காலெல்லாம் கழுவிட்டு, நாளியையும் கழுவுவோம். நாளிக்குள்ள பூராம் அந்தப் பூச்சியோட மசுராக் கெடக்கும்.”

“இப்பிடிப் போட்டு பூச்சியப் புடிக்கறதுக்கு இப்ப மாதிரி ஈசியா பூச்சி மருந்து அடிச்சுட்டா பூச்சியெல்லாம் ரெண்டே நிமுசத்துல செத்துப் போயிரும்ல?”

“ஆமா செத்துப் போகுந்தான். அத்தோட அந்த மருந்தடிச்ச கடலைலயும் நஞ்சேறிப் போகும்ல? பெறகு அதத் திங்கிற நம்மளையும் அந்த மருந்தோட வீரியம் பாதிக்கும்ல.”

“ஆமாங்க சித்தி. எங்க வாத்தியார்கூட இதப் பத்தி வகுப்புல சொன்னார்.”

“என்னன்னு சொன்னாரு?”

“அதான்; பூச்சி மருந்து அடிக்கிறதுனால நெலமும் கெட்டுப் போகுது, நெலத்தடி நீரும் கெட்டுப் போகுது, காத்தும் கெட்டுப் போகுது, அந்த வெளச்சல சாப்புடுற நம்மளுக்கும் அது கேடுதான்னு சொன்னாரு.”

“அம்புட்டையும் கேட்டுக்குட்டுதானா பூச்சி மருந்து அடிக்கலாம்னு நீயி சொல்லுற?”

“ம்.... அது பரிச்சைக்குத்தான் படுச்சு எழுதுவோம். இப்ப நீங்க சொன்னப் பெறகுதான் நெசம்மாவே புரியுது.”

“சரி, சரி. என்ன மதினி சொல்றிக? வாரீகளா? இல்ல வேறாளக் கூப்புடட்டுமா?” முத்தழகு வேகமாகக் கேட்டுவிட்டு வீட்டுக்குச் செல்ல எழுந்தாள்.

“நான்தான் வேல்வெட்டி ஒன்னும் கெடைக்கலன்னு சொல்லிக் கிட்டு இருக்கம்ல. நீயி என்ன அம்புட்டு வெரசா கேட்டுக்குட்டு எந்திரிக்க? வாரம்டி. வீட்டுல சும்மா கெடந்தா சாப்பாட்டுக்கு என்ன செய்றது? முந்தா நாளு மேற்க தாமரக் கொளத்துக்கு நெரவலுக்கு நாத்து நடப்போயி ஆளுக்கு பத்து ரூவாதான் கெடச்சது. நேத்து வேலை கெடைக்கல. இப்பிடி எம்புட்டு நாளைக்கு வேலவெட்டி இல்லாம கெடக்க முடியும்; நாளைக்கு கண்டிப்பா வாரேண்டி. போம்போது இங்க வா. ரெண்டு பேருமாச் சேந்து போகலாம். உட்டுட்டுப் போயிராத,” கன்னியம்மாள் சொன்னாள்.

“அப்பிடி எதுக்கு அம்புட்டுத் தொலவட்டுக்கு அதுவும் நெரவலுக்குப் போன? இங்கருந்து எப்பிடிப் பாத்தாலும் ரெண்டு மைலுக்கு மேல இருக்குமே. அதுவும் அந்த பத்து ரூவாயிக்கு.”

“என்ன செய்யச் சொல்ற? இருவது ஆளுக நட வேண்டிய வயலு அறுவது ஆளுக நெரவலுக்கு நட்டா பத்து ரூவாதான் கெடைக்கும்.”

இதைக் கேட்டுக் கொண்டிருந்த தாயம்மா பாட்டி கேட்டாள்.

“அதென்னடி புதுசா நெரவல் வேல? நாங்களுந்தான் இம்புட்டு வருசமா பலதரப்பட்ட வேலைகளும் செஞ்சுருக்கோம். இந்த நெரவல் வேலையச் செஞ்சதில்ல.”

“ஒங்க காலத்துல வேல்வெட்டிக்குப் பஞ்சமில்லாமெ இருந் துருக்கும். அத்தக்குத்து வேலைக்குப் போயி ஆளாளுக்குச் சம்பளம் வாங்கியாந்திருப்பீக. இப்ப அப்பிடி இல்லியே. அப்ப ஒரு ஆளுக்கு ஒரு நாளு நடவுக்கு இம்புட்டுக் கூலின்னு இருந்துச்சு. எம்புட்டுப் பேரு போனாலும் நட்டுட்டு கூலி வாங்கியாரலாம். இப்ப வேலைக்குத் தட்டுப்பாடு ஆகிப்போச்சு. அதுனால என்னாகுது? இருவது ஆளுக நடவேண்டிய வயலை பத்துப் பேரு வெள்ளனத் துலருந்து மசங்குற வரைல நட்டுட்டு ஒவ்வொருத்தியும் ரெண்டாளு கூலியும் வாங்குறாங்க. செலநேரத்துல இருவது ஆளுக வேலய அறுவது பேரு, எம்பது பேருன்னு நட்டுட்டு அஞ்சு ரூவா, பத்து ரூவான்னு கூட வாங்கிட்டு வாராக. எல்லாம் நேரத்தப் பொறுத்து. அதோட இப்பயெல்லாம் அவாவா சொந்தபந்தமா கமுக்கமாப் போயிருக் கிறாளுக. நம்மளப் போல ஆளுகளையெல்லாம் இப்பிடி ஒன்னமாதிரி யாராச்சும்

கூப்புட்டாத்தான் உண்டு. சரி, நாளைக்கு மறக்காம வந்து கூப்புட்டுப் போயிரு; என்ன?" கன்னியம்மாள் பேசிக்கொண்டு இருக்கும்போதே முத்தழகு எழுந்து சென்றாள்.

"அவா அப்பாதிய போயிட்டாய. நீயி இங்க பொலம்பிக்கிட்டு இருக்க. போயி ஒலைய வச்சு சோறாக்கித் தின்னுட்டு வெள்ளனத்துல படுத்துத் தூங்கு. அப்பத்தான் நாளைக்கு விடியக்கருக்கல்ல எந்துருச்சு வேலைக்குப் போகலாம்," தாயம்மா பாட்டி சொல்லிவிட்டு எழுந்து சென்றாள்.

மறுநாள் காலையில் சேவல் கூப்புடுவதற்கு முன்பே எழுந்த முத்தழகு அடுப்புச் சாம்பலை எடுத்து அவசரமாகப் பல்லைத் தேய்த்து, முகம் கழுவியபின் பானையிலிருந்த பழைய சோற்றுத் தண்ணியை ஒரு செம்பில் வடித்துக் குடித்தாள். வீட்டுத் தாழ்வாரத்தில் செருகி வைத்திருந்த சொளகை எடுத்துக் கொண்டு நேராக கன்னியம்மா வீட்டுக்குச் சென்றாள். கன்னியம்மாளும் சொளகுடன் தயாராக இருந்தாள். இருவரும் வேகமாக நடந்து சூர்யா முதலாளியின் வீட்டுக்கு வந்தார்கள். முதலாளியின் வீட்டுக்கு முன்பு இரண்டு எள்ளுக்காய் சாணைகள் வட்டமாக அடுக்கி வைக்கப்பட்டிருந்தன. முதலாளி வீட்டில் யாரும் எழுந்திருக்கவில்லை. அவருக்காகக் காத்திராமல் இரண்டு பேரும் வேலையை ஆரம்பித்தார்கள். தெருவிளக்கு இன்னும் எரிந்து கொண்டு இருந்ததால் அந்த இருளில் எள்ளுக்காயை அரி அரியாக எடுத்து வரிசையாக நிமிர்த்தி வைத்துக்கொண்டே சென்றார்கள். கொஞ்சம் கொஞ்சமாக விடிய ஆரம்பித்தது. எட்டு மணிக்கு மேல் முதலாளி கேட்டைத் திறந்து வெளியில் வந்தார். இவர்கள் இருவரையும் பார்த்துவிட்டு முத்தழகு விடம் கேட்டார்.

"என்ன ஒரு ஆளத்தான் கூட்டியாந்திருக்க? ரெண்டு பேருமா எத்தன நாளைக்கு இழுத்தடிக்கப் போறிக. ஒரு நாலஞ்சு பேருன்னா ஒரே நாளுல முடுச்சுட்டுப் போயிறலாம்ல?"

"நாங்க ரெண்டு பேரும் ரெண்டே நாளுல முடுச்சுருவோம் எசமான். இன்னைக்கு மாதிரி நாளைக்கும் கோழி கூப்பட முன்ன வந்துருவம்ல. இந்த இப்ப பத்து மணிக்கெல்லாம் சாணைய எடுத்து ஓதறி வச்சுட்டம்னா நல்லா காஞ்சு போகும், பெறகு எடுத்து அலசி எள்ளையும். சண்டையும் பிருச்சுப் போட்டுட்டுப் போயிட்டம்னா நாளைக்கு வந்து எள்ளைச் சுத்தம் பண்ணிக் குடுத்துருவம்ல."

"சரி, சரி. எள்ள அலசிக் கொண்டு போயி வீட்டு மாடில போட்டுட்டுப் போங்க. நாளைக்குக் காலைல வந்ததும் அப்பிடியே

அங்ன மாடில விருச்சு உட்டு காயவச்சு அங்கயே சுத்தமாக்கி சாக்குல கட்டிப் போடலாம்."

சரியென்ற பாணியில் தலையை ஆட்டியபடியே எள்ளுச் செடியை வேகவேகமாக எடுத்து நிமிர்த்திக் கொண்டிருந்தார்கள். இரண்டு சாணைகளையும் பிரித்து காயவைப்பதற்குள் பத்து மணிக்கு மேலாகிவிட்டது. பத்துமணிக்கு மேல் முதலாளி வீட்டின் முன் சென்று முதலாளியின் மனைவியை அழைத்து குடிப்பதற்குக் கொஞ்சம் தண்ணீர் கேட்டு வாங்கி வந்தாள் முத்தழகு. சாலையோரம் இருந்த வேப்பமரத்தின் நிழலில் அமர்ந்து தூக்குச்சட்டியில் கொண்டு வந்திருந்த கூழைக் கரைத்து இருவரும் குடித்தனர். குடித்து முடித்தபின் வெற்றிலைப் பையை அவிழ்த்து வெற்றிலை போட்டுக் கொண்டு மீண்டும் எழுந்து வேலையைத் தொடர்ந்தனர். வரிசையாக வைத்திருந்த எள்ளுச்செடியை குத்துக்குத்தாக எடுத்து ஒன்றோடு ஒன்று தேய்த்துத் தேய்த்து எள்ளைக் கொட்டினர். எள்ளை எடுத்தபின் எள்ளுச்சண்டை அப்படியே சாலையோரத்தில் குவித்தனர். எல்லா வற்றையும் அலசி எடுக்க மாலை ஐந்து மணிக்குமேல் ஆகிவிட்டது. அதன்பிறகு தூசு, கல், மண்ணோடு இருந்த எள்ளை அள்ளிக்கொண்டு போய் முதலாளியின் வீட்டு மாடியில் குவித்துவிட்டு மாலை ஆறுமணிக்கு மேல் கூலி வாங்குவதற்காக வீட்டு வாசலில் நின்றனர். முதலாளி அம்மா வெளியில் வந்து,

"ஐயா வீட்டுல இல்ல; நாலு மணிக்கு வெளிய போனாரு. இன்னும் வரல. எப்ப வருவாருன்னு சொல்ல முடியாது. எப்பிடியும் நாளைக்கும் வேல இருக்குல்ல. மொத்தமா நாளைக்குச் சேத்து வாங்கிக்க", சொல்லிவிட்டு வீட்டுக்குள் சென்றுவிட்டார்கள்.

"கொஞ்சங்கூட மனசாட்சியே இல்லாம சொல்லிட்டுப் போறா பாரு. குறுக்கு ஒடிய வேல செஞ்சுட்டு கூலி கேட்டா நாளைக்கு வாங்கிக்கோன்றா. இன்னைக்கு ரவைக்குச் சாப்பாட்டுக்கு மண்ணையா திம்போம்? இவளுக கணக்கா மாசக்கணக்கா அரிசி, பருப்பு, மசாலச்சாமானுக வாங்கிப் போட்டுக்கிட்டு வீட்டுல உக்காந்து தின்னுக்கிட்டு இருக்குறம்னா நெனச்சா? அந்த எள்ள அள்ளிக் கொண்டு போயி மாடில போடச் சொன்னாரே... எள்ளு மூட்டை யோட அந்த மாடிப்படில எத்தன தடவ ஏறி ஏறி எறங்குனோம்... ஒடம்பே அலண்டு போச்சு. இடுப்பும் போச்சு; கழுத்தும் அந்த வலி வலிக்குது. இப்ப என்னத்த வச்சு சோறாக்குறதாம்? ஓம் பேச்சக் கேட்டுக்கிட்டு வெள்ளனத்துல எந்துருச்சு ஓடியாந்தம் பாரு. அந்தப் புள்ளக்குட்டிக சாப்பிட்டுச்சோ, சாப்படலையோ? என்ன செஞ்சுக்

கிட்டு கெடக்குதுகளோ... இப்பயும் இருட்டிப் போச்சு. எல்லாம் பட்டினியும் பசியுமாக் கெடக்குங்க. இப்ப நானு வெறுங்கையும் வீசுன கையுமாப் போயி என்ன செய்யட்டும்?" சொல்லும்போதே கன்னியம்மாள் அழுது விடுவாள் போல இருந்தாள்.

முத்தழகுக்கும் கோபமாக வந்தது. ஆனால் கோபப்பட்டு என்ன செய்ய முடியும் என்று எண்ணினாள். முதலாளி வந்துவிட்டால் எப்படியாவது கூலி வாங்கிவிடலாம். அவர் எப்போது வருவார் என்று தெரியாமல் காத்துக் கிடப்பதில் அர்த்தமில்லை என்று நினைத்தாள். கன்னியம்மாளைப் பார்க்கையில் அவளுக்குப் பாவமாக இருந்தது. தனக்காவது தன் வீட்டுக்காரன் வேலை செய்து கூலி கொண்டு வருவான். ஆனால் கன்னியம்மாளோ கைம்பொண்டாட்டி. இவள் கொண்டு போகும் கூலியில்தான் இரவுச் சாப்பாடு செய்ய வேண்டும் என்று பலவாறு எண்ணியபடி இருந்தாள். இறுதியாக அவள் கன்னியம்மாளிடம் சொன்னாள்.

"சரி மதினி, இங்ன நின்னுக்கிட்டு இருக்குறதுல புண்ணியமில்ல. நேரமும் ஆகிட்டே இருக்குது. ஒன்னு செய்வோம். நேராப் போயி. அந்த சீனிவாசச் செட்டியார் கடைல அரிசியும், பலசரக்கும் கடனா வாங்கிட்டுப் போவோம். நாளைக்குக் கூலி வாங்கவும் குடுத்துரலாம். வா மதினி."

"ஆமா. அதுவுஞ் சரித்தான். அரிசி வரைக்கும் கெடச்சாலும் கஞ்சியாச்சும் குடிக்கலாம்." என்று சொல்லியபடி இருவரும் வேகமாக நடந்தனர்.

அம்மாவை பார்த்ததும் பிள்ளைகள் இருவரும் ஆனந்தம் அடைந்தனர். அம்மா கூழ் ஊற்றிச் சென்ற சட்டியை ஆவலோடு திறந்தான் மூத்தவன். அது காலிச் சட்டியாக இருப்பதைப் பார்த்து விட்டு ஏமாற்றத்தோடு கேட்டான்.

"என்னம்மா, நீயி எள்ளுக்காயிதான அலிசப்போன? எள்ளு கொண்டு வரலியாக்கும்மா?"

"எந்தப் பெயடா எள்ளு குடுத்தான்? வேல செஞ்ச கூலியே குடுக்கலடா. செட்டியாரு கடைல அரிசி கடனா வாங்கியாந்து சோறாக்கப் போறேன். நாளைக்கும் வேல இருக்கு. நாளைக்குத் தான் எள்ளப் பொடச்சு சுத்தம் பண்ணுவோம். நாளைக்கு கொண்டாரேன். என்ன? நீயி போயி பாட்டி வீட்டுல ஒரு கொடம் தண்ணி இருந்தா வாங்கிட்டு வாயேன். வீட்டுல இருந்துக்கிட்டு நீயி தண்ணிகூட புடிக்காமெ இருந்திருக்க."

“எல்லாம் பெரியாளுகளாத் தண்ணி புடிச்சுக்கிட்டு ஏனியச் சின்னப்பெயல்னு புடிக்கவே உடலம்மா. நானு போயி படிக்க முன்ன தண்ணி நின்னுபோச்சு. இந்தா நாம்போயி பாட்டிட்ட வாங்கிட்டு வாரேன்,” சொல்லியபடி ஓடினான் மூத்தவன். அவனைத் தொடர்ந்து அவனது தம்பி சின்னானும் ஓடினான்.

“ஏலேய், நீ எங்கடா ஓடுற இந்த இருட்டுக்குள்ள? என்னாலயே இவளுககிட்ட தண்ணிபிடிக்க மல்லுக்கெட்ட முடியாது. இவெ என்ன செய்வான் பாவம். செத்தச் சீக்கிரம் வந்திருந்தா ரெண்டு கொடமாவது புடுச்சிருக்கலாம். மசங்குறவரைக்கும் வேல செஞ்சும் ஒரு பெரயோசனம் இல்ல. நாளைக்கு எப்படியாச்சும் ஒரு காப்பிடி எள்ளுக் கொண்டாந்து இந்தப் பிள்ளைகளுக்கு வெல்லம் போட்டு இடுச்சுக் குடுக்கனும்.” நினைத்தபடியே சோறாக்கினாள்.

மறுநாள் இருவரும் அதிகாலையில் சென்று மாடியில் எள்ளைக் காயவைத்து நன்றாகப் புடைத்து நல்ல எள் தனியாகவும், பொக்கு எள் தனியாகவும் பிரித்தனர். நல்ல எள்ளிலிருந்த கல், மணல், தூசி அனைத்தையும் பிரித்து சுத்தமான எள்ளாக சாக்குகளில் போட்டுக் கட்டினர். இடையில் முதலாளி மேலே வந்து பார்த்து விட்டுச் சொன்னார்.

“வழக்கமா எள்ளுக்காயி அலசுறதுக்கு அக்கம்பக்கத்துல ஒரு நாளுக்கூலி நாப்பது ரூவா தாராங்க. நீங்க ரெண்டுபேரும் காலங்காத்தாலயே வந்து ரெண்டே நாளைல முடுச்சுக் குடுத்ததுனால ஒங்களுக்கு நானு அம்பது ரூவாயாத் தாரேன்.”

“எள்ளு கொஞ்சம் குடுங்க முதலாளி. வழக்கமா எள்ளுக்காயி அலசப்போனா கொஞ்சம் எள்ளும் குடுப்பாக சம்சாரிக.”

“வழக்கமாக் குடுப்பாகதான். ஆனா நாந்தான் ஒங்களுக்கு அம்பது ரூவாக் கூலி தாரேன்ல. மத்தவுக நாப்பதுதான குடுப்பாக. இப்ப எள்ளு விக்கிற வெலைல எள்ளெல்லாம் குடுக்க முடியாது.”

முதலாளி சொல்லிவிட்டுச் சென்றபிறகு கன்னியம்மாள் முத்தழகுவிடம் சொன்னாள்.

“நேத்தே ஏம்மகன் மூத்தவன் எள்ளு கொண்டாரலையாமான்னு தூக்குச்சட்டியெல்லாம் தெறந்து பாத்தான். இன்னைக்குக் கொண்டுட்டு வாரண்டான்னு அவங்கிட்டச் சொல்லிட்டு வந்தேன். இவருட்டக் கேட்டா இப்பிடிச் சொல்லிட்டுப் போறாரு. ஒரு காப்பிடி எள்ளு கெடச்சாப்போதும். இன்னொரு தடவ நீயி கேட்டுப் பாரேன்.”

“இல்ல மதினி, இவருட்ட இனிக் கேட்டுப் பிரயோசனமில்ல. ஒனக்கு எள்ளுதான வேணும்? ஒன்னு செய்வோம். இவனுககிட்ட நேர்மையாக் கேட்டா எதுவும் நடக்காது. நம்ம வம்பாடுபட்டு ஒழச்சுக் குடுக்கனும்; இவனுக உக்காந்து நல்லாத் திங்கனும். மதினி நானு கீழ போயி ஒன்னுக்கிருந்துட்டு வந்துடுறேன்,” சொல்விட்டு வேகமாகக் கீழ இறங்கினாள் முத்தழகு.

வீட்டின் பின்புறமாகச் சென்று மழை நீர் வெளியேறுவதற்காக மாடியிலிருந்து கீழே தரைக்கு வரும் சிமெண்டு பைப்பின் வாய்ப் பகுதியை வைக்கோல் வைத்து நன்றாக அடைத்தாள். பிறகு மேலே வந்து கன்னியம்மாளிடம் சொன்னாள்.

“மதினி, சீக்கிரமா இந்த பைப்புல கொஞ்சம் எள்ளக் கொட்டு. நம்ம ஒரு காப்பிடி எள்ளு கேட்டதுக்குக் குடுக்கமாட்டன்னால. இப்ப இந்த இந்த பைப்புல கொட்டி வை”, சொல்லிக்கொண்டே எள்ளை பைப்பினுள் கொட்டினாள். அவள் செய்வதைப் பார்த்து கன்னியம்மாளும் கொட்டினாள். வேலையை முடிந்தபின் இருவரும் கீழே வந்து இரண்டு நாள் கூலியாக ஆளுக்கு நூறு ரூபாய் வாங்கிக்கொண்டு வீட்டுக்குச் சென்றனர்.

இரவுச் சாப்பாட்டுக்குப் பின் இருவரும் ஒரு பையை எடுத்துக் கொண்டு முதலாளியின் வீட்டுக்குப் பின்புறமுள்ள தோட்டத்திற்குச் சென்றார்கள். மறுநாள் கன்னியம்மாளின் மகன் மூத்தவனும், சின்னானும் சந்தோசமாக எள்ளுருண்டை சாப்பிட்டுக் கொண்டிருந் தார்கள்.

அந்த...

சென்னை அலுவலகத்துக்கு மாற்றலாகி வந்து ஆறு மாதங்கள் ஆகிவிட்டன. மும்பையில் குடும்பத்தை விட்டு விட்டு சென்னைக்கு வந்த மாடசாமி இதுவரை மும்பை செல்ல முடியவில்லை. சென்னை அலுவலகத்தில் அவர் செய்ய வேண்டிய வேலைகள் நிறைய இருந்தன. இந்த இரண்டு மாதங்களில் அந்த அலுவலக நடவடிக்கைகளைக் கவனித்துக் கொண்டு வந்தார். அங்கே தனக்குக் கீழே பணிபுரியும் அனைவரையும் உற்றுக் கவனித்தார். நிறைய விசயங்கள் மாற்றப்பட வேண்டியவை என்று உணர்ந்தார். இருந்தாலும் 'எடுத்தோம் கவுத்தோம்' என்றில்லாமல் சற்று நிதானமாகவே செயல்பட எண்ணினார். முதல் வேலையாக அலுவலகத்தில் அனைவரும் எட்டு மணி நேரம் கண்டிப்பாகப் பணி செய்ய வேண்டும் என்றும் காலையில் அனைவரும் சரியான நேரத்துக்கு அலுவலகத்துக்கு வந்து விட வேண்டும் என்றும் திட்டவட்டமாகத் தெரிவித்தார். இதை நடை முறைப்படுத்தத் தவறியவர்கள் மீது தயங்காமல் நடவடிக்கை எடுத்தார். ஏற்கனவே கண்டிப்புக்குப் பேர் போன அவரிடம் அனைவரும் அச்சம் கொண்டதில் வியப்பேதும் இல்லை.

முதலில் எட்டு மணி நேர வேலைக்கான கால அட்டவணையைத் தயாரித்து அனைவரின் ஒப்புதலுடன் அலுவலகத்தின் வரவேற்பு அறையில் தொங்கவிட்டார். மக்களின் வரிப்பணத்தை வீணாக்கக் கூடாது என்பதில் மிகவும் கண்டிப்பாக இருந்தார். அவரைப் பொறுத்த வரையில் அரசுப் பணியாளர் என்றால் அவர் மக்களின் பணியாளர். மக்களுக்காக தனது அத்தனை திறமைகளையும் பயன்படுத்த வேண்டும் என்று நினைத்தார். அதைத் தானே முன்மாதிரியாக இருந்து செய்து காட்டினார். அரசு ஊழியர்கள் மக்களிடம் இருந்த எந்த வகையிலும் லஞ்சம் வாங்கக்கூடாது என்பதிலும் கண்ணுங்கருத்துமாய் இருந்தார். அலுவலக வரவேற்பு அறையில் 'இங்கே லஞ்சம் கொடுப்பதுமில்லை; வாங்குவதுமில்லை' என்று எழுதி மாட்டிவைத்திருந்தார். அவர் அந்த அலுவலகம் வந்த பிறகு அனைத்து ஃபைல்களும் சரியான முறையில் சரியான நேரத்தில் கவனிக்கப்பட்டன. அனைவரும் துரிதகதியில் இயங்கத் தொடங்கினார்கள். உரிய நேரத்தில் குறிப்பிட்ட வேலையை முடிக்காதவர்கள் மாலையில் அலுவலக நேரம் முடிந்த பின்னர்

இருந்து அந்த வேலையை முடித்துவிட்டுத்தான் செல்ல வேண்டும் என்று மாடசாமி கூறி இருந்ததால் அனைவரும் குறித்த நேரத்தில் முடித்தார்கள். அந்த அலுவலகத்தில் கடந்த இருபது ஆண்டுகளாக வேலை செய்து வரும் சுந்தரிக்கு மட்டும் மாடசாமியின் நடவடிக்கை களைச் சீரணித்துக் கொள்ள முடியவில்லை.

“இவரப் போல எத்தன அதிகாரிகளப் பாத்துருக்கேன்! அடுத்த வருசம் ரிடையர்டு ஆகப் போற சமயத்துல இப்பிடி இவரு கைல மாட்டிக்கிட்டு அவஸ்தைப் படவேண்டியிருக்கும்னு நானு கனவுல கூட நெனைக்கல. ஒரு சீனியர் ஸ்டாப்னுகூட மதிக்க மாட்டேங்காரு.”

சக ஊழியரிடம் சுந்தரி புலம்பியது மாடசாமியின் காதுகளுக்கு எட்டியது. உடனடியாக சுந்தரியைக் கூப்பிட்டு அனுப்பிய மாடசாமி மிகவும் தெளிவாகக் கூறினார்.

“லுக் மேடம், நீங்க வயசுல என்னைய விட சீனியர்தான். நானு மறுக்கல. ஆனா இப்ப நானு உங்க அதிகாரி. இருந்தாலும் உங்க வயசுக்கு மதிப்புக் குடுத்துத்தான் நான் உங்கள மேடம்னு கூப்பிடுறேன். நீங்க சீனியர் ஸ்டாப்னு ஏதோ கன்செஷன் கேட்டீங்களாமே... உங்களால சரியான நேரத்துக்கு வந்து சரியானபடி வேல செய்ய முடியலன்னா நீங்க வி.ஆர்.எஸ். குடுத்துட்டுப் போகலாமே. நம்ம கவர்மெண்டுதான் அந்த வசதி குடுத்திருக்கே. நீங்கதான் இப்ப முப்பது வருசத்துக்கு மேல வேல செஞ்சுட்டீங்களே. வித்ஃவுல் பென்ஷன் யு கேன் கோ ஹேப்பிலி. இதுக்கு மேல என்ன கன்செஷன் எதிர்பாக்குறீங்க?”

அந்த அலுவலகத்தில் இதுவரையில் அனைவரையும் அதிகாரம் செய்துகொண்டிருந்த சுந்தரிக்கே இந்தக் கதியென்று அறிந்தபின் அனைவரும் தங்களை மாற்றிக்கொள்ளத் தலைப்பட்டனர். அலுவலக நேரத்தில் கெடுபிடியாக இருந்தாலும் மற்ற நேரங்களில் மாடசாமி சக ஊழியர்களிடம் மிகவும் அன்பாகவும், அனுசரணையாகவும் இருந்தார்.

ஒருநாள் ஒரு முக்கியமான ஃபைல் உடனடியாகத் தேவைப் பட்டதால் மாடசாமி தொலைபேசியில் சுந்தரியை அழைத்து அந்த ஃபைலை எடுத்துக்கொண்டு உடனடியாக தனது அறைக்கு வர வேண்டும் எனக்கூறினார். அவர் தனது தொலைபேசியை வைப்பதற்குள் மறுமுனையில் சுந்தரியின் குரல் கேட்டது.

“ஏய் குப்புசாமி, இந்தாடா. இந்த ஃபைலக் கொண்டு போயி அந்த மாடசாமிக்கிட்டப் போயிக் குடு.”

அந்த மாடசாமி என்பதில் ‘அந்த’ என்பதில் அதிக அழுத்தம் கொடுத்ததைக் கவனித்த மாடசாமிக்கு ஆத்திரம் தலைக்கேறியது. ‘அந்த’ மாடசாமி என்று தனது பெயரை அழுத்துவதற்கான காரணத்தைப் புரிந்து கொண்ட மாடசாமி, உடனடியாக பியூன் குப்புசாமியை அழைத்து சுந்தரியை உடனே தனது அறைக்கு வரச் சொல்லிவிட்டு அவர்களது வருகைக்காகக் காத்திருந்தார்.

‘எக்ஸ்க்யூஸ் மீ சார்; கூப்பிட்டீங்களா?'' மிகவும் பணிவாகக் கேட்டபடி உள்ளே வந்த சுந்தரியை நோக்கி ஆவேசமாகக் கத்தினார் மாடசாமி.

“சுந்தரி, போன்ல உங்ககிட்ட என்ன சொன்னேன்?”

வழக்கமாக மேடம் என்று அழைப்பவர் அன்று சுந்தரி என்று தனது பெயரை அழுத்தந்திருத்தமாகச் சொல்லவும் யாரையும் எதற்கும் சட்டை பண்ணாத சுந்தரிக்கே உதறல் எடுத்தது. இருந்தாலும் அதை வெளிக்காட்டிக்கொள்ளாமல்,

“ஃபைலை எடுத்துக் குடுக்கச் சொன்னீங்க சார்” மிகப் பணிவாகக் கூறினார்.

“எடுத்துக் குடுக்கச் சொன்னனா? அல்லது உங்கள எடுத்துகிட்டு வரச் சொன்னனா?”

“எடுத்துட்டு வரத்தான் சொன்னீங்க சார். நானு கொஞ்சம் வேலையா இருந்ததுனால குப்புசாமிய எடுத்துட்டுப் போச்சொன்னேன் சார். அந்தப் பய எப்பயும் இப்பிடித்தான் சார். ஒரு சுறுசுறுப்பே கெடையாது. இந்தா போயி நானே எடுத்துட்டு வாரேன் சார்” சொல்லிவிட்டு வேகமாக வெளியேறப் போன சுந்தரியை மாடசாமி தடுத்து நிறுத்தி,

“அதுக்கு அவசியமில்ல. ஃபைல் இந்தா இருக்கு. நீங்க என்ன சொல்லி குப்புசாமிய ஃபைல எடுத்துட்டுப் போகச் சொன்னீங்க? ஃபைல எடுத்துட்டுப் போயி ‘அந்த’ மாடசாமிகிட்டப் போயிக்குடு.

அப்பிடித்தான? அது என்ன அந்த மாடசாமி? அந்த ‘அந்த’வுக்கு என்ன அர்த்தம்? சொல்லிட்டு நீங்க போகலாம்.” மிகவும் கண்டிப்பாகச் சொன்னார்.

“சார் அது வந்து சார் நானு அப்பிடி அந்தன்னு சொல்லவே இல்ல சார். ஃபைல எடுத்துட்டுப் போயி சாருக்கிட்ட குடுன்னுதான்

சொன்னேன் சார். வேற எதுவும் நானு வார்த்த வித்தியாசமாப் பேசல சார்.''

"லிசன் சுந்தரி, நீங்க வார்த்த வித்தியாசமாப் பேசினீங்கன்னு நானு சொல்லலையே. எனக்கு வேண்டியதெல்லாம் அந்த "அந்த"ங்ற வார்த்தைக்கு அர்த்தம் மட்டுந்தான். அதச் சொல்லிட்டு நீங்க உங்க சீட்டுக்குப் போகலாம். சும்மா இங்க நின்னு டைம் வேஸ்டு பண்ணாதீங்க. ஓகே? ஃவாஸ்ட். கமான் சுந்தரி.''

என்ன இது பெரிய எழவாப் போச்சு. இங்க இருந்துகிட்டு நாம சொன்னத இந்தாளு எப்பிடிக் கேட்டான்? இவனுக்குப் பாம்புக்காதா இருக்குமோ? அந்தப் பய குப்புசாமி வந்து போட்டுக் குடுத்திருப் பானோ? அமைதியாக யோசித்துக் கொண்டிருந்த சுந்தரியின் எண்ண ஓட்டத்தை மாடசாமியின் குரல் நிறுத்தியது.

"யூ ஆர் வேஸ்டிங் யுவர் டைம் அண்ட்மை டைம் ஆல்ஸோ. ஹரி அப். டெல் மி த மீனிங் அண்ட் கோ டு யுவர் சீட்.''

"சார் நானு பிராமிஸா அப்பிடியெல்லாம் சொல்லவே இல்ல சார். அந்த குப்புசாமிதான் என்னையப் பத்தித் தப்புத் தப்பா உங்ககிட்ட போட்டுக் குடுத்துருக்கான் சார். எனக்கு மேல இருக்குற ஒரு அதிகாரியப் போயி நானு அப்பிடியெல்லாம் சொல்லுவேனா சார்?''

"சொன்னீங்க. யாரும் எனக்குச் சொல்லல. நானே ஏங்காதால கேட்டேன். நானு உங்களுக்குப் போன் பண்ணிட்டு ஆஃப் செய்றதுக்கு முன்ன நீங்க குப்புசாமிட்ட சொன்னத என்னோட போன்லயே நானே கேட்டேன். எனக்குத் தெரியும். திஸ் இஸ் த ஃபஸ்ட் அண்ட் லாஸ்ட் வார்னிங் டு யு. நவ் கோ பேக் டு யுவர் சீட்.'' மாடசாமியின் கடுமையான குரல் சுந்தரியின் குரலை அடக்கி விட்டது. எதுவும் பேசாமல் வெளியே வந்த அவரின் நெஞ்சு குமுறியது.

'போயும் போயும் இவங்கிட்டப் போயி தலையக் கவுந்துக்கிட்டு நிக்க வேண்டியதாப் போச்சு. ச்சேய்' என்று நினைத்த சுந்தரி திடுக்கிட்டு எப்பா... நம்ம மனசுக்குள்ள "இவங்கிட்டன்னு" நெனச்சதக் கூட கண்டுபுடுச்சுப் போட்டு பெறகு அதுக்கும் வெளக்கம் கேப்பான். எமகாதகன்; கிராதகன். ம்... வெளக்கமாத்துக்குப் பட்டுக் குஞ்சம் என்ன செய்றது.'

அன்று மாலை தனது அறைக்குச் சென்ற மாடசாமிக்கு அலுவலகத்தில் சுந்தரி சொன்ன அந்த வார்த்தை திரும்பத் திரும்ப

நினைவுக்கு வந்து அவனை வருத்தியது. தனது கிராமத்தில் நான்காம் வகுப்பு படிக்கும் போது நடந்த சம்பவம் அவன் நினைவுக்கு வந்தது.

குப்பச்சிபட்டியில் மாடசாமி நான்காம் வகுப்பு படிக்கும் போது ஆண்டாய்வு செய்வதற்காக ஆய்வாளர் பள்ளிக்கு வந்தார். முதல் நாளே ஆசிரியர் கூறியிருந்தபடி எல்லா மாணவ, மாணவிகளும் சுத்தமான சீருடை அணிந்து வந்திருந்தனர். ஆய்வாளர் நான்காம் வகுப்புக்கு வந்தார். எல்லாரையும் தமிழ்ப் பாடப் புத்தகத்தை எடுக்கச் சொல்லிவிட்டு ஒவ்வொருத்தராகத் தனித்தனியாக வாசிக்கச் சொன்னார். ஆய்வாளர் மாடசாமியை வாசிக்கச் சொல்லும் போதே ஆசிரியர் அவசரமாகச் சொன்னார்.

"சார் சார் 'அந்தப் பையன் வாசிக்க மாட்டான்' சார்."

உடனே ஆய்வாளர், "ஏன்" என்று கேட்டார்.

ஆசிரியர் சொன்னார், "அவெ எஸ். சிப் பையன் சார்."

மாடசாமிக்கு மற்றவர்களைப் போல வாசிக்க ஆசையாக இருந்தது. தனக்கு வாசிக்கத் தெரியும் என்று சொல்ல நினைத்தான். பயமாக இருந்தது. அப்போது ஆய்வாளர் சொன்னார்.

"இப்பிடி ஏங்கிட்ட சொன்னது மாதிரி வெளில யாருகிட்டயும் சொல்லிக்கிட்டு இருக்காதீங்க. பெரிய பிரச்சினையாகிடும். அந்தப் பயல்களையும் கொஞ்சம் படிக்க வைங்க. இப்பயெல்லாம் முன்ன மாதிரி இல்ல."

அனைவரும் நன்றி ஐயா என்று சொல்லவும் ஆய்வாளர் வேறு வகுப்புக்குப் போய்விட்டார். அன்று மாலை வீட்டுக்கு வந்த மாடசாமியிடம் அவனது அம்மா கேட்டாள்.

"என்னடா இன்ஸ்பெக்டர் வந்தாரா? இன்ஸ்பெக்டர் வாரார்னு காலைல கஞ்சித்தண்ணி கூட குடிக்காமெ ஓடுன? அந்த மேலக்குடி ரவிக்குமார் பையனெல்லாம் நீயி போயி எம்புட்டு நேரங்கழுச்சு போனானுங்க. நீதான் சாப்புடாமக் கூட ஓடிட்ட."

"அவுங்கள்ளாம் லேட்டா வரலாம்மா. நாங்க சீக்கிரமாப் போயி பள்ளிக்கொடத்த கூட்டிச் சுத்தம் பண்ணனும்ல. இல்லன்னா வாத்தியார் எங்கள அடிப்பாருல்ல?"

அப்ப அந்தப் பெயல்க பள்ளிக்கூடத்தக் கூட்டிச் சுத்தம் பண்ண மாட்டானுங்களா?" மாடசாமியின் அப்பா கேட்டார்.

“இல்லப்பா. அந்த சாரு எப்பப் பாத்தாலும் நம்ம தெருப் பிள்ளைகளத்தான் எல்லா வேலைகளையும் செய்யச் சொல்லுவாரு. அந்தத் தெருப் பிள்ளைக எந்த வேலையும் செய்யாதுங்க.”

“அது ஏ அப்பிடி? எல்லாருந்தான அங்க படிக்காக... அப்ப அம்புட்டுப் பேருந்தான கூட்டிச் சுத்தம் பண்ணனும்...” அம்மா கேட்கும் போதே அப்பா அதைத் தடுத்துக் கேட்டார்.

“அது கெடக்கட்டும். ஓங்கிளாசுக்கு இன்ஸ்பெக்டரு வந்தாரா? ஓங்கிட்ட என்ன கேள்வி கேட்டாரு? நீயி நல்லா பதுலு சொன்னியா?”

“இல்லப்பா கேள்வியெல்லாம் கேக்கல. தமிழ்ப் புத்தகத்த எடுத்து வாசிக்கச் சொன்னாரு.”

“எப்பிடி நல்லா வாசித்தியா?”

“தமிழெல்லாம் நல்லா வாசிப்பாரு. இங்கிலீசு வாசிக்கச் சொல்லி இருந்தா மாட்டி இருப்பாரு. என்னடா?” மாடசாமியின் அக்கா சிகப்பி கேட்டாள்.

“இல்லக்கா. வாத்தியாரு என்னைய தமிழ்கூட வாசிக்க உடல. இன்ஸ்பெக்டரு என்னைய வாசிக்கச் சொன்னாரா. அப்ப வாத்தியாரு எனக்கு வாசிக்கத் தெரியாதுன்னு சொல்லிட்டாரு.

இன்ஸ்பெக்டருட்ட, ‘அவன் எஸ்சி பையன்’ வாசிக்கத் தெரியாதுன்னு சொல்லிட்டாரு. எஸ்சின்னா என்னதுப்பா?”

“அப்பிடியா சொன்னாரு? சரி, சரி. சொன்னா சொல்லிட்டுப் போறான். வெளிலதான் அப்பிடின்னா படுச்சுக் குடுக்குற எடத்துல கூட இப்பிடியா? சரி நீயி அதெல்லையாம் பத்தி ஒன்னும் நெனைக்காம படி. என்ன?”

“சரி, நீயி எஸ்சின்னா என்னதுன்னு சொல்லுப்பா.”

“அதெல்லாம் ஒனக்கெதுக்குடா? நம்ம தெரு ஆளுகள அப்பிடிச் சொல்லுவாங்க. நீயி பெரியவனா வளந்தப் பெறகு இதெல்லாம் ஒனக்கு வெளங்கும்.”

“அப்ப ரவி அவுகத் தெருப் பெயல்களுக்கு என்ன பேருப்பா?”

“அதெல்லாம் நமக்குத் தெரியாதுடா. உட்டா இல்லாத கேள்வி யெல்லாம் கேட்டு உசுர எடுத்துருவான். சரி, சாப்புடுடா.”

'எஸ்.சி.' மாடசாமியத்தான் சுந்தரி 'அந்த' மாடசாமி என்று சொன்னாள் என்பதை நினைத்து நினைத்து மாடசாமிக்கு ஆத்திரமாக வந்தது.

'பெரியவனா வந்தப் பெறகு எஸ்சின்னா என்னன்னு வெளங்கும்' என்று அப்பா சொன்னது நினைவுக்கு வந்தது. எஸ்சின்னா என்னதுன்னு எனக்கு நல்லாவே வெளங்குதுப்பா. ஒரு தடவையா ரெண்டு தடவையா? ஒரு எடத்துலயா ரெண்டு எடத்துலயா? எல்லா எடத்துலயும், எத்தன தடவ 'இந்த' மாடசாமிய 'அந்த' மாடசாமின்னு எளக்காரமாயப் பேசியிருக்காகப்பா!

மாடசாமியை நினைத்தாலே சுந்தரிக்கு எரிச்சலாக இருந்தது.

"இந்தாளு மாடசாமின்னு அவரோட பேரச் சொன்னதுக்கு என்னையக் கூப்புட்டு மெரட்டுராரு. இத்தனைக்கும் என்னைய விட வயசுல சின்னவருதான். ஐ.க்யு. இல்லாததுகள்ளாம் ஆர்.க்யு. ல. வேலைக்கு வந்துட்டு நம்ம உசுர வாங்குதுங்க." சக ஊழியரிடம் புலம்பித் தீர்த்தார் சுந்தரி.

"அதென்ன மேடம் ஐ. க்யு. அண்ட் ஆர். க்யு? கொஞ்சம் புரியும்படி சொல்லுங்களேன்" ரேவதி கேட்டாள்.

"இதுகூடவா தெரியாமெ இருக்க? ஐ.க்யுன்னா இண்டெலி ஜெண்ட் கோஷியண்ட். ஆர். க்யுன்னா ரிசர்வேஷன் கோட்டா. இதுகள்ளாம் அப்பிடித்தான் வந்துருக்குங்க. ஆனா நம்மளப் பாத்து தேவையில்லாமெ உருமுதுங்க. நானுன்னா அந்தாளுக்குப் பிடிக்காது. ஏன்னா நானு எஃப். சி. கம்யூனிட்டில?"

"இல்ல மேடம். நம்ம சார் வந்து மெரிட்டுல வந்தவரு. எஸ். சின்னாலே எல்லாரும் முட்டாளாகத்தான் இருப்பாங்கன்னு சொல்ல முடியாது பாருங்க. அவரு வந்தப்பெறகுதான் நம்ம ஆபிஸ், ஆபிஸ் மாதிரி இருக்குது. அவரு உங்ககிட்ட மட்டும் இல்ல மேடம். எல்லாருட்டயும் அப்பிடித்தான் இருக்காரு. எங்கயுமே ஸ்டிரிக்டான ஆபிசர்னா யாருக்கும் பிடிக்காதுதான். நாம நம்ம வேலைய ஒழுங்கா செஞ்சிட்டா அவரு எதுக்கு நம்ம மேல கோபப்படப் போறாரு?" ரேவதிதான் கேட்டாள்.

'நீயி என்னதான் சொல்லு ரேவதி, உயர உயரப் பறந்தாலும் குருவி குருவிதான்; ஒருக்காலும் பருந்தாக முடியாது. அவரு எல்லாருட்டயும் ஒரே மாதிரித்தான் இருக்காருன்னு சொல்றியே... போன வாரம் அந்த மாரித்தாயிட்ட அவரு கோவமாவா நடந்தாரு? இத்தனைக்கும்

நானாவது அந்தாளு பேரத்தான் சொன்னேன். அதுக்கே அவருக்கு மூக்கு மேல கோவம் வந்துச்சு. ஆனா அவா முக்கியமான ஒரு ஃபைலயே தொலச்சுட்டு நிக்கா. அவள உண்டு இல்லன்னு ஆக்குவாருன்னுதானே அத்தன பேரும் நெனச்சோம். ஆனா என்ன சொன்னாரு? ‘ஓ கமான். இட்ஸ் ஓகே. டோண்ட் ஒரி. பி காம் அண்ட்ஸெர்ச் ஃவார் த ஃபைல். யு வில் கெட் இட். பி கேர்வுல் இன் ஃவியூச்சர்’ அப்பிடின்னு சொல்லிக் கிட்டு ஆறுதல்ல சொன்னாரு. அப்ப மாமியா ஒடச்சா மண் கொடம் மருமகா ஒடச்சா பொன் கொடமா?” சுந்தரி ஆவேசமும் ஆத்திரமுமாக சொல்லி முடித்தாள்.

“நீங்க என்ன மேடம் மொட்டத் தலைக்கும் முட்டிக் காலுக்கும் முடிச்சுப் போடுற மாதிரி சம்பந்தமில்லாமப் பேசுறீக. மாரித்தாயி இப்பத்தான் வேலைல சேந்துருக்காக. நம்மள மாதிரி அவுங்களுக்கு அனுபவம் கெடையாது. அதுனால அப்பிடிச் சொல்லி இருக்கலாம்.”

“அதெல்லாம் இல்ல.”

“அப்ப வேற என்னவாம்?”

“அவளும் எஸ்.சி. அதான் காரணம்.”

அதற்கு மேல் யாரும் எதுவும் பேசிக் கொள்ளவில்லை. பக்கத்து அறையில் இருந்த மாடசாமி இவர்கள் பேசியதைக் கேட்டுக் கொண் டிருந்ததை யாரும் கவனிக்கவில்லை. இதற்குப் பிறகுதான் அவர் சுந்தரி சொன்னதைப் போல செய்ய ஆரம்பித்தார். அதில் அவருக்கு ஒரு தனிச் சந்தோசம் இருந்தது.

பிடாரி - நவம்பர் - ஜனவரி 2011.

இழப்பு

இந்த வீட்டைக் கட்டி கிட்டத்தட்ட பதிமூன்று ஆண்டுகள் ஆகிவிட்டன. இன்னும் இந்த வீட்டின் மேல் இருக்கும் மோகம் எனக்குத் தீர்ந்தபாடில்லை. சும்மாவா பின்ன? பார்த்துப் பார்த்து ஆசையாய் கட்டிய வீடாச்சே! 'நானும் என் வீடும்' என்று ஒரு காலத்தில் கவிதையெல்லாம் எழுதிப் பார்த்து சிலாகித்தது உண்டு. அப்படியொன்றும் பிரமாண்டமான வீடு இல்லைதான். இருந்தாலும் எனக்கு இதை இவ்வளவு தூரம் பிடித்துப் போனதற்குப் பல காரணங்கள் இருக்கின்றன.

நான் நானாக இருக்கும் உரிமையையும் சுதந்திரத்தையும் எனக்குக் கொடுத்த வீடு.

நான் எந்தவித இடர்ப்பாடும் இன்றி மனம்விட்டு அழவும் சிரிக்கவும் என்னை அனுமதித்த வீடு.

நான் சத்தம் போட்டு பாடவும் இஸ்டப்படி ஆடவும் இடங் கொடுத்த வீடு.

நான் உருண்டு புரண்டு உல்லாசமாக இருக்க எனக்கு உற்சாக மூட்டிய வீடு.

நான் உண்டு குடித்து உறங்கி எழ, உழைத்துச் சலித்து ஓய்வைப் பெற உரிமை கொண்ட என் வீடு.

காலை விடியலில் கீழ்வானத்தைச் சிவக்கச் செய்து பிரசவிக்கும் அந்த செஞ்சுடரைப் பார்த்துப் பார்த்து என்னைப் பரவசமடையச் செய்த பெரிய சன்னல்களைக் கொண்ட வீடு.

சன்னல் கம்பிகளை ஊடறுத்துக் கொண்டு அட்டகாசமாக வீட்டுக்குள் நுழைந்த ஆதவனின் ஒளிக்கீற்றுகளைத் தடவித் தழுவி என்னை ஆனந்தப்படுத்திய வீடு.

அந்தியில் உள்ளே வரும் மேற்கு வானச் சூரியனின் மென்மையான கதிர்களின் கதகதப்பைச் சுகித்தபடி கிடந்த என்னைக் கிறங்கச் செய்த வீடு.

இரவு நேர முழுநிலவு வீட்டுக்குள் இன்பமுடன் எட்டிப் பார்த்து என்னைச் சிலிர்க்கச் செய்த வீடு.

நாற்றிசையும் பசுமை கொண்ட வயல் வெளிகள்; புல் மேயும் கால்நடைகள்.

திரும்பும் திசையெல்லாம் ஓங்கியுயர்ந்த மரங்கள்; மரங்களில் அமர்ந்து மனதைக் கவரும் இசையெழுப்பும் பறவைக் கூட்டங்கள்.

தொலைதூரத் தேவாலயத்தின் உச்சிக் கோபுரத்தில் எரியும் சிவப்பு நிறச் சிலுவை விளக்கு; மாலையில் அங்கிருந்து காற்றில் வரும் மாதா கீதங்கள்.

சுற்றி இருந்த காலி இடங்களில் கலகலவெனச் சிரித்தோடி விளையாடிய சின்னஞ்சிறார்கள்; அவ்வப்போது அவர்களைத் தேடியலையும் பெரியோர்கள்.

மழைக் கால இரவுகளில் மண்டை பிளக்கக் கத்திச் சாகும் தவளைக் கூட்டங்கள்; அவற்றைத் தேடி, நாடி, ஓடி வரும் பாம்புப் படைகள்.

காதுகளில் ரீங்காரமிடும் கொசுக்கூட்டங்கள்.

கால்வாய்களில் மீன்களுக்காய் காத்துக் கிடக்கும் நெடுங்கால் கொக்குகள்; மின்கம்பிகளில் தவங்கிடக்கும் மீன் கொத்திகள்.

பரந்து கிடக்கும் இரவு வானம்; இருட்டை விரட்டும் விண்மீன் கூட்டம்.

பறந்து திரியும் மின்மினிப் பூச்சிகள்; மயக்கி வியப்பில் மலர்த்தும் மனதை.

இப்படியாக வீடும் வீடு சார்ந்த இடமும் என்னை அனுதினம் உயிர்ப்பித்துக் கொண்டிருக்க, நான் தினம் தினம் புதிதாய் பிறந்து புதிதாய் வாழும் பாக்கியத்தை அனுபவித்துக் கொண்டிருந்தேன் கடந்த பதிமூன்று ஆண்டுகளாய்.

ஓர் நாள்.

காலையில் நான் கண் விழிக்கும் போது வழக்கமாகக் கேட்கும் பறவைகளின் ஒலிகளுக்குப் பதிலாகப் பலவகை வண்டிகளின் சத்தம் என்னை எரிச்சலடையச் செய்தது. சன்னல் வழியாக எட்டிப் பார்த்தேன். பத்துப் பதினைந்து லாரிகளுக்கும் மேலாக வரிசை வரிசையாக வந்து வந்து என் வீட்டுக்கு தெற்குப் பகுதியில் இருந்த வயல் பகுதியில் மண்ணைக் கொட்டிக் கொண்டிருக்க, நான்கைந்து ஜெ.சி.பி. வண்டிகள் அந்த மண்ணை லாவகமாக அங்குமிங்குமாக நிரவல்

செய்து கொண்டிருந்தன. எங்கள் பகுதி மக்கள் அனைவரும் வெளியே நின்று அதனை வேடிக்கை பார்த்துக் கொண்டிருந்தனர். ஒவ்வொரு வரும் அவரவருக்குத் தெரியாத செய்திகளைத் தெரிந்தது போல ஒலி பரப்பிக் கொண்டிருந்தனர்.

"இந்த எடத்த யாரோ மெட்ராசுக்காரன் வெலைக்கு வாங்கிட்டானாம். இங்க பெரிய ஆசுபத்திரி கெட்டப் போறானாம். இனி மேற்பட்டு நம்ம ஒரு ஆத்துர அவசரத்துக்கு செங்கல்பட்டுக்கோ, காஞ்சிபுரத்துக்கோ, மெட்ராசுக்கோ ஓடத் தேவையில்லை. இங்னகுள்ள இந்த ஆசுபத்திரியிலேயே பாத்துகிறலாம்."

"இல்ல இல்ல; ஆசுபத்திரியும் கெடையாது கீசுப்பத்திரியும் கெடையாது. கலியாண மண்டபம் கெட்டுறாகளாம். எங்க வீட்டுக் காரரு சொன்னாரு."

"ஒங்க வீட்டுக்காரரு சொன்னாப்ல ஆச்சா? அந்த வாத்தியாரு சொன்னாரு இங்னக்குள்ள பெரிய காலேசு வருதாம். எஸ்.ஆர்.எம்.ஐ விட பெருசாக் கெட்டப் போறாகளாம்."

"இருக்கும் இருக்கும். ஓம்பேரம் பேத்திகள்ளாம் இங்னக்குள்ளயே படுச்சுக்கிறலாம். நம்மூர்ல சொன்னாப்ல ஒத்த காலேசுகூட இல்லியே... பிள்ளைகள்ளாம் வெளியூர்களுக்குத்தான போயிப் படிக்க வேண்டி யிருக்குது. வயசுக்கு வந்த பிள்ளைகள வெளியூர்களுக்கு அனுப்பிட்டு அவுக வீடு வந்து சேர்ர வரைல பயந்துகிட்டே கெடக்க வேண்டி யிருக்குது. இது பரவாயில்ல."

"எது பரவாயில்ல? காலேசு இல்லியாம். படிக்கிற பிள்ளைகளுக்கு ஆஸ்டலு கட்டி உடுறாகளாம். ஏம்மகன் சொல்லிக்கிட்டு இருந்தான்."

"ஆஸ்டலு இல்லியாம். அதென்னது மழலையர் பள்ளியாம். அதான் இந்த சின்னப்பிள்ளைகள்ளாம் படிக்கிற பள்ளிக்கூடமாம்."

"நம்மூரு பஸ்டாண்டு ரொம்ப இடநெருக்கடியா இருக்குறது னால இங்க பஸ்டாண்டு வாரதாச் சொல்லிக்கிறாங்க. அப்பிடி பஸ்டாண்டு வந்தாலும் நல்லதுதான்."

தினமும் ஒரு செய்தி இந்தப் பகுதியில் பரவியபடி இருந்தது. எனக்கும் அப்படி என்னதான் இந்த இடத்திற்கு வரப்போகிறது என்று அறிந்துகொள்ள ஆசையாகத்தான் இருந்தது. மற்ற எல்லாரையும் விட என் வீட்டுக்கு மிக அருகில்தான் மருத்துவமனையோ, பள்ளிக் கூடமோ, விடுதியோ, பேருந்து நிலையமோ வரப்போகிறது. எனக்குக்

கலக்கமாக இருந்தது. மழலையர் பள்ளி என்றால் பரவாயில்லை என்று என் மனம் சொல்லிக் கொண்டது.

ஊருக்கு ஒதுக்குப் புறத்தில் கிழக்கே திடீரென உதித்த குடியிருப்புகளில் எனது வீடும் ஒன்று. இப்பகுதிக்கு இதுவரையில் எந்தப் பெயரும் வைக்கப்படவில்லை. அதற்குக் காரணம் இங்கு வசிப்பவர்களுக்கு இடையே இருந்த ஒற்றுமையற்ற தன்மைதான். ஏறக்குறைய அனைவருமே வெவ்வேறு இடங்களிலிருந்து இங்கே வந்து குடியேறியவர்தாம். பல சாதிகள், பல மதங்கள், பலதரப்பட்ட பொருளாதார அந்தஸ்தைப் பெற்றவர்கள். சாதி, மத, வர்க்க பேதங்கள் தலை விரித்தாடிக் கொண்டிருந்தன. அவரவர், அவரவர் வீடுகளில் உண்டு உறங்கி தொலைக்காட்சிப் பெட்டிகளில் தொலைந்து போய்க் கிடந்தனர். என் வீடுதான் கடைசி வீடு. அதனால் பல சௌகரியங்கள் இருந்தன. அசௌகரியங்களும் நிறைய இருந்தன.

என் வீட்டிலிருந்து பரந்த புல்வெளியையும், வயல்பகுதியையும், மரங்களையும், இயற்கை அழகினையும் தடையின்றி பார்த்து ரசிக்கலாம்; மகிழலாம். பரந்த வானத்தையும் திறந்த நிலப்பகுதியையும் பார்த்து மனதை விசாலப்படுத்தி மனங்கொண்ட மட்டும் மகிழ்ந்து கொள்ளலாம். அங்கு மேயும் கால்நடைகளையும் அவற்றைச் சுற்றிச் சுற்றி வரும் கொக்குகளையும் பார்த்துப் பரவசப்படலாம். மாலையில் அங்கு வந்து குழுமும் குழந்தைகளின் அற்புதமான விளையாட்டுக் களைப் பார்த்து எனது குழந்தைப் பருவத்தை நினைத்து அசைபோட்டு மகிழலாம். இப்படி எத்தனை எத்தனையோ நல்ல விசயங்கள்.

என் வீடுதான் கடைசி வீடு என்பதால் அனைவருக்கும் கழிப்பிடமும் என் வீட்டைச் சுற்றியுள்ள காலி இடம் என்பதுதான் சகிக்க முடியாத துயரம். இருந்தாலும் சகித்துக் கொண்டு வாழ்ந்து கொண்டுதான் இருக்கிறேன். இங்கு வந்து சுற்றுப்புறத்தை நாசம் செய்யும் இவர்களைக் கடிந்து கொள்ளவும் முடியவில்லை. காரணம் அவர்களது வீட்டில் கழிப்பிட வசதி இல்லை. அதைக் கட்டிக் கொள்வதற்கும் வசதி இல்லை. சில நேரம் பாவமாக இருக்கும்; சில நேரம் கோபமாக இருக்கும். என்ன செய்வது? இருந்தாலும் இங்கிருந்து தூரத்தில் கண்ணுக்கெட்டியவரை காணப்படும் இந்த இயற்கை அழகுக்காக இதை நான் சகித்துக் கொண்டிருக்கிறேன். அருகில் அருவருப்பூட்டும் அசுத்தமும், சற்றுத்தூரத்தில் ஆனந்தமூட்டும் இயற்கையும் இருப்பதால் எனக்குப் பிடித்துத்தான் இருக்கிறது.

இந்த வீட்டின் சரித்திரத்தை நினைத்துப் பார்க்கும் போது எனக்கு மிகவும் மலைப்பாக இருக்கிறது. இராமநாதபுரம் மாவட்டத்தில் ஒரு

குக்கிராமத்தில் ஆசிரியையாக வேலை செய்த நான் மாற்றலாகி இங்கு சென்னை புறநகர்ப்பகுதியில் ஒரு குக்கிராமத்துப் பள்ளிக்கு வந்த போது தங்குவதற்கு வீடு கிடைக்காமல் தவித்தலைந்த நாட்கள் இன்னும் நினைவில் இருக்கின்றன. வாடகைக்கு வீடு கிடைப்பது என் சாதியினால் தடைப்பட்டது. சாதி ஒரு பக்கம் என்றால் திருமண மாகாத எனது நிலையும் வீடு கிடைப்பதற்கு என்னைத் தகுதியற்ற வளாக ஆக்கியிருந்தது. எப்படியோ அருகிலிருந்த நெரும்பூர் என்ற பேரூராட்சியில் ஒரு சிறிய வீடு கிடைத்து இரண்டாண்டுகள் அங்கு தங்கி இருந்தாலும் பல பிரச்சனைகளால் தொடர்ந்து அங்கு தங்க இயலவில்லை. வேறு வீட்டுக்கு அலைந்து திரிந்து வாழ்க்கையே வெறுத்துவிட்டது. அந்த நேரத்தில் மனத்தில் தோன்றிய வைராக்கியத்தின் வெளிப்பாடுதான் இந்த வீடு.

ஊருக்கு ஒதுக்குப்புறம் கடைசியாகக் கிடைத்த இந்த மனை தான் நான் வாங்கக்கூடிய அளவுக்கான விலையில் இருந்தது. பிற இடங்களில் இடங்கள் இருந்தன என்றாலும் அதை வாங்கும் அளவுக்கு என்னிடம் பணம் இல்லை. கடன் வாங்கியாவது வாங்கிவிட நினைத் தாலும் அந்த இடங்களை எனக்குக் கொடுப்பதற்கு அவர்களுக்கு மனம் ஒப்பவில்லை. என்ன காரணமென எனக்குத் தெரிந்தது.

இந்த இடம் அவ்வளவு நன்றாக இல்லை; தனியாக இருக்க பயமாக இருக்கும் அப்படி இப்படி என்று பலரும் பலவிதமாகச் சொன்ன போதிலும் வேறு வழியில்லாமல் நான் துணிந்து வாங்கிக் கட்டியபிறகு இதுதான் எனக்குச் சொர்க்கமாகிப் போனது.

மழலையர் பள்ளி வந்தால் அக்குழந்தைகளைக் கண்டாவது குதூகலித்துக் கொண்டிருக்கலாம். இங்கு பேருந்து நிலையம் வரப் போகிறது என்று சொல்லிக் கொள்வதைக் கேட்டால் மனது மிகவும் சங்கடப்படுகிறது. இவ்வளவு அருகில் பேருந்துநிலையமா என மனசு அரண்டு போனது. எத்தனை பேருந்துகள், எத்தனை சனக்கூட்டங்கள், எத்தனையெத்தனை தூசுகள், மாசுகள், சுகாதாரச் சீர்கேடுகள், ஒலி ஒளி தூய்மைக் கேடுகள், மனதுகனத்தது. வாடகை வீடென்றாலும் வேறு எங்காவது ஓடி விடலாம். இந்தச் சொந்த வீட்டை விட்டு விட்டு எங்கு செல்வது? மனது அலைமோதிக் கொண்டிருந்தது. இறுதியாக வந்த செய்தி இந்த இடத்தில் அடுக்குமாடி வீடு கட்டி விற்கப் போகின்றனர் என்பதே. வீட்டுக்கு இப்போதே முன்பதிவு செய்கின்றனராம். பேருந்து நிலையத்திற்கு அடுக்ககம் பரவாயில்லை என்று மனதைத் தேற்றிக் கொண்டேன். பொறுத்திருந்து பார்க்கலாம் என்று எல்லாரும் சொல்லிக் கொண்டோம்.

சில வண்டிகள் சுற்றி இருந்த மரங்களை வேரோடு சாய்ந்தன. எத்தனை பனை மரங்கள், வேப்பமரங்கள், ஈச்ச மரங்கள், புளிய மரங்கள், ஆலமரங்கள், அரசமரங்கள். அத்தனையும் டமால் டமால் என்ற சத்தத்துடன் கீழே வீழ்த்தப்பட்டன. ஒரு பனை மரத்தில் நிறைய தூக்கணாங்குருவிகள் கூடு கட்டி வாழ்ந்து கொண்டிருந்தன. கடவுளே அந்த ஒரு மரத்தையாவது விட்டுவிட வேண்டுமென என் மனது தவித்தது. அந்தக் குருவிகள் வீடுகட்டும் விதத்தை அருகிலிருந்து பார்த்து ஆச்சரியத்துடன் நான் எத்தனை நாள்கள் ரசித்திருக்கிறேன். அதை வேரோடு வீழ்த்தும் போது பார்க்க சகிக்காமல் வீட்டுக்குள் வந்து விட்டேன். இருந்தாலும் அந்தச் சின்னக் குருவிகளின் அலறல் சத்தம் இன்னும் என் நெஞ்சை விட்டு அகல மறுக்கிறது. என்ன மனிதர்கள்! என்ன வாழ்க்கை இது என்று நான் விரக்தி அடைந்தேன்.

மாதங்கள் சென்றன. என் வீட்டைச் சுற்றிலும் விண்ணை முட்டும் அடுக்குமாடிக் கட்டடங்கள். என் வீடு இருந்த இடம் தெரியாமல் மறைந்து போனது. ஏதோ ஓர் இருட்டுக் குகைக்குள் இருப்பது போன்ற உணர்வு. நான் நேசித்த என் வீட்டில் எனக்குச் சுதந்திரமாய் சுவாசிக்க முடியவில்லை. சுற்றி நின்ற அடுக்ககங்களுக்கு நடுவில் என் வீடு அடிபாதாளத்தில் கிடந்தது. வானம் பிளந்து வந்த அத்தனை மழை நீரும் பிரளயமாய் என் வீட்டைச் சுற்றிச் சூழ்ந்து ஒரு குளத்தின் நடுவில் நான் குடியிருக்கும் நிலமைக்குத் தள்ளப்பட்டேன். சுற்றிலும் சிமெண்ட், செங்கல், பெயிண்ட், இரும்பு வாசனைகள். பச்சை நிறம் என் பார்வையிலிருந்து முற்றிலும் மறைக்கப்பட்டுவிட்டது. கலர் கலராய்க் கட்டடங்கள் கண்களை எரித்தன. மனதும் எரிந்தது. மற்ற வீட்டுக்காரர்களும் இப்படித்தானே அவஸ்தைப்பட்டுக் கொண்டு இருப்பார்கள் என்று எண்ணிக் கொண்டேன்.

கண்மூடித் திறக்கும் நேரத்துக்குள் என் வீட்டுக்கு நேர்ந்த அவலத்தை எண்ணியெண்ணி வேதனைப்பட்டேன். பணம் இருந்தால் இயற்கையை இல்லாமல் செய்துவிடலாம். செயற்கை வீடுகள்; செயற்கை மனிதர்கள்; செயற்கை உறவுகள். இப்போதெல்லாம் எந்த சீவராசியும் என் கண்ணில் தென்படுவதில்லை. எல்லாமே கற்கள். கற்களிடம் என்ன பேச முடியும்? உயிர்ப்புடன் இருந்து என்னை உயிர்ப்பித்துக் கொண்டிருந்த என் வீடும் எனக்கு வெறும் சுவர்களாகத் தான் தெரிந்தது. ஊரில் சொல்வது போல 'சீவனத்துப் போன வாழ்க்கை.' நல்ல வேளையாக அண்ணாந்து பார்க்கும் ஆகாயத்தை மட்டுமாவது மறைக்காமல் விட்டு வைத்திருக்கின்றனரே என்று மனம் நினைத்தது. என் தலைக்கு மேல் இருக்கும் ஆகாயத்தை யாரும் பறித்து விட முடியாது என்று எனக்கு நானே சொல்லிக் கொண்டேன். கூடிய

சீக்கிரம் இந்த கான்கிரீட் வாழ்க்கையும் பழகிப் போய்விடும் என்று சமாதானம் செய்து கொண்டு வாழலாம் என எண்ணினேன். முடியவில்லை.

குருவிகளைப் பார்க்க மனது ஏங்கியது. குதூகலித்து விளையாடும் குழந்தைகளைத் தேடியது. ஓங்கி உயர்ந்த மரங்களின் இலைகள் காற்றிலாடும் ஆட்டத்தைக் காண மனம் நாடியது. முந்தி எழும் காலைக்கதிரவனோ, அந்தி சாயும் மாலைச் சூரியனோ கண்களுக்குத் தென்படுவதில்லை. அந்த அழகிய செவ்வானங்கள் நினைவுகளில் மட்டும் பதிந்து கிடக்கின்றன. நான் வேலைக்குச் சென்று திரும்பும் வழியில் எதிர்ப்படும் பறவைகளிடம் மட்டும் இந்த இழப்பைப் பகிர்ந்து கொள்கிறேன். அங்கேயும் வண்டிகள் வந்து அழிக்கத் தொடங்கிய போது நான் அரண்டு போனேன்.

அக்கம்பக்கம் உள்ளவர்கள் வழக்கம் போல் இயங்கிக் கொண் டிருந்தார்கள். அவர்களிடம் ஒரு நாள் நான் சொன்னேன்.

“நம்ம நெலம எப்பிடியாகிப் போச்சுன்னு பாத்திகளா? இந்த வீட்ட அப்பிடியே தூக்கிட்டுப் போயி ஏதாச்சும் ஒரு கிராமத்துல கொண்டு போயி வச்சுக்கிட்டு அங்க வாழலாம் போல இருக்குது. இப்பிடிச் சுத்திச் சுத்தி இவ்வளவு உயரத்துல வீடுகளக் கட்டப்போயி நம்ம வீடுகள்ளாம் வெளிச்சமோ காத்தோ இல்லாம ரொம்பக் கஸ்டமா இருக்குது. மனசே வெறுத்துப் போச்சு.”

“ஏ இப்பிடிச் சொல்றீங்க? இந்தக் கட்டடங்க இங்க வந்தது நம்மளுக்கு எவ்வளவு நல்லதாப் போச்சு தெரிமா? வெவரந்தெரியாமப் பேசுறீக. இப்ப நம்ம வீடுகளோட மதிப்பு எம்புட்டு ஒசந்திருச்சு தெரிமா? இருபது லச்சமா இருந்த வீடெல்லாம் அம்பது லச்சத்துக்கு மேல போகும்.”

இலட்சங்கள் தான் இலக்குகளான்னு மனதில் தோன்றியது. வெளியில் சொல்ல முடியவில்லை. நாம் இழந்து போனதைப் பற்றிக் கவலைப்படாமல் இவர்களால் எப்படி இப்படிச் சொல்ல முடிகிறது என்று எண்ணினேன். இலட்சங்களுக்காக இயற்கையை மிச்சமீதியின்றி கொன்றழிக்கும் குரூரத்தை என்னவென்பது? இழந்தது இயற்கையை மட்டுமல்ல. என்னையுந்தான்.

துர்காவும் நானும்

காலையில் நான் பள்ளிக்கூட அலுவலக அறைக்குள் கையெழுத்திடச் சென்ற போது அவள் மட்டும் அங்கிருந்த நாற்காலியில் அமர்ந்திருந்தாள். வழக்கமாக ஆசிரியர்கள் மட்டுமே அமரும் நாற்காலியில் அவள் அமர்ந்திருந்ததைப் பார்த்தபோது எனக்கு மிகவும் ஆச்சரியமாக இருந்தது. அதிலும் தலைமை ஆசிரியை அமரும் நாற்காலியில் அவள் ஒய்யாரமாக உட்கார்ந்திருந்ததைப் பார்த்தபோது எனக்குச் சிரிப்பாக வந்தது. சாதாரணமாக அந்த நாற்காலியில் யாராவது உட்கார்ந்தால் தலைமை ஆசிரியை, அவர்களது ஆட்சி அதிகாரத்தை யாரோ அபகரித்துவிட்டதைப் போல கூப்பாடு போடுவார்கள். இப்போது இவளை அவர்கள் பார்த்தால் என்ன செய்வார்கள் என்றெண்ணிக் கொண்டேன். எனக்கென்னமோ அவளைப் பார்த்ததுமே அவளை மிகவும் பிடித்துப் போனது. ஓராண்டுக்கு முன்பு மூளைக்காய்ச்சலால் இறந்து போன என் மகள் சாதனாவை அவள் எனக்கு நினைவு படுத்தினாள். சாதிக்கப் பிறந்தவள் என்ற ஆசையில் என் மகளுக்கு சாதனா என்று பெயரிட்டு ஆசை ஆசையாய் வளர்த்தேன். ஆனால் ஒன்றாம் வகுப்பு முடிக்கும் முன்பே அவள் என்னை விட்டுப் போய்விட்டாள். பள்ளியில் பிள்ளைகளோடு இருக்கும் நேரங்களைத் தவிர மற்ற எல்லா நேரங்களிலும் அவளை நினைத்து நினைத்து நான் உள்ளுக்குள் நொறுங்கிக்கிடந்தேன். எந்த வேலை செய்தாலும் எந்தச் சூழ்நிலையில் இருந்தாலும் அவளை மறக்க முடியாத மனவேதனையில் அணு அணுவாகச் செத்துக் கொண்டிருந்தேன். இவளைப் பார்த்ததும் சட்டென்று சாதானா நினைவில் வந்தாள். நினைவுக்கு எங்கே வருவது. அவளை மறந்தால்தானே நினைவுக்கு வருவதற்கு, அவள்தான் சதாகாலமும் என் நினைவில்தானே இருக்கிறாள்.

கையெழுத்து போட்டுவிட்டு உடனே வெளியே வரவில்லை. அவளையே பார்த்துக் கொண்டு இருந்தேன். ஐந்து வயதுக்கேற்ற உயரம்; அதற்கேற்ற உடல்; அழகான முகம்; கவர்ந்திழுக்கும் கண்கள்; கண்களின் கருவிழிகள் வழக்கத்துக்கு மாறாக மிகவும் பெரியதாக இருந்தன. அது அவளது கண்களுக்கு மேலும் அழகூட்டியது. முடியைத் தாறுமாறாக இழுத்து இரண்டாகப் பிரித்து இரண்டு பக்கங்களிலும் ரப்பர் பேண்டுகளைப் போட்டு இறுக்கி வைத்திருந்தாள். இரண்டு

பக்கங்களையும் மல்லிகைப் பூச்சரத்தால் இணைத்து வைத்திருந்தாள். முகத்திலும் நெற்றியிலும் முடிக்கற்றைகள் விழுந்து கிடந்தன. என்னைப் பார்த்து அவளாகவே சிரித்தாள். சிரிக்கும்போது அவள் பேரழகியாகத் தெரிந்தாள். அவளது முன்வரிசைப் பற்களில் நடுவில் இருக்க வேண்டிய இரண்டு பற்களைக் காணவில்லை. இதெப்படி! ஒன்றாம் வகுப்பில் சேரும் போதே பற்களை இழந்திருக்கிறாள் என்று ஆச்சரியமாக இருந்தது. எனக்கு அவளைப் பார்த்துக் கொண்டே இருக்கலாம் போல இருந்தது. அவள் எதிரே ஒரு நாற்காலியை இழுத்துப் போட்டு உட்கார்ந்து கொண்டு அவளைப் பார்த்துக் கொண்டே இருந்தேன். அவள் புன்னகை மாறாமலே என்னைக் கேட்டாள்.

"நீ டீச்சரா?"

"ஆமா. நீ என்ன ஒன்னாங்கிளாஸ்ல சேர வந்திருக்கியா?"

"ஊகூம். நானு நேத்தே சேந்துட்டனே. இன்னைக்குப் பள்ளிக் கூடத்துக்குப் படிக்க வந்துருக்கேன்."

"அப்பிடியா? நேத்து நானு உன்னையப் பாக்கலையே."

"நானுந்தான் உன்னையப் பாக்கல. நீ எங்க இருந்த?"

"நானா? நானு என்னோட கிளாசுல இருந்தேன். உன்னோட கிளாஸ் எதுன்னு உனக்குத் தெரியுமா?"

"ம். தெரியுமே. எங்க டீச்சர் எப்ப வருவாங்க?"

என்று கேட்டவள் அவளுக்குப் பின்புறமாக கையை நீட்டி ஒன்றாம் வகுப்பைக் காட்டினாள்.

"உங்க டீச்சர் இப்ப வருவாங்க. நீ ஏன் ஒங்க கிளாசுக்குப் போகாமெ ஆபிசு ரூம்ல வந்து தனியா உக்காந்திருக்க?"

"பஸ்ட் அங்கதான் போனேன். அங்க ஒரு பசங்ககூட இல்லியே; எங்க டீச்சர வரச்சொல்றியா? அங்க தனியா இருக்க பயம்மா இருக்குது. அதான் நானு இங்க வந்துட்டேன். ஒன்னோட கிளாசு எது?"

"என்னோட கிளாசு மேல இருக்குது. நீயி நாலாங்கிளாஸ் முடிச்சப் பெறகு அங்க வருவெ. சரி, ஒன்னோட பேரென்ன குட்டி?"

"நா ஒன்னுங் குட்டி இல்ல. வீட்ல இருக்குற எங்க பாப்பாதான் குட்டி."

“சரி சரி ஓம்பேரென்ன? ஒங்க பாப்பா பேரென்ன?”

“ஏம்பேரு துர்காவா. எங்க பாப்பா பேரு சஞ்செயா. எங்க அம்மா பேரு அம்மணியா. எங்க அப்பா பேரு உமாபதியா. எங்க ஆயா பேரு பச்சையம்மா. அவ்ளோதான்.”

“தாத்தா பேரு?”

“தாத்தா இல்லியே.”

“வேற யாரும் இல்லியா?”

“வேறயா? வேற எங்க வாத்து இருக்குதா. அப்பறமா எங்க ஆட்டுக்குட்டி தாயம்மா இருக்குதா. அப்பறமா எங்க நாயிக்குட்டி சின்னா இருக்குதா. அப்பறமா எங்க பூனக்குட்டி சீனு இருக்குது. அவ்ளோதான்.”

“சரி எல்லாரோட பேரையும் சொன்ன. ஒங்க வாத்து பேரச் சொல்லல.”

“வாத்து பேரா? ஐயே அவ்ளோ வாத்துக்கு எவ்ளோ பேரு வைக்கிறது? எம்மா வாத்து இருக்கு தெரிமா?”

“தெரியாதே.”

“தெரியாதா? அப்ப நீயி எங்க வாத்தையே பாக்கவே இல்லையா? எங்கப்பாதான் வாத்து மேய்ப்பாரு. டேய் கெஜபதி இங்க வாயேன். இந்த டீச்சரு எங்க வாத்தே பாக்கலையாம்டா. எங்களுக்கு எம்மா வாத்து இருக்குல்லடா? அவங்கிட்ட கூட கேட்டுப்பாரேன். சொல்லுவான்.”

அலுவலக அறைக்கு வெளியில் ஒரு பையோடு நின்று கொண் டிருந்த ஒரு பொடிப்பையனை அரட்டிக் கூப்பிட்டாள். அவன் தயங்கித் தயங்கி உள்ளே வந்தான். மிகவும் சின்னப் பையனாக இருந்தான். நான் எதுவும் கேட்பதற்கு முன்பே துர்கா சத்தமாக அவனிடமும் என்னிடமும் மாறி மாறிச் சொன்னாள்.

“ஏய் நீ எதுக்குடா பையெல்லாம் கொண்டாந்திருக்க? இவஞ் சின்னப்பையன் டீச்சர் வயசு பத்தாது. இன்னும் பேரு எழுதல டீச்சர். நீயி ஒன்னாங்கிளாஸ் கெடையாது. பால்வாடிக்குத்தான் போகனும். இவன ஒன்னாங்கிளாஸ்ல சேக்குறதுக்கு நேத்து எங்கம்மா கூடத்தான் டீச்சர் இவுங்கம்மாவும் வந்தாங்க. ஆனா இவனுக்கு இன்னும் வயசு பத்தாதுன்னுட்டு சேக்கமாட்டேனுட்டாங்க. இவனுக்கு கைய வச்சு காதத் தொட முடியாது டீச்சர். எங்கடா தொட்டுக் காட்டுடா பாப்போம்.”

அவனும் வலது கையை எடுத்து இடது காதைத் தொட முயன்று தோற்றான்.

"நானு சொன்னம்ல. இவனுக்குத் தொட முடியாது டீச்சர். இவனுக்கு ஸ்கூல்ல பேரு எழுத முடியாது. இல்ல டீச்சர்?"

"சரி கஜபதி இவுங்க வீட்டுல நெறய்யா வாத்து இருக்குதா? நீயி பாத்திருக்கியா?" நான் கேட்டேன்.

அவன் பதிலொன்றும் சொல்லாமல் தலையை மட்டும் ஆட்டினான். இன்னும் கொஞ்சம் நேரத்தில் அழுதே விடுவான் போல இருந்தான். துர்கா மீண்டும் அவனை அரட்டிச் சொல்லும்படி கூறினாள். அவனது உதடுகள் பிதுங்க ஆரம்பித்தன. அவன் அழ ஆரம்பிக்கும் முன்பே அவனைச் சமாதானப்படுத்தி அவனை அனுப்பி வைத்தேன்.

என்ன துர்கா அவெ ரொம்ப பாவம்ல. அவன அழ வைக்கிறியே. அப்பிடியெல்லாம் சின்னப் பிள்ளைங்ககிட்ட பேசக் கூடாது. என்ன?

'ஐயே... அவெ ஒன்னுஞ் சின்னப் பையன் இல்ல. இங்கதான் இப்பிடி சீன் போடுறான். எங்க தெருவுல வந்து பாருங்க. எங்களை எல்லாம் அடிப்பான்."

"நீதானடி இப்ப அவெ ரொம்பச் சின்னப் பையன். அவன் பால்வாடிக்குத்தான் போகனும்னு சொன்ன. சரி, அத உடு. ஒனக்கு என்ன இப்பமே முன்னாடி இருக்குற ரெண்டு பல்லையும் காணோம். அதுக்குள்ளயா பல்லு உழுந்துருச்சு?"

என்னுடைய இந்தக் கேள்விக்குப் பதில் சொல்ல துர்கா வாயைத் திறந்த போது பள்ளித் தலைமை ஆசிரியை அலுவலகத்துக்குள் நுழைந் தார்கள். நுழையும் போதே துர்காவைப் பார்த்துக் கத்திக் கொண்டே வந்தார்கள்.

"ஏய் பொண்ணே இங்க என்ன செஞ்சுக்கிட்டு இருக்கெ? ஓடு. ஒன்னாங் கிளாசுல போயி உக்காரு. ஆளப் பாருங்களேன். நாற்காலில உக்காந்து பேசுது. ஓடு, ஓடு."

என் கேள்விக்குப் பதில் சொல்லாமலேயே துர்கா அரக்கப்பரக்க வெளியே ஓடினாள். எனக்குச் சங்கடமாக இருந்தது.

அன்று மாலை வீட்டுக்கு வந்தபிறகும் துர்காவை நினைத்துக் கொண்டேன். சாதனாவை நினைத்தமாத்திரத்தில் கண்ணீர் வந்தது. கண்களைத் துடைத்துக் கொண்டு வேலைகளைச் செய்ய ஆரம்பித்தேன்.

எவ்வளவுதான் முயன்றாலும் அவளது இழப்பை அவ்வளவு எளிதாக மறந்துவிட முடியவில்லை. ஒரு கதவு மூடினால் கடவுள் இன்னொரு கதவைத் திறப்பாராம்; ஆனால் நாம் மூடிய கதவையே பார்த்துக் கலங்கிக் கொண்டிருப்பதால் திறந்த கதவைக் காண முடிவதில்லையாம். இப்படி யாரோ ஒரு அறிஞர் சொன்னதாக எங்கோ வாசித்தேன். என்ன வாசித்து என்ன செய்ய? துக்கங்கள்தாம் சதா காலமும் நினைவிலிருந்து கொண்டு என்னைச் சாகடித்துக் கொண்டிருக்கின்றன. ஏதோ வாழ்ந்தாக வேண்டுமே என்பதற்காக வாழ்வது போல பாவனை செய்வது எனக்குப் பழக்கமாகிவிட்டது. ஒவ்வொரு மரணமும் என்னைச் சாகடித்துக் கொண்டே இருந்தாலும் சாதனாவின் சாவு என்னை முழுவதுமாய்ச் சவமாகிவிட்டது.

மறுநாள் துர்காவைப் பார்த்துப் பேசுவதற்காகவே நான் பள்ளிக் கூடத்திற்கு வழக்கத்தைவிட முன்னதாகச் சென்றேன். அதன் பிறகு தினமும் சீக்கிரமாகவே பள்ளிக்குச் செல்வதை வழக்கமாக்கிக் கொண்டேன். தினமும் காலையில் அவளும் மற்ற பிள்ளைகளை விட சீக்கிரமாகவே வந்துவிடுவாள். பள்ளிக்கூடத்திற்கு அருகில்தான் அவளது வீடு என்பதால் அவள் எட்டு மணிக்கெல்லாம் வந்து விடுவாள். நான் பள்ளிக்குள் நுழைந்த உடனே அவள் என் மிதிவண்டியின் பின்னாலேயே ஓடி வருவாள். அவளும் எனக்காகக் காத்திருப்பது போல எனக்குத் தோன்றியது. எனக்கு அவளைப் பார்த்த உடன் எல்லையில்லாத மகிழ்ச்சி மனசுக்குள் வந்து மண்டிக்கொள்ளும். இது எப்படி இந்த குழந்தையால் இவ்வளவு சந்தோசத்தைத் தரமுடிகிறது என்று எண்ணி எண்ணி மாய்ந்து போவேன். அவளைப் பார்த்துப் பேசினாலே என் மனது இலகுவாகிப் போனது போல இருக்கும். இருந்தாலும் சாதனாவின் நினைவு உள்ளுக்குள் இருந்து முள்ளாய்க் குத்திக் கிழிக்கும் வேதனைமட்டும் நெஞ்சைவிட்டு நீங்குவதில்லை.

ஒருநாள் மத்தியானம் நான் சாப்பிட்டுவிட்டு அலுவலக அறைக்கு வந்தபோது துர்கா என்னிடம் ஓடி வந்தாள். வழக்கமாக காலையிலும், சில நேரங்களில் மாலையிலும் மட்டுமே நான் அவளைப் பார்த்துப் பேசுவேன். அன்று மத்தியானம் அவள் வேகமாக ஓடி வந்தது எனக்கு ஆச்சரியமாக இருந்தது.

"என்ன துர்கா சாப்பிட்டியா?"

"ம். சாப்புட்டேன். டீச்சர் எனக்கு இப்ப அ ஆன்னு சொல்லத் தெரியுமே." என்று சொன்னவள் தலையை ஆட்டி ஆட்டி அ, ஆ... இ, ஈ... உ, ஊ... என்று விழிகளை விரித்து சத்தமாகச் சொன்னாள்.

“ஏய் துர்கா, எவ்ளோ அழகாச் சொல்ற தெரியுமா? வெரி குட். அப்பறம் என்னெல்லாம் தெரியும்? பாட்டுத் தெரியுமா?”

“ம். பாட்டு கத எல்லாம் தெரியும். நாளைக்குப் பாட்டுப் படிச்சுக் காட்டுறேன். நானு அஆ நல்லாச் சொல்றனா?”

“ரொம்பா நல்லாச் சொல்றடி. அப்பிடி நல்லாப் படிக்கனும். சரியா? படுச்சு என்னய மாதிரி டீச்சராகனும் என்ன?”

“ஊகூம். நானு டீச்சரா ஆக மாட்டேன்.”

“அப்பறம்?”

“நானு படுச்சு பெரிய ஆளா வந்து பெரிய பொம்பள போலீசு ஆவேன். பெரிய போலீசு ஆகி எங்கம்மாவ எங்கப்பா அடிகக்காம பாத்துக்வேன்.”

அவள் சொன்னதைக் கேட்டு எனக்கு மனசு வலித்தது. நான் எதுவும் பேசாமல் அவள் முகத்தையே பார்த்துக்கொண்டு இருந்தேன். அதற்கு மேல் அவள் எதுவும் பேசவில்லை. சரி துர்கா, போய் விளையாடு என்று சொல்லி அனுப்பிவிட்டு அமைதியாகச் சென்றேன். அவள் மறுபடியும் என்னிடம் ஓடி வந்தாள்.

“டீச்சர் எனக்கு நாளைக்கு ஹேப்பி பெர்த்டே வருது. அதுக்கு எங்கம்மா எனக்கு புது டிரஸ் எடுத்திருக்காங்க. நாளைக்குப் போட்டுட்டு வாரேன். உனக்கு ரெண்டு சாக்லேட் தாரேன். என்ன?” ‘ரெண்டு’ என்ற வார்த்தையில் அளவுக்கு அதிகமான அழுத்தத்தைக் கொடுத்துச் சொல்லிவிட்டு ஓடினாள்.

நான் சரியென்று தலையாட்டினேன். அவள் சொன்னதுபோல அடுத்த நாள் புது டிரெஸ் போட்டுக்கொண்டு வந்தாள். காலையில் என்னைப் பார்த்ததும் இரண்டு கைகளாலும் டிரெஸ்ஸை விரித்துப் பிடித்துக்கொண்டு முன்னும் பின்னுமாகத் திருப்பித் திருப்பிக் காட்டிக்கொண்டு என்னிடம் கேட்டாள்.

“எப்பிடி டிரஸ் மாடலு? நல்லா இருக்கா? இது புது மாடலு. சூப்பரா இருக்குதுல்ல?”

“ரொம்ப ரொம்ப நல்லா இருக்குது துர்கா. சூப்பரோ சூப்பர். ஹேப்பி பெர்த்டே துர்கா.” என்று சொல்லி அவளை முத்தமிட்டேன். வெட்கத்துடன் சிரித்துக்கொண்டாள். நான் கொடுத்த பென்சில், ரப்பர், பல்பம் கொண்ட பெட்டியை வாங்கியவள் என்னிடம் கேட்டாள்.

"எனக்கு ஹேப்பி பெர்த்டேன்னு இதெல்லாம் குடுக்கிறியா? எல்லா டீச்சர்களும் குடுப்பாங்களா? இந்தப் பெட்டி வேற கலர்ல வாங்கிருக்கலாம். ரோஸ் கலர்ல இல்லையா? எனக்கு ரோஸ்தான் புடிக்கும்?"

"சரி, அடுத்தவாட்டி ரோஸ் கலர்ல வாங்கலாம் சரியா?"

"சரி, பரவாயில்ல." என்று சொல்லிவிட்டு மற்றவர்களுக்கு சாக்லட் கொடுக்க ஓடினாள்.

ஒன்றாம் வகுப்பில் சேரும் போது இவ்வளவு துடிப்பாக சரளமாகப் பேசவும் பழகவும் செய்யும் இந்தக் குழந்தைகள் அடுத்தடுத்த வகுப்புகளுக்கு வரும்போது ஒன்றுமற்றுப் போய் உற்சாகமிழந்து போய் விடுகிறார்களே என்று நினைத்தேன். ஒரு குழந்தைக்கு அமையும் ஆசிரியரைப் பொறுத்தே அக்குழந்தை உருவாக்கப்படுகிறது; உருமாற்றம் அடைகிறது; உதாசீனப்படுத்தப்படும் குழந்தை ஒன்றுமில்லாமல் போய்விடுகிறது என்று எண்ணிக் கொண்டேன். இந்த துர்கா எப்படி ஆவாளோ என்ற கவலை எனக்குள் எழுந்தது.

இரண்டு மூன்று நாட்களாக துர்காவைப் பார்க்க முடியவில்லை. அவளது தெருப் பிள்ளைகளிடம் விசாரித்த போது அவளது அப்பாவுக்கும் அம்மாவுக்கும் சண்டை வந்ததால் அவளது அம்மா துர்காவையும் அவளது தம்பி சஞ்சையையும் கூட்டிக் கொண்டு துர்காவின் பாட்டி ஊருக்குச் சென்றுவிட்டதாகச் சொன்னார்கள். துர்காவைக் காணாமல் எனக்கு என்னவோ போலிருந்தது.

ஒவ்வொரு நாளும் அவளை எதிர்பார்த்து காத்திருந்தேன். வரவே இல்லை. தலைமை ஆசிரியையிடம் சொல்லி அவளது அப்பாவை அழைத்துப் பேசச் சொன்னேன். அவர் வருவதாக இல்லை. நாங்களே அவரது வீட்டுக்குச் சென்று பேசி துர்காவின் படிப்பு கெட்டுப் போவதாகச் சொல்லி அவளை உடனே பள்ளிக்கு அழைத்து வர வேண்டும் என்று எடுத்துச் சொன்னோம். எல்லாம் செவிடன் காதில் ஊதின சங்கு போலத்தான். கடைசியாக மூன்று வாரங்கள் கழித்து துர்கா வந்து சேர்ந்தாள். அவளைப் பார்க்கப் பரிதாபமாக இருந்தது.

"என்ன துர்கா, ரொம்பா நாளா ஸ்கூலுக்கு வரல. ஊருக்குப் போயிட்டியா?"

"ஆமா டீச்சர்; எங்க எல்லம்மா ஆயாவீட்டுக்குப் போயிட்டேன். ஸ்கூலுக்குக் கூட்டிட்டுப் போகச் சொல்லி எங்கம்மாட்ட சொல்லிக் கிட்டே இருந்தேன். எங்கம்மாதான் கூட்டிட்டே வரல டீச்சர்."

"சரி சரி பரவாயில்ல. இனிமே போகக்கூடாது என்ன?"

"எங்கம்மா அப்பா சண்ட போடாம இருந்தா போமாட்டேன். சண்ட போட்டா போயிருவேன். டீச்சர் டீச்சர் எங்கம்மா சொன்னாங்க என்னைய எங்க எல்லம்மா ஆயா வீட்டுல இருந்து படிக்கச் சொல்றாங்க. நானு எங்க பாட்டி ஊருக்குப் போனாலும் போயிருவேன்."

"நானு உங்கம்மாட்ட சொல்லி உன்னைய இங்கயே இந்த ஸ்கூல்லயே படிக்க வைக்கச் சொல்றேன், சரியா?"

சரியென்ற தோரணையில் தலையை ஆட்டிவிட்டு ஒரு சிட்டுக் குருவி பறந்து சென்றது போல குதித்து குதித்து ஓடினாள்.

துர்காவின் முன்பற்கள் இரண்டும் எப்படி விழுந்தன என்று ஒவ்வொரு முறையும் கேட்க நினைத்து மறந்து கொண்டிருந்தேன். அடுத்த முறை கண்டிப்பாக கேட்க வேண்டும் என்று எண்ணிக் கொண்டேன். அவளது வகுப்பு ஆசிரியையிடம் அவளைப் பற்றிப் பேசிக் கொண்டிருந்த போது அந்தப் பற்கள் இல்லாததால் சில எழுத்துக்களை அவள் சரியாக உச்சரிக்கச் சிரமப்படுவதாகக் கூறியது நினைவுக்கு வந்தது. அந்தப் பற்கள் இருந்தால் துர்கா இன்னும் அழகாக இருப்பாள்.

வீட்டில் எவ்வளவுதான் கஷ்டம் என்றாலும் துர்கா எப்போதும் சிரித்த முகத்துடன் துருதுருவென்று இருப்பது எனக்கு ஆச்சரியமாக இருந்தது. சாதாரணமாக வாழ்க்கையில் எத்தனையோ நல்ல விசயங்கள் இருந்தாலும் துக்கமும் துயரமும் நிறைந்த சம்பவங்கள் தான் அடிக்கடி நினைவுக்கு வந்து மனதைக் கனக்கச் செய்கிறது. துயரங்களை, வேதனைகளை எப்போதும் நினைவிலிருத்திக் கொண்டு அந்த வலிகளின் உச்சத்தை அனுபவித்து நொந்து போகும் எனது வாழ்க்கையை எண்ணும் போது துர்காவின் பரிசுத்தமான முகமும், களங்கமற்ற சிரிப்பும் என்னை மலர்த்தி மகிழச் செய்து உயிர்ப்பித்து சுகப்படுத்தியதை பலமுறை உணர்ந்திருக்கிறேன். அவள் எனக்குள் ஏற்படுத்தும் இந்த மாற்றம் என்னை தினம் தினம் புதுப்பிப்பதை நான் அறிந்திருக்கிறேன். இந்தப் பள்ளிக் குழந்தைகளிடம் இருந்து கிடைக்கும் இந்த சின்னச் சின்னச் சுகங்களைத்தான் பெரிய பொக்கிஷங்களாக உணர்கிறேன். இவற்றையும் மீறி சாதனாவின் இழப்பு எனக்குள் ஏற்படுத்திய வெறுமையைத் தாங்கும் சக்தியற்றவளாக பலசமயம் நொந்து போகிறேன்.

சில நாட்களுக்குப் பிறகு மாலையில் நான் என் வகுப்பு பிள்ளை களுடன் விளையாடிக் கொண்டிருந்த போது துர்கா என்னிடம் ஓடி வந்தாள்.

பாமா 197

“டீச்சர் அன்னைக்கு உங்கிட்ட அஆ சொன்னேனா... இப்ப எனக்கு அஆன்னு எழுதவும் தெரியும். ஏம்பேருகூட எனக்கு எழுதத் தெரியுமே. எழுதிக் காட்டட்டா?”

என்று கேட்டவள் என் பதிலுக்குக் காத்திராமல் சட்டென்று தரையில் உட்கார்ந்து மணலைத் தள்ளிவிட்டு ‘துர்கா’ என்று எழுதி விட்டு என்னைப் பார்த்தாள். அவளது கண்களில் மகிழ்ச்சியும் பெருமையும் பொங்கி வழிந்தன. அடுத்ததாக அ ஆ இ ஈ என்று எழுதிக்கொண்டே போனாள். எனக்கும் மிகவும் சந்தோசமாக இருந்தது. ‘வெரிகுட்’ துர்கா என்று அவளது கைகளைப் பிடித்து குலுக்கினேன். கைகளை உருவி அவளது பாவாடையில் மண்ணைத் துடைத்துவிட்டு என் கைகளைப் பிடித்துக் கொண்டாள்.

சரி, உன்னோட பேர எழுதிட்ட. நம்ம ஸ்கூல் பேர எழுதத் தெரியுமா துர்கா?”

“ஸ்கூல் பேரா?”

“ஆமா.”

“சொல்லத்தான் தெரியும்; எழுதவெல்லாம் தெரியாது. உனக்கு எழுதத் தெரியுமா?”

“இந்தா நம்ம ஸ்கூலுக்கு முன்னால எழுதி இருக்குது பாரு.”

“ஆமா. ஊராச்சி ஒன்றிய துவக்கப் பள்ளி. மேட்டுப்பாக்கம்.”

“ஆமா. துர்கா; கரெக்டா வாசிக்கிறியே. யாரு சொல்லிக் குடுத்தது?”

“நானு அத வாசிக்கல. எங்க டீச்சரு சொல்லிக் குடுத்ததத்தான் சொன்னேன். வாசிக்கவும் தெரியாது; அத எழுதவும் தெரியாது.”

“சரி, பரவாயில்ல. அப்பறமா தெருஞ்சுக்குவெ. இப்ப உன்னோட பேர எழுதிட்டல. உனக்கு நாளைக்கு ஒரு பரிசு வாங்கிட்டு வாரேன்.”

“மெய்யாலுமா?”

“நெசம்மா வாங்கிட்டு வருவேன். உனக்கு என்ன வேணும்னு சொல்லு. கண்டிப்பா வாங்கிட்டு வருவேன்.”

“நீ எதுனாலும் வாங்கிட்டு வா. சரியா?”

“சரி, உன்னோட இந்த ரெண்டு பல்லும் என்னாச்சு? இப்பயே எப்பிடி உழுந்துச்சு?”

198 தவுட்டுக் குருவி

அவள் மிகவும் சர்வசாதாரணமாக ஒரு கதை சொல்வதைப் போல சொன்னாள்.

"அதுவா? நானு சின்னப் பிள்ளையா இருக்கும்போது எங்கம்மாவுக்கும் எங்கப்பாவுக்கும் சண்ட வந்துச்சா… அப்ப எங்க அப்பா எங்க அம்மாவப் போட்டுப் போட்டு அடுச்சாரா… நானு போயி எங்கப்பாவோட காலப்புடுச்சுக்கிட்டு அம்மாவ அடிக்காதப்பான்னு அழுதனா… அப்ப எங்க அப்பா என்னயத் தூக்கி வீசி எறுஞ்சுட்டாரா… அப்ப ஏமூஞ்சி போயி தரைல அடுச்சு முன்னால இருந்த ரெண்டு பல்லும் கீழ உழுந்துருச்சு. அப்ப எவ்ளோ ரத்தம் வாயில வந்துச்சு தெரிமா டீச்சர்? அப்ப நானு போட்டுருந்த சட்டையெல்லாம் செவப்பாயிருச்சு."

"அப்பறம்? ஆஸ்பத்திரிக்குக் கூட்டிட்டுப் போனாங்களா?"

"இல்ல. என்னையப் பாத்துட்டு எங்கம்மா ரொம்பா அழுதாங்களா. அதுக்கு எங்கப்பா, 'இப்ப என்ன நடந்து போச்சுன்னு இப்பிடி ஒப்பாரி வைக்க? ஓம்மகள நானென்ன கொலையா செஞ்சுட்டேன்? இதுக்குப் போயிக் கத்தி ஊரக் கூப்புடுற? இப்ப ஓம்பல்லையும் பேக்கப் போறம் பாரு'ன்னு கத்துனாரு. அதுனால எங்கம்மா ஆஸ்பத்திரிக்கெல்லாம் கூட்டிக்கிட்டுப் போகல."

என் கண்கள் கலங்கின. நெஞ்சு வலித்தது. துர்காவைப் பார்த்து கலங்கிய போது சாதனாவின் நினைவும் வந்து என்னைக் கலங்கடித்தது. துர்காவையே வேதனையோடு பார்த்துக் கொண்டிருந்தேன். அவள் முன்னால் அழுதுவிடக்கூடாது என்று எண்ணிக் கொண்டேன். துக்கத்தை அடக்கிக்கொண்டு அவளிடம் கேட்டேன்.

"துர்கா, இந்த ரெண்டு பல்லும் அன்னைக்குக் கீழ உழுந்துட்டது இப்ப ஒனக்கு ரொம்பக் கஸ்டமா இருக்குதுல்ல?"

"இப்ப எனக்கு கஸ்டமா இல்லியே. அதுக்குத்தான் நானு அன்னைக்கே அழுதுட்டேனே…"

மஞ்சள் நிற வண்ணத்துப் பூச்சி

சித்திரப்பட்டி ஊராட்சி ஒன்றிய தொடக்கப் பள்ளியில் ஐந்தாம் வகுப்பு ஆசிரியை சாரதா. அவளது வகுப்பில் மொத்தம் முப்பது பிள்ளைகள். ஆண்கள் பதினாறு; பெண்கள் பதினான்கு பேர். தமிழ், ஆங்கிலம், கணக்கு, அறிவியல், சமூக அறிவியல் என எல்லாப் பாடங் களையும் சாரதாதான் கற்பித்தாள். குழந்தைகள் அனைவரும் ஆர்வமாகக் கற்றார்கள். தமிழ் வகுப்பில் பாட்டுப் பாடி ஆடுவது அவர்களுக்கு மிகவும் பிடிக்கும். ஆங்கிலப் பாடல்களை அபிநயித்துப் பாடுவதும், அகராதியைப் பயன்படுத்தி ஆங்கில வார்த்தைகளுக்கு அர்த்தம் கண்டுபிடிப்பதும் அனைவருக்கும் விருப்பம். மற்றவர்களை விட தான்தான் முதலில் அர்த்தத்தைக் கண்டுபிடித்துச் சொல்லிவிட வேண்டும் என்ற முனைப்பு எல்லோரிடமும் இருந்தது. கணக்குகளை கரும்பலகையில் செய்து விட்டு அதனருகில் தங்கள் பெயரை எழுதுவதில் அலாதிப் பிரியம் கொண்டிருந்தார்கள். அறிவியல் வகுப்பு என்றால் அனைத்துக் குழந்தைகளுக்கும் தனிப்பட்ட ஆனந்தமாக இருக்கும். அதிலும் முக்கியமாக அறிவியல் சோதனைகளைச் செய்து பார்ப்பதில் தங்களைப் பெரிய விஞ்ஞானிகளாகவே பாவித்துக் கொண்டு மகிழ்ச்சி கொள்வார்கள். செய்யும் சோதனைகள் வெற்றி அடைந்தால் எல்லை யில்லா சந்தோஷமும், வெற்றி பெறவில்லை என்றால் எப்படியாவது வெற்றி பெற்றுவிட வேண்டுமென்ற முனைப்பும் அவர்களைத் தொற்றிக் கொள்ளும். சமூக அறிவியல் பாடத்தில் வரைபடங்களைப் பார்த்து கடல்களையும், கண்டங்களையும், நாடுகளையும், ஊர்களையும் கண்டுபிடிப்பதில் உற்சாகமடைவார்கள்,

சாரதா டீச்சருக்கு தன் வகுப்புப் பிள்ளைகளை அதிகம் பிடிக்கும். பாடங்களை நடத்தும் போது அதையொட்டிய பல கருத்துகளைச் சொல்லி பிள்ளைகளை யோசிக்கச் செய்வார்கள். தினமும் காலையில் வகுப்பில் செய்திகள் வாசிப்பது, பழமொழி, பொது அறிவு, திருக்குறள் சொல்வதில் ஒருவருக்கொருவர் போட்டி போட்டுக்கொண்டு தயாரித்து வந்து சொல்வார்கள். அவர்கள் பயன்படுத்துவதற்காக டீச்சரும் சிறுவர் மணி இதழ்களைக் கொண்டு வந்து வகுப்பில் வைத்திருப்பார்கள். அதே போல் திருக்குறள், பாரதியார் கவிதைகள், சிறுவர்களுக்கான கதைப்புத்தகங்கள், ஆங்கில-தமிழ் அகராதிகள், குழந்தைகள் கலைக்

களஞ்சியம் போன்ற நூல்களையும் பிள்ளைகளின் பயன்பாட்டுக்காக வகுப்பில் வைத்திருப்பார்கள். பிள்ளைகளும் அவற்றை அதிக ஆர்வத்துடன் பயன்படுத்தினார்கள்.

ஒரு முறை டீச்சர்தான் பள்ளிக்கு வரும் வழியில் பார்த்த பல வகையானப் பறவைகளைப் பற்றிச் சொல்லிவிட்டு அவர்களுக்குத் தெரிந்த பறவைகள், அவர்களுக்குப் பிடித்த பறவைகளைப் பற்றிக் கூறச் சொன்னார்கள். அனைவரும் கூறினார்கள். பறவைகளை, உயிரினங்களை நாம் நேசிக்க வேண்டும் என்றும் அவற்றை துன்புறுத்தக் கூடாது என்றும் கூறினார்கள். அப்போது ரூபிணி எழுந்து சொன்னாள்.

"நீங்கள் முன்னாலகூட இப்பிடிச் சொல்லி இருக்கீங்க டீச்சர். ஆனா இந்த மோகன் பையனும், தரண் பையனும் எப்பப் பாரு ஓணான அடிச்சுக் கொல்றானுங்க டீச்சர். அது பாவந்தான டீச்சர். ஏய் அடிக்காதீங்கடான்னு சொன்னதுக்கு, 'நீயி ஓ வேலையப் பாத்துட்டுப் போ; டீச்சரு ஓணானப் பத்தி ஒன்னுஞ் சொல்லல'னு சொல்றானுங்க டீச்சர்."

"ஏண்டா ஓணானும் ஒரு உயிருதானடா? அத எதுக்குடா கொல்றீங்க?"

"டீச்சர் இவுங்க கூட டீச்சர் வண்ணத்துப் பூச்சி, தும்பி எல்லாம் புடுச்சு வெளாண்டுட்டு கடைசில கொன்னு குழி தோண்டிப் பொதைப்பாங்க டீச்சர்." பதிலுக்கு தரண் அவர்கள் மீது குற்றம் சாட்டினான்.

"அப்பிடியா?"

"யாரெல்லாம் அப்பிடி செய்றவுங்க? கை தூக்குங்க பாப்போம்."

வகுப்பில் நிறையப் பேர் கை தூக்கினார்கள். சாரதாவுக்கு மிகவும் ஆச்சரியமாக இருந்தது. எதற்காக அப்பிடிச் செய்கிறார்கள் என்று கேட்டதற்கு, அப்பிடிக் கொன்று குழி தோண்டி புதைத்து வைத்து விட்டு சில நாள்களை கழித்து அதைத் தோண்டிப் பார்த்தால் அந்தக் குழிக்குள் பணம் இருக்குமாம். அதனால்தான் அப்படிச் செய்ததாகச் சொன்னார்கள்.

"சரி, அப்பிடி எவ்வளவு பணம் இதுவரையில் எடுத்திருக் கிறீர்கள்?"

"எதுவுமே எடுக்கல டீச்சர்."

“அப்பிடின்னா அது சும்மாதான சொல்றாங்க. இனிமே இப்பிடி உயிர்களக் கொல்லலாமா? எந்த உயிரையும் கொல்லக் கூடாது. துன்புறுத்தவே கூடாது. சரியா?”

“சரிங்க டீச்சர்.”

“டீச்சர் இப்பக்கூட நீங்க சிவக்குமார் பையில பாருங்களேன். குருவிக்குஞ்சு வச்சிருக்கான் டீச்சர்.”

“அப்பிடியா சிவா? எங்க எடுத்துட்டு வா பாப்போம்.”

அவன் தயங்கித் தயங்கி எழுந்து வந்தான். அவன் கையில் எதுவும் எடுத்து வரவில்லை.

“குருவிக் குஞ்சு வச்சிருக்கியாம்லடா. அத எடுத்துட்டு வா பாப்போம்.” டீச்சர் சொன்னார்கள்.

சிவா டீச்சருக்குப் பக்கத்தில் வந்து தன் காற்சட்டைப் பைக்குள் கையை விட்டு ஒரு குஞ்சை எடுத்துக்காட்டினான். அதைப் பார்த்த உடனே டீச்சருக்கு கோபம் வந்தாலும் அடக்கிக் கொண்டு கேட்டார்கள்.

“இதுமட்டுந்தானா இல்ல இன்னும் வச்சிருக்கியா?”

“மூனு குஞ்சி வச்சிருக்கான் டீச்சர்,” ரூபினி சொன்னாள்.

சிவா தம்பி அவளை ஒரு முறை முறைத்துவிட்டு பைக்குள் கையை விட்டு இன்னும் இரண்டு குஞ்சுகளை எடுத்து மேசைமேல் மூன்றையும் வைத்தான். அவற்றைப் பார்க்கும் போதெ டீச்சருக்குக் கண்கள் கலங்கின. மூன்றும் மிகவும் சிறிய குஞ்சுகள். கண்களைக் கூட இன்னும் திறக்கவில்லை. ஏதோ மூன்று பம்பரங்களையோ அல்லது கோலிக் குண்டுகளையோ எடுத்து வைப்பது போல அவற்றை எடுத்து வைத்து விட்டு சிவா நின்று கொண்டிருந்தான். டீச்சர் அவனிடம் கேட்டார்கள்.

“என்ன சிவா, எதுக்கு இந்தக் குஞ்சுகள இப்பிடிச் சாகடுச்சு வச்சிருக்கெ? எங்கருந்து இத எடுத்துட்டு வந்தெ?”

“நானு இதுகளச் சாகடிக்கல டீச்சர். நானு எடுத்துப் பைக்குள் போட்டுருந்தனா. அதுகளாச் செத்துப் போச்சுங்க டீச்சர்.”

“ஏண்டா இப்பிடி இவ்வளவு சின்னக் குருவிகள பைக்குள்ள போட்டு அடச்சு வச்சா எப்பிடிடா மூச்சு உட முடியும்? காத்து இல்லாமெ இப்பிடி என்னமோ சாமாஞ்சட்டுகளப் போட்டு வைக்கிறது மாதிரி பைக்குள்ள திணுச்சு வச்சிருக்கியே. உன்னய இப்பிடி

எங்கயாச்சும் போட்டு காத்தே இல்லாம அடச்சு வச்சா நீயி செத்துத்தான போவ? அப்பிடித்தான இந்தக் குஞ்சுகளுக்கும் இருக்கும். சே, பாவம்டா. உன்னால மூனு குஞ்சுக செத்துப் போச்சு. உனக்கு வருத்தமா இல்லியாடா?"

"நானு குஞ்சுகளச் சாகடிக்கனும்னு புடிக்கல டீச்சர்; சாயங்காலம் வீட்டுக்குக் கொண்டு போயி அதுகள வளக்கனும்னுதான் புடுச்சு எடுத்துட்டு வந்தேன். இங்க பள்ளிக்கூடத்துல அதுகள எங்க வைக்கன்னு தெரியல டீச்சர். அதுனால பத்துரமா சட்டப் பைக்குள்ள வச்சேன். இப்பப் பாத்தா செத்துப் போச்சுங்க டீச்சர்."

"ஆமா, நீயி பத்துரமா வச்செ. அதுவே அதுகளுக்குப் பாதுகாப்பில்லாமெ போச்சு. இப்ப இத என்ன செய்யப் போற?"

இன்டர்வல்ல இல்லாட்டின்னா மதியம் சாப்பாட்டுக்குப் பெறகு இதுகளக் கொண்டு போயி குழி தோண்டி பெதைச்சிருவேன் டீச்சர்."

"ஆமாடா நீயி கொன்னுபோட்டு பெதச்சிருவெ. இதுங்களோட ஆத்தா வந்து கூட்டப் பாத்துட்டு குஞ்சுகளக் காணும்னு அழுமே... அப்ப அதுங்களுக்கு யாருடா பதிலு சொல்றது?"

"இவெ இப்பிடித் தான் டீச்சர். அப்பப்பெ என்னத்தையாச்சும் புடுச்சுப் புடுச்சுச் சாகடிச்சுக் கொன்னு பெதைப்பான் டீச்சர். நானே எவ்வளவோ பாத்திருக்கேன் டீச்சர்." ஹேமலதா கோபமாகக் கத்தினாள்.

"அப்பிடியாடா?"

அவன் அமைதியாக இருந்தான்.

"சரி சிவா, இந்தக் குஞ்சுகளோட அம்மா வந்து கூட்டுல தேடும்ல. அப்பக் குஞ்சுகளக் காணாமெ அழும்ல. இத எங்கருந்து எடுத்தெ?"

"நானு ஸ்கூலுக்கு வார வழில ஒரு மஞ்சணத்தி மரத்துலருந்து எடுத்தேன்."

"ஆமா டீச்சர்; நாங்கூட பாத்தேன் டீச்சர். டேய் டேய் எடுக்காதடா பாவம்டா; இதுகளோட ஆத்த வந்து அழும்டா; அந்தப் பாவம் உன்னயத்தாண்டா சேரும்னு சொன்னேன் டீச்சர். இவெஞ் சேக்கவே இல்ல டீச்சர். அந்தக் கூட்டுல இருந்தானாச்சும் உசுரோட இருந்துருக்கும். இப்ப எடுத்துட்டு வந்து சாவடுச்சுட்டான்." ஆத்திரத் தோட சொன்னாள் சரளா.

“நீயி என்ன சொல்ற சிவா?”

“இனிமே இப்பிடி எடுக்கமாட்டேன் டீச்சர். நானு வளக்கலாம்னு தான் எடுத்தேன் டீச்சர். இனிமே எதையுமே எடுக்கமாட்டேன் டீச்சர்.”

“சரி. யாருமே இப்பிடிச் செய்யக்கூடாது. தெருவுல போம்போதே சும்மா படுத்துக்கெடக்குற நாய கல்லெடுத்து அடிக்கிறது, ஓணான அடிக்கிறது, வண்ணத்துப்பூச்சி தும்பிகளப் புடுச்சுக் கொல்றது இப்பிடி எதையும் செய்யக்கூடாது. இது எல்லாத்துக்கும் உயிர் இருக்குதுல்ல; அப்ப அதுகளுக்கு வலிக்கும்ல? செலபேரு குச்சிய வச்சுக்கிட்டு செடிகளப் பூரா அடுச்சுக்கிட்டே போவாங்க. இல்லன்னா மரத்துக் கிளைகள ஒடச்சு ஒடச்சு வெளையாடுவாங்க. செடி கொடிங்க மரங்களுக்கெல்லாம் உயிரு இருக்குதா இல்லையா?”

“இருக்கு டீச்சர்.”

“அப்ப அதுகள அடுச்சு ஒடுச்சு நாசமாக்கக்கூடாதுல்ல. என்ன சிவா? சரி இப்ப நீயி இந்தக் குருவிகளக் கொண்டு போயி பொதச்சுட்டு வா. டேய் விக்னேஷ் நீயும் கூடப் போயிட்டு சீக்கிரமா வாங்கடா.”

அவர்கள் சென்று புதைத்து விட்டு வந்தபிறகு டீச்சர் பாடம் நடத்த ஆரம்பித்தார்கள். பாடம் நடத்துவதற்கு முன்னால் வீட்டில் செய்து பார்த்துவிட்டு வரச்சொன்ன அறிவியல் சோதனைகளை வீட்டில் செய்து பார்த்தார்களா என்று கேட்டார்கள். செய்து பார்த்துவிட்டு வந்தவர்களை வகுப்பில் வந்து அச்சோதனைகளைச் செய்து காட்டச் சொன்னார்கள். நிறையப் பேர் முன்னால் வந்து, காற்றுக்கு அழுத்தம் உண்டு; காற்றுக்கு எடை உண்டு என்று தண்ணீர், அட்டை, பலூன் இவற்றை வைத்து அவர்களே சோதனைகளைச் செய்துகாட்டினார்கள். தங்கள் வீடுகளிலும் டம்ளர்களில் தண்ணீரை எடுத்து அட்டையை வைத்து அதன் வாய்ப்பகுதியை மூடிக்கொண்டு அதைத் தலைகீழாகக் கவிழ்த்தி அட்டை கீழே விழாததைக் காட்டிக் கொண்டு மந்திரமில்லை மாயமில்லையென தங்களது அம்மாக்களிடமும் பாட்டிகளிடமும் அமர்க்களம் செய்து அவர்களை ஆச்சரியப்படுத்தி ஆனந்தமடைந்த நிகழ்வுகளை வகுப்பில் பகிர்ந்து கொண்டார்கள். அவர்களுக்கெல்லாம் கூடுதல் மதிப்பெண்கள் கொடுத்துவிட்டு வகுப்பில் கைதட்ட வைத்து பாராட்டினார்கள். அதன்பிறகு வண்ணத்துப் பூச்சியின் வாழ்க்கைப் பருவங்களைப் பற்றி பாடம் நடத்தினார்கள்.

வண்ணத்துப் பூச்சியின் வாழ்க்கையில் முட்டை, புழு, கூட்டுப் புழு, வண்ணத்துப் பூச்சி என நான்கு பருவங்கள் உள்ளன என்று கூறி கரும்பலகையில் படம் வரைந்து விளக்கினார்கள்.

"டீச்சர் வண்ணத்துப்பூச்சி படம் சூப்பரா வரைறீங்க டீச்சர்." ரவி சொன்னான்.

"நீங்களும் அறிவியல் நோட்ல இப்பிடி வரையனும்."

"ஜாலி ஜாலி. இப்பமே வரைறோம் டீச்சர்." கோரசாகச் சொன்னார்கள்.

"இப்ப இல்ல. அப்பறமா நானு சொல்லும் போது வரஞ்சாப் போதும். அதுக்கு முன்னால நாம இந்த நாலு பருவங்களையும் செய்து பாப்போம்."

"எப்பிடி டீச்சர் செய்ய முடியும்?"

"ஒரு கண்ணாடி பாட்டுல்ல வண்ணத்துப் பூச்சியோட முட்டையப் போட்டு அத லேசான துணியால மூடி வச்சுட்டுக் கவனிச்சிக்கிட்டே வரனும். நாளாக நாளாக அந்த முட்டைலருந்து புழு, கூட்டுப்புழு, முழுசா வளந்த வண்ணத்துப் பூச்சி வாரத நாம பாக்கலாம்."

"நெசம்மாவா டீச்சர்? ஹைய்யா.. ஜாலி டீச்சர். மெய்யாலுமே வண்ணத்துப் பூச்சி வருமா டீச்சர்?"

"மெய்யாலுமே வரும். அத நீங்கதான் செஞ்சு பாக்கப் போறீங்க. சரியா?"

"சரி டீச்சர். நீங்க சொல்லுங்க டீச்சர். நாங்க செஞ்சுடுறோம் டீச்சர்." சத்தமாகக் கத்தினார்கள்.

வண்ணத்துப் பூச்சியின் பிறப்பைக் காணவேண்டும் என்ற ஆர்வம் அனைவரின் முகத்திலும் தெரிந்தது.

"சரி. யாரு வீட்லயாவது பெரிய கண்ணாடி பாட்டில் இருக்குதா?"

"எங்க வீட்ல பெரிய ஹார்லிக்ஸ் கண்ணாடி பாட்டில் இருக்குது டீச்சர்." பவானி சொன்னாள்.

"சரி பவானி. நாளைக்கு நீயி உங்கம்மாகிட்ட கேட்டு அந்த பாட்டில எடுத்துட்டு வா. என்ன?"

சரியென்று தலையை ஆட்டினாள்.

"பாட்லை மூடுறதுக்கு நான் மெல்லிசா வெள்ளத் துணி கொண்டு வருவேன்."

"வேற டீச்சர்?"

“வேற ஒன்னும் பெருசா வேண்டாம். வண்ணத்துப் பூச்சியோட முட்டதான் வேணும். அத நீங்கதான் தேடிக் கொண்டுகிட்டு வரனும்.”

“நாங்க எப்பிடி டீச்சர் கண்டுபிடிக்கிறது?”

“ரொம்ப ஈசி. நீங்க எல்லாரும் எருக்குச்செடி பார்த்திருக்கீங்களா?”

“பாத்துருக்கோம் டீச்சர். நாங்க வார ஏரிக்கர மேல நெறய்யா வளந்து கெடக்குது டீச்சர்.”

“அந்தப் பூவத்தான் டீச்சர் கட்டி பிள்ளையார் சதுர்த்தி அன்னைக்கு பிள்ளையாருக்கு மாலையாப் போடுவாங்க.”

“ஆமா அதேதான்.”

“அத ஒடுச்சாப் பால் வரும் டீச்சர். அந்தப் பாலக்கூட எதுக்கோ மருந்துக்கு எங்க ஆயா காலுல தேய்ப்பாங்க டீச்சர்.”

“ஆமா நாங்கூட பாத்துருக்கேன்.”

“டீச்சர் அந்தப் பாலு நம்ம கண்ணுல பட்டுச்சுன்னா அவ்ளோ தான்; நம்ம கண்ணே குருடாகிப் போகும் டீச்சர்.”

“ஆமா டீச்சர். எங்க ஊர்ல அன்னக்கொடி அன்னக் கொடின்னு ஒரு அக்கா டீச்சர். அவுங்களுக்கு கண்ணுல எருக்குப் பாலு பட்டு ஒரு கண்ணே குருடாகிப் போச்சு டீச்சர். என்னடா?”

“ஆமா நம்ம அதக் கவனமாக் கையாளனும். அந்த எருக்கு எலைக்கு அடிப்புறத்துல பாத்தீங்கன்னா நானு இந்த போர்டுல வரஞ்சு போட்டுருக்கன்ல இதே மாதிரி சின்னச் சின்ன முட்டைகளா இருக்கும். பாத்திருக்கீங்களா?”

ஒரு சிலர் பார்த்திருப்பதாகச் சொன்னார்கள். அந்த முட்டை களைத்தான் எடுத்துக்கொண்டு வந்து இந்த பாட்டிலுக்குள் போட்டு மெல்லிய துணினால மூடி வைக்கனும். முட்டைகள எடுக்கும் போது எல்லைகளோட புடுங்கிட்டு வரனும். எலைகளப் புடுங்கும் போது கண்ணுல பால் பட்டுறாம கவனமாப் புடுங்கனும். வெறும் முட்டைகள மட்டும் தனியா சொரண்டிக்கிட்டு வந்துடாதிங்க. எலையோட எடுத்துட்டு வரனும். சரியா? யாரு முட்டை எடுத்துட்டு வருவீங்க?”

“டீச்சர் நானு இன்டர்வல்லுக்குப் போகும்போது அப்படி முட்டைகளப் பாத்துருக்கேன் டீச்சர். நானு எடுத்துட்டு வாரேன் டீச்சர். எதுக்கு டீச்சர் எலையோட எடுத்துட்டு வரனும்? தனியா

எடுத்துட்டு வந்தா நானு முட்டைய கீழ உட்டுறுவம்னா டீச்சர்?" திவ்யா கேட்டாள்.

"இல்ல இல்ல. முட்டையிலிருந்து புழு வரும்போது அது சாப்புடுறதுக்கு எல வேணும்ல; அதுக்குத்தான்."

"நாங்ககூட முட்ட பாத்துருக்கோம் டீச்சர். அந்த எலையத் தான் திங்குமா டீச்சர்?"

"ஆமா. நீங்களே அந்தப் புழு எலையத் திங்கிறதப் பாப்பீங்க. சரி திவ்யா நீதான் முட்டைக்குப் பொறுப்பு. பவானி நீயி பாட்டிலுக்குப் பொறுப்பு. நானு துணிக்கிப் பொறுப்பு. சரியா?"

"எப்ப டீச்சர் ஆரம்பிக்கலாம்?"

"நீங்க எப்ப எல்லாம் கொண்டுட்டு வாரீங்களோ அப்பயே ஆரம்பிக்கலாம். மொதல்ல பாட்டுலுதான் வேண்டும். நாளைக்குக் கொண்டுட்டு வந்தா நாளைக்கே கூட ஆரம்பிக்கலாம். எல்லாம் உங்க கைலதான் இருக்குது. நானு நாளைக்கே துணி கொண்டுட்டு வந்துருவேன். பவானி நீயி எப்ப பாட்லு எடுத்துட்டு வருவெ? உங்க வீடு ஸ்கூலுக்குப் பக்கத்துலதான் இருக்குது. அதுனால நீயி ஈசியா எடுத்துட்டு வந்துடலாம். என்ன நாளைக்குக் கண்டிப்பா எடுத்துட்டு வந்துடுறியா?"

சரியென்று தலையசைத்தாள்.

"அவா மறந்துட்டு வந்தாலும் நாங்க காலைல அவுங்க வீட்டுக்குப் போயி அவுங்கம்மாட்ட கேட்டு வாங்கிட்டு வந்துடுவோம் டீச்சர்."

"இல்ல டீச்சர்; நானே ஞாபகமா கேட்டு வாங்கிட்டு வந்திருவேன் டீச்சர்." பவானி உறுதியாகச் சொன்னாள்.

சொன்னபடியே மறுநாள் பவானி பாட்டில் எடுத்து வந்தாள். டீச்சர் துணி எடுத்து வந்தார்கள். திவ்யாவும் இலைகளோடு முட்டைகளை எடுத்து வந்திருந்தாள். டீச்சர் பாட்டிலின் உட்புறத்தைத் துணியால் சுத்தம் செய்துவிட்டு முட்டைகளிருந்த இலையோடு வேறு இரண்டு இலைகளையும் பாட்டிலுக்குள் போட்டார்கள். பாட்டிலின் வாய்ப்பகுதியை மெல்லிய வெள்ளைத் துணியால் கட்டினார்கள்.

"டீச்சர் இப்பிடிக் கட்டிட்டா வண்ணத்துப்பூச்சி மூச்சு உடக் காத்துக்கு என்ன செய்யும் டீச்சர்?" பாலாஜி கேட்டான்.

"என்ன செய்யலாம் அதுக்கு?" டீச்சர் கேட்டார்கள்.

“டேய் பாலா லூசு மாதிரி கேக்குறடா. அதுக்குத்தானடா மெல்லிசான துணிய வச்சுக் கட்டியிருக்காங்க. அது வழியா காத்து போகாதாடா?” அபிதா கேட்டாள்.

“இல்ல இல்ல அபிதா. அவெங்கேட்டது சரிதான். மெல்லிசான துணி வழியா காத்துப் போகுந்தான். வேற என்ன செய்யலாம்னு நீயி நெனைக்க பாலாஜி?”

“இல்ல டீச்சர். அந்த துணில லேசா கிழிச்சு உட்டுட்டம்னா நல்லா காத்து கெடைக்கும்ல. அதுக்குத்தான் சொன்னேன்.”

“சரி அப்பிடியே ஒரு சின்னதா ஒரு பொத்தல் போட்டுறுவோம். சரியா?” கேட்டுக்கொண்டே துணியில் பிளேடு வைத்து டீச்சர் சின்னதாகக் கீறினார்கள்.

“முதல்ல முட்டய வச்சாச்சு டீச்சர். அப்பறம் எப்ப டீச்சர் புழு வரும்?” மோகன் கேட்டான்.

“இப்பத்தானடா வச்சுருக்கோம். தெனமும் கண்ணாடி பாட்ல பாருங்க. எத்தன நாளுக் கழுச்சு புழு வருதுன்னு நீங்களே கண்டு பிடிக்கலாம்ல?”

“ஆமா டீச்சர். கண்ணாடி பாட்டுலதான டீச்சர். நாங்களே கண்ணாடி வழியாப் பாத்துப் பாத்துக் கண்டுபிடிப்போம் டீச்சர். அதுக்குத்தான் கண்ணாடி பாட்ல வச்சீங்களா? பிளாஸ்டிக் பாட்டுலுன்னா தெரியாதுல்ல?”

“அதெல்லாஞ் சரிதான். கண்ணாடி வழியாப் பாக்குறோம்னு சொல்லிக்கிட்டு பாட்டுல யாரும் தொட்டு அசைக்கக் கூடாது. தூரத்துல தள்ளி நின்னுக்கிட்டுத்தான் பாக்கனும். புருஞ்சுதா?”

“சரிங்க டீச்சர்.” ஆர்வமுடன் கத்தினார்கள்.

அன்றிலிருந்து தினமும் வண்ணத்துப் பூச்சியைப் பற்றிய பேச்சுத்தான் வகுப்பில் நடைபெற்றது. சில நாட்கள் கழித்து முட்டையிலிருந்து ஒரு புழு வந்தது. புழுவைப் பார்த்த மகிழ்ச்சியில் வகுப்பே ஆரவாரமாக இருந்தது.

அந்தப் புழு இலைகளைத் தின்ன ஆரம்பித்தது. சில நாட்களில் அது பெரிய புழுவானது. அது எப்போது கூடு கட்டும் என்று திரும்பத் திரும்பக் கேட்டுக் கொண்டே இருந்தார்கள். டீச்சருக்கும் அதன் வளர்ச்சியைப் பார்த்து சந்தோசமாக இருந்தது. வீட்டில் ஒரு

குழந்தையின் பிறப்பை எவ்வளவு ஆவலாக எதிர்பார்ப்போமோ அதைவிட அதிக அளவு வண்ணத்துப் பூச்சியின் பிறப்பைக் காண ஆர்வத்துடன் காத்துக் கிடந்தார்கள். திடீரென்று ஒரு நாள் காலையில் பாட்டிலின் உட்புறச் சுவற்றில் ஓர் அழகான கூடு தொங்கிக் கொண் டிருந்தது. முதலில் அதைப் பார்த்த திவ்யா மற்றவர்களுக்குச் சொல்ல வகுப்பே கலகலப்பாய் இருந்தது. டீச்சர் வகுப்புக்குள் நுழைந்த உடனே அனைவரும் கத்தினார்கள். என்னவென்று விசாரித்த போது கூட்டைப் பற்றிக் கூறினார்கள். கூட்டைப் பார்த்து டீச்சரும் அதிசயப்பட்டார்கள். கூட்டின் மேல்பகுதியில் இருந்த பென்னிற வளையத்தைப் பார்த்து டீச்சரும் அதிசயப்பட்டார்கள். கூட்டின் மேல் பகுதியில் இருந்த பொன்னிற வளையத்தைப் பார்த்துப் பார்த்து ரசித்தார்கள். இனி எத்தனை நாட்கள் கழித்து வண்ணத்துப் பூச்சி வருமென டீச்சரை அடிக்கடி கேட்டுக் கொண்டே இருந்தார்கள். டீச்சரும் அந்த நாளை ஆவலுடன் எதிர்பார்த்திருந்தார்கள்.

கூடு வந்து ஏறக்குறைய ஒரு வாரத்துக்கு மேல் ஆகிவிட்டது.

“இந்தக் கூட்டுக்குள்ள வண்ணத்துப் பூச்சி வளந்துக்கிட்டு இருக்கும். இல்ல டீச்சர்?”

“டேய், டீச்சர்தான் மூன்றாம் பருவத்துல இறக்கைகளும் உடல் உறுப்புகளும் வளரும்னு சொன்னாங்கள்ள. திரும்பத் திரும்பக் கேக்குற? டீச்சர் சொல்லும் போது தூங்கிக்கிட்டு இருந்தியாடா?” சிநேகா கேட்டாள்.

“ஏய், நானு உங்கிட்ட ஒன்னும் கேக்கல. டீச்சர்கிட்டதான கேட்டேன். உனக்கென்ன?” மணிகண்டன் பதிலுக்குக் கத்தினான்.

சரி சரி உடுங்க. ஆமா மணிகண்டன். மூன்றாம் பருவம் கூட்டுப்புழு பருவம். இப்பத்தான் இந்தக் கூட்டுக்குள்ள வளரும். நீ சொன்னது சரிதான். முழுசா வளந்தப் பெறகு வெளிய வந்து பறக்கும்.”

“பறக்குமா? பெறந்த ஒடனே பறக்குமா டீச்சர்?”

‘ஆமா. மாடு கன்னு போட்டப் பெறகு பாத்தீங்கன்னா கன்னுக்குட்டி பெறந்த கொஞ்ச நேரத்துல எந்துருச்சு நடக்குதுல்ல; அதுமாதிரித்தான்.”

“டீச்சர், இந்த வண்ணத்துப் பூச்சி கூட்டுல இருந்து வெளிய வரும்போது கரெக்டா அந்த நேரத்துல எப்பிடி வருதுன்னு பாக்கனும் டீச்சர்.”

"அதெப்படி முடியும்? நம்ம ஸ்கூல் முடுஞ்சு வீட்டுக்குப் போன பெறகு வந்துச்சுன்னா எப்பிடிப் பாக்க முடியும்?"

"ஆமால்ல."

ஆளாளுக்குப் பேசிக்கொண்டே இருந்தார்கள். அந்த வாரத்தில் யாரும் எதற்கும் விடுமுறை எடுப்பதைத் தவிர்த்தார்கள். வீட்டிலும் பெற்றோரிடம் வண்ணத்துப் பூச்சி பிறக்கப் போவதால் எதற்காகவும் விடுமுறை எடுக்க முடியாது என்று சொல்லி விட்டார்கள். ஒவ்வொரு நாளும் பார்த்துப் பார்த்து ஏமாந்தார்கள். டீச்சரிடமும் அடிக்கடி தங்களது ஏமாற்றத்தை அவ்வப்போது சொல்லிச் சலித்துக் கொண்டார்கள். டீச்சருக்கும் எதிர்பார்ப்பு அதிகமாகிக் கொண்டே போனது. இந்தக் குழந்தைகள் ஏமாந்து விடக்கூடாது என்ற தவிப்பு அவர்களிடம் இருந்தது. வண்ணத்துப் பூச்சி வந்துவிடும் என்று உறுதியாக நம்பிக்கொண்டிருந்தார்கள். நாள்கள் நகர்ந்து கொண்டே இருந்தன.

"டீச்சர், இந்த திவ்யா பொண்ணு அநேகமா வேறு எந்த பூச்சி யோட முட்டையத்தான் எடுத்துட்டு வந்துருப்பான்னு நெனைக்கேன் டீச்சர். நீங்களும் அவள நம்பி அந்த முட்டைய வச்சிட்டீங்க. அதான் வரவேமாட்டேங்கிது." ஜெகன் சொன்னான்.

"இல்லடா. அது வண்ணத்துப் பூச்சியோட முட்டதான். அடுத்த வாரத்துல கண்டிப்பா வந்துரும் பாரு." டீச்சர் சொன்னாங்க.

அடுத்த வாரம் வரை பொறுமையாகக் காத்துக்கிடந்தார்கள். அடுத்த வாரத்தில் புதன் கிழமைக் காலையில் சாரதா டீச்சர் பள்ளிக்குள் நுழையும் போதே அவர்கள் வகுப்புப் பிள்ளைகள் அனைவரும் நுழைவாயிலில் கூட்டமாக நின்று கொண்டிருந்தார்கள். டீச்சரைப் பார்த்ததும் அனைவரும் ஒரே நேரத்தில் உற்சாகமாகச் சொன்னார்கள்,

"டீச்சர், வண்ணத்துப் பூச்சி பெறந்துருச்சு டீச்சர். மஞ்சள் கலருல கறுப்புப் புள்ளியும் வெள்ளக் கோடும் போட்டுருக்கு டீச்சர். ரொம்பா அழகா இருக்குது டீச்சர். பாட்லுக்குள்ளயே பறந்துக்கிட்டு இருக்குது டீச்சர்."

"எப்பப் பெறந்துச்சு?"

"தெரியல டீச்சர். ராத்திரி பெறந்துருக்கும் டீச்சர். நாங்க ஸ்கூலுக்கு வந்த ஒடனே வழக்கம் போல பாட்ல பாத்தமா... அப்பயே உள்ளுக்குள்ள ஜாலியா பறந்துட்டு இருக்குது டீச்சர்."

"சரண்யா அதுக்கு ஒரு பேரு கூட வச்சுட்டா டீச்சர்."

"என்ன பேரு?"

"ஜனனி."

"எப்படி இந்தப் பேரு வச்ச?" டீச்சர் ஆச்சரியமா கேட்டாங்க.

"அது எங்க தங்கச்சி பாப்பாவோட பேரு டீச்சர். அதுக்குத்தான் வச்சேன்."

பொறுத்தமான பேருதான். ஜனனம்னா பிறப்பு. அதனால ஜனனின்னு வச்சது நல்லாத்தான் இருக்குது சரண்யா."

சாரதா டீச்சர் பிள்ளைகள் புடைசூழ நேராக ஐந்தாம் வகுப்புக்குச் சென்றார்கள். பாட்டிலுக்குள் பறந்துகொண்டிருந்த மஞ்சள் நிற வண்ணத்துப் பூச்சியைப் பார்த்து அவர்களும் பிரமித்தார்கள். அதன் அழகையும் நிறத்தையும் பார்த்து வியந்தார்கள். உடைந்த கூடு உள்ளே தொங்கிக் கொண்டிருந்ததை பிள்ளைகளிடத்தில் காட்டினார்கள். அனைவருக்கும் பெரிய அதிசயமாக இருந்தது. அனைவர் முகத்திலும் சந்தோசம்.

"சரி, இதுதான் நான்காவது பருவம். நான்கு பருவங்களையும் பார்த்தாச்சுல்ல. இனி ஜனனிய என்ன செய்யலாம்?" டீச்சர் கேட்டாங்க.

"நாமளே வளப்போம் டீச்சர்."

"ஐயய்யோ, இதென்ன நாய்க்குட்டியா இல்ல பூனக்குட்டியா? நாம எப்பிடிடா வளக்க முடியும்? வண்ணத்துப் பூச்சி என்ன சாப்புடும்?" டீச்சர் கேட்டார்கள்.

"அது பூப்பூவாப் போயி தேன் குடிக்கும் டீச்சர்."

"அப்ப அத ஃபிரீயா உட்டுட்டம்னா அதுபாட்ல போய் தேன் குடிச்சுப் பொழச்சுக்குமல்ல. அப்டி உட்றுவமா?"

சிலர் சரியென்றும், சிலர் வேண்டாமென்றும் வாக்குவாதம் செய்தபிறகு பறக்கவிடலாம் என்று முடிவெடுத்தார்கள்.

"வெரி குட். பாட்லுக்குள்ளயே இருந்தா வண்ணத்துப்பூச்சி செத்துப் போயிடும் இல்லையா?"

என்று கேட்டபடி டீச்சர் பாட்டிலைக் கட்டியிருந்த துணியை அவிழ்த்து எடுத்துவிட்டு பாட்டிலை சன்னலோரம் காட்டினார்கள். எல்லோரும் அமைதியாக இருந்தார்கள். சிறிது நேரம் பாட்டிலுக் குள்ளேயே பறந்து திரிந்த வண்ணத்துப்பூச்சி பாட்டிலின் வாய்ப் பகுதியின் வழியாகப் பறந்து வெளியே சென்றது. அது தூரத்தில் உயர

உயர பறந்து சென்றதைப் பார்த்து அனைவரும் கைதட்டிக் கொண்டே இருந்தார்கள். அது கண் பார்வையிலிருந்து மறைந்து சென்றது. ஆனால் அனைவரின் நெஞ்சங்களிலும் நினைவுகளிலும் நீக்கமற நிறைந்திருந்தது. அந்த மகிழ்ச்சியோடு ரூபிணி சத்தமாகச் சொன்னாள்.

"டீச்சர், ஜனனி பெறந்த பெறகு இனிமேயெல்லாம் நாங்க எல்லா வண்ணத்துப் பூச்சியவும் பாத்து ரசிப்போம் டீச்சர். எப்பிடி பூ மாதிரி அது பறந்து போகுது!"

அன்றைய வகுப்பு வழக்கத்தை விட மிக ஆனந்தமாகத் தொடங்கியது.

'மஞ்சள் நிறவண்ணத்துப்பூச்சி!
தொகுப்பு ச.தமிழ்ச்செல்வன்
ஆகஸ்ட், 2014.

பொய்யஞ்சாமி

அவர் பெயர் சாமிக்கண்ணு. ஆனால் அவர் அனைவராலும் சாமி என்றே அறியப்பட்டிருந்தார். பெரும்பாலான சிறுவர் சிறுமியர் களுக்கு அவர் ‘சாமி மாமா’. அவர்களுக்கு அவரை மிகவும் பிடிக்கும். அவருக்கும் சிறுவர் சிறுமியர்களோடு இருப்பது பேரானந்தமாக இருக்கும். அவர்களை மகிழ்விக்கும் வண்ணம் அவர்களிடம் ஏதாவது சொல்லிக் கொண்டிருப்பர். அவர்களும் அவர் சொல்வதை அவ்வளவு கவனமாக, அதீத உற்சாகத்துடன் கவனித்துக்கொண்டிருப்பார்கள். அப்போது அவர்களது முகத்தைப் பார்த்தால் மிகவும் வித்தியாசமாக இருக்கும். ஏதோ வேறு ஓர் உலகத்துக்குச் சென்றுவிட்ட தோரணையில் அவரிடம் கட்டுண்டுக் கிடப்பார்கள். அவருக்கு அது போதும். அவர் இஷ்டம்போல் அளந்து கொண்டிருப்பார். அவருக்கு அப்படியொரு கற்பனைவளம் எங்கிருந்து வருகிறது என்று எல்லாருமே வியந்தாலும், அவரைத் திட்டுபவர்களும் இருக்கத்தான் செய்தார்கள்.

“பொழப்பத்த பெய சின்னப் பிள்ளைகள எப்பிடி ஏமாத்திக்கிட்டு இருக்காம் பாரு; அவஞ்சொல்ற கட்டுக்கதைகள அம்புட்டுப் பெய புள்ளைகளும் நம்புதுக. கொஞ்ச நேரம் அவஞ்சொல்றதக் கேட்டா பெரியாளுங்களே அசந்து போகுங்க. அப்பிடியொரு அண்டப்புளுகன் ஆகாசப்புளுகனா இருக்கான். ஏதோ ஒன்னச் சொல்லி உடுறாம்னா இல்ல. தெனந்தெனம் ஒன்ன புதுசு புதுசாச் சொல்லிக்கிட்டு இருக்கான். கடைசில ஊருக்குள்ள அம்புட்டுப் பேரும் யாராச்சும் எதுனாச்சும் சொல்லிட்டாலே. அந்தப் பொய்யஞ் சாமியவே மிஞ்சிடுவ நீயின்னு சொல்லிச் சிரிக்கிற அளவுக்கு ஆகிப்போச்சு.” பாஞ்சாலம் சொல்லிச் சலித்துக் கொண்டார்.

நாளடைவில் சாமிக்கண்ணு என்ற பெயர் மாறி அவர் பொய்யஞ்சாமி என்ற பெயராலே அறியப்பட்டார். அதுபற்றி அவர் சிறிதளவும் கவலைப்பட்டதாகத் தெரியவில்லை. அவரைப் பார்த்தாலே ஒரு வித்தியாசமான ஆளாகத்தான் தெரிந்தார். ஊருக்குள் இருந்த மற்ற ஆண்களைக் காட்டிலும் மிக உயரமாக இருந்தார். மற்றவர்கள் அவரிடம் பேசும்போது அண்ணாந்து பார்த்துத்தான் பேசவேண்டும். அவரும் ஒட்டகச்சிவிங்கி போல குனிந்து கொண்டுதான் மற்றவர் களைப் பார்த்தாக வேண்டும். அவரது கழுத்து மிகவும் நீளமாக

இருக்கும். வயிற்றுப் பகுதி நீளமாகவும் ஒரே சமமாக மேலிருந்து கீழே வரை ஒரு பலகை போலவும் காட்சியளிக்கும். இடையிடையே வரிவரியாக ஏழெட்டுக் கோடுகள் குறுக்காக இருக்கும். இடுப்பில் கட்டியிருக்கும் பழுப்பு நிற (வெள்ளை நிறம்தான் என்றாலும் எப்போதும் பழுப்பு நிறமாகத்தான் இருக்கும்) வேஷ்டி தொப்புளுக்குக் கீழே இரண்டு மூன்று மடிப்புகளாகச் சுற்றப்பட்டுக் கட்டப் பட்டிருக்கும். அந்த மடிப்புக்குள் பீடிக்கட்டுகள் வைக்கப்பட்டிருக்கும். அது எப்போது வேண்டுமென்றாலும் எங்கு வேண்டுமென்றாலும் கழன்று கீழே விழலாம் என்ற தோரணையில் இருக்கும். ஆனால் என்னவோ இதுவரையில் அது அப்படி எங்குமே கழன்று விழவில்லை. இடுப்புக்கு மேலே எப்போதாவது ஒரு சட்டை போட்டிருப்பார். தோளில் எப்போதும் ஒரு துண்டு தொங்கிக் கொண்டிருக்கும். பல நேரங்களில் சட்டையில் இடது கையை மட்டும் நுழைத்துக் கொண்டு வலது கைப்பகுதியைத் தொங்கவிட்டுக் கொண்டு அலைவார். அந்தச் சட்டைப் பையிலும் எப்போதும் ஓரிரண்டு பூ மார்க் பீடிக்கட்டுகள் இருக்கும். அல்லது சொக்கலால் ராம்சேட் பீடிக்கட்டுகள் இருக்கும். உயரமாக இருந்தாலும் உயரத்துக்கு ஏற்ற உடம்பு இல்லாததால் ஒரு நீளமான மூங்கில் கம்பு போலக் காட்சியளிப்பார்.

அவருக்கு சுருள் சுருளாக அடர்ந்த முடி. பாகவதர் போல கழுத்து வரையில் அந்த முடி வளைந்து வளைந்து கத்தையாகத் தொங்கிக் கொண்டிருக்கும். அதை வெட்டுவாரா இல்லையா என்று பலருக்கும் சந்தேகம் ஏற்படுவதுண்டு. ஆனால் அது எப்போதும் அவரது தோள் பட்டையை உரசியபடிதான் இருக்கும். அடிக்கடி அவரது நீண்ட நெடிய விரல்களை முடிக்குள் விட்டு சொறிந்து கொள்வார். அந்த முடியை வைத்தே பலகதைகளை அவர் சொல்லிக் கொண்டு திரிந்தார்.

இரண்டு சிட்டுக் குருவிகள் அந்த முடிக்குள் கூடு கட்டிக் குடியிருப்பதாகவும் அதனால்தான் அவர் முடிவெட்டுவதில்லை என்றும் குழந்தைகளிடம் சொல்வார். குருவிகளின் கூட்டைக் கலைப்பது மகா பாவம் என்றும் அவர்களிடம் சொல்லி வைப்பார். அந்தக் கூட்டைக் காட்டச் சொல்லி பலமுறை குழந்தைகள் கேட்ட போது, 'மனுசங் கை பட்டுச்சுன்னா குருவிங்க கலவரப்பட்டு கூட்ட உட்டுப்போட்டு ஓடிப் போயிருங்க; அதுனால முடிக்குள்ள இருக்குற கூட்ட காட்ட முடியாது' என்பார்.

"அப்ப நீங்க கைய முடிக்குள்ள உட்டு சொறியும்போது மட்டும் குருவி ஓடாதா?"

“நானு கூட்டுக்கிட்ட கைய வைக்க மாட்டம்ல. பாத்து சூதானமாத்தான் சொறிவேன்.” சொல்லிச் சமாளிப்பார்.

ஒருமுறை அவர் மேற்கு மலைப்பகுதிக்கு மேய்ச்சலுக்குச் சென்ற போது ஒரு சிங்கத்தைப் பார்த்ததாக ஊருக்குள் சொல்லித் திரிந்தார். அந்தச் சிங்கத்திடமிருந்து தான் தப்பித்து வந்த கதையைத் தத்ரூபமாகக் குழந்தைகளிடம் நடித்துக் காட்டினார். எதிர்பாராத விதமாக எதிரே சிங்கத்தைப் பார்த்ததும் முதலில் பயந்தாலும் பிறகு தைரியமாகி விட்டதாகவும் சிங்கம் அவரைப் பார்த்து கர்ஜித்த போது அந்தப் பகுதியே அதிர்ந்ததாகவும் சொன்னார். அவருக்கும் நடுக்கமாக இருந்தாலும் துணிச்சலாக இவரும் சிங்கத்தைப் பார்த்து தன் வாயைப் பிளந்து காட்டி அதே போல இவரும் கர்ஜித்துக் கொண்டு தன் தலைமுடியை உலுக்கியதாகவும், அதைக் கண்ட சிங்கம் இவருக்குப் பயந்து கொண்டு மலைக்குள் ஓடி மறைந்து விட்டதாகவும் சொல்லிக் கொண்டிருந்தார்.

அச்சமும் மலைப்புமாகக் கேட்டுக்கொண்டிருந்த குழந்தைகளில் ஒருத்தி கேட்டாள்.

“எதுக்கு நீங்க முடிய உலுக்கினீங்க? குருவிக்கூடு கீழ உழுந்துருக்கும்ல?”

“எந்தக் குருவிக்கூடு? ம்... ஆமால்ல... அந்தக் குருவிக்கூடு இருக்குதுல்ல. அப்பக் குருவிய நானு கூட்டிக்கிட்டுப் போகலையே. அந்தச் சிங்கம் அதோட பெடதி மயித்த குலுக்கிக்குலுக்கிக் கத்துச்சுல்ல; அதுனால நானும் என்னோட முடிய ஆட்டி ஆட்டிக் காட்டுனேன். இந்த முடி மட்டும் இல்லாமப் போயிருந்தா அம்புட்டுத்தான்; சிங்கத்தைப் பயங்காட்டியிருக்க முடியாது.”

“இவனோட முடியப் பாத்துப் பயந்து ஓடியிருக்காது. இவனோட மூஞ்சியப் பாத்தே இதென்ன மிருகமோன்னு பயந்து போயி ஓடியிருக்கும்.” மாணிக்கம் மாமா சொன்னதைக் கேட்டு அனைவரும் சிரித்தனர். சுற்றியிருந்த குழந்தைகள் மட்டும் சிரிக்காமல் பொய்யஞ்சாமியையே பயங்கலந்த மகிழ்ச்சியோடு பார்த்துக் கொண்டிருந்தனர்.

பொய்யஞ்சாமியின் மனைவியின் பெயர் பாப்பம்மாள். ஏதோ ஓர் ஊருக்குக் கிணறு வெட்டும் வேலைக்குச் சென்றிருந்த போது அவளைக் கண்டு காதலித்துக் கல்யாணம் செய்து கொண்டு ஊருக்கு அழைத்து வந்தபோது ஊர்ச்சனம் முழுவதும் அந்தச் சோடியைக் கண்டு வயிறு

வலிக்கச் சிரித்தார்கள். நாட்கள் செல்லச் செல்ல பாப்பம்மாளின் நல்ல குணத்தைக் கண்டு சிரிப்பதை விட்டு விட்டார்கள். அவர்களது சிரிப்புக்குக் காரணம் இல்லாமலும் இல்லை. பொய்யஞ்சாமி பனை மரத்தில் பாதி என்றால் பாப்பம்மாள் அவனது இடுப்பு உயரம் கூட இல்லை. அவளைக் கல்யாணம் முடித்து இடுப்பில் வைத்தே அவளைத் தூக்கிக்கொண்டு வந்திருப்பான் என்று சொல்லிச் சிரித்தபோது,

"அப்பிடித் தூக்கியாந்தா என்ன தப்பு? ஏம்பொண்டாட்டியத் தான தூக்கிட்டு வாரேன்; அடுத்தவம் பொண்டாட்டிய இல்லைலே?" பொய்யஞ்சாமி சிரித்துக்கொண்டே சொன்னார்.

"ஒனக்கு பாப்பம்மா கெடச்சதே பெரிய விசயம். இதுல அடுத்தவம் பொண்டாட்டியத் தூக்கலாம்னு கூட நெனப்பு இருக்கா? இப்ப என்ன கெட்டுப் போச்சு. வீட்டுக்குள்ள தூக்கி வெளையாட வேண்டியதுதானே. வெளாட்டு என்ன வெளாட்டு வேண்டிக் கெடக்குது. இடுப்புல தூக்கி வச்சுத்தான் எதுனாச்சும் பேச முடியும். இல்லாட்டி எத்தன தடவ நாரகெணக்கா குனுஞ்சுக்கிட்டு கெடந்து பேசிக்கிட்டு இருக்க முடியும்? என்ன நானு சொல்றது சரிதானே?" தேவராசுத் தாத்தா சொன்னதைக் கேட்டு அனைவரும் கொல்லென்று சிரித்தனர்.

யார் என்ன சொல்லிச் சிரித்தாலும் அவர்கள் இருவருமே கோபப் பட மாட்டார்கள். அவர்களும் சேர்ந்து சிரிப்பார்கள். நாளடைவில் பாப்பம்மாளை ஊரில் அனைவருக்கும் பிடித்துப் போனது. அவளது நல்ல குணமும் அமைதியான சுபாவமும் கண்டு பலரும் பொய்யஞ்சாமி அதிர்ஷ்டக்காரன்தான் என்று சொன்னார்கள். அவனும் அவனது மனைவியும் மிகவும் அன்னியோன்யமான தம்பதிகளாக வாழ்ந்தார்கள்.

பாப்பம்மாள் கருவுற்றதும் வழக்கமான மேய்ச்சல் தொழிலை விட்டுவிட்டு திடீரென வியாபாரம் செய்யத் தொடங்கினார் பொய்யஞ்சாமி. இருவரும் ஆடுகளை மேய்த்துக் கொண்டு வயல் வரப்புகளிலும் காடுமேடுகளிலும் அலைவது இனிமேல் சிரமம் என்பதால் இந்த முடிவெடுத்ததாகச் சொன்னார்கள். ஒரு நான்கு சக்கரவண்டியில் பிளாஸ்டிக் பொருள்களைக் கொண்டு வந்து தெருத்தெருவாக வண்டியைத் தள்ளிக்கொண்டு சென்று வியாபாரம் செய்து வந்தார்.

அவர் வியாபாரம் செய்வதே வித்தியாசமாகத்தான் இருந்தது. வண்டியைத் தள்ளிக்கொண்டு சென்று தெருவில் ஓர் ஓரத்தில் நிறுத்தி

விட்டு அங்கிருக்கும் ஏதாவது ஒரு மரத்தடி நிழலிலோ அல்லது ஏதாவது ஒரு வீட்டுத் திண்ணையிலோ உட்கார்ந்து கொண்டு பேசிச் சிரித்துக் கொண்டிருப்பார்; அல்லது தாயமோ ஆடுபுலி ஆட்டமோ விளையாடிக் கொண்டிருப்பார். அந்தப் பக்கமாக வருபவர்கள் அவர்களுக்குத் தேவையான பொருள்களை வண்டியிலிருந்து எடுத்துக் கொண்டு இவர் இருக்குமிடத்துக்கு வந்து அந்தப் பொருளுக்கான பணம் எவ்வளவு என்று கேட்டுக் கொடுத்து விட்டுச் செல்வார்கள். இந்த வியாபாரத்திலும் அவருக்குக் குறைச்சலில்லாத விற்பனை இருந்தது. வருமானத்தைப் பற்றிப் பெரிதாக ஒன்றும் கவலைப்பட மாட்டார். அன்றைக்குச் சாப்பாட்டுச் செலவுக்கானப் பணம் கிடைத்தால் போதும் என்று சொல்லுவார். ஒரு முறை அவரது அம்மா அவரிடம் சொல்லி அங்கலாய்த்தார்.

"இப்பிடிச் சாமானுகள வேகாரிக்குத் தெருவுல போட்டுட்டு சின்னப்பிள்ளகணக்கா வெளையாண்டுக்கிட்டு இருக்கியேடா... எந்தப் பெயமக்களாவது எதையாச்சும் தூக்கிட்டுப் போயிட்டா என்னடா செய்வெ? ஒரு கருத்து இல்லியே. ஒரு கொடத்தத் தூக்கிட்டுப் போனா அம்பது அறுவது ரூவா போச்சுல்ல? எதுனாச்சும் கூறு இருக்காடா ஒனக்கு? ஒம் பொண்டாட்டி ஒனக்கு மேல இருக்கா. இப்பிடி ரெண்டு பேரும் இருந்தா குடும்பம் உருப்பட்டாப்லதான்."

"அட போம்மா நீ ஒன்னு. ரொம்பா கூறு கருத்தா இருக்குற நீங்கள்ளாம் என்னமோ ரொம்பாப் பொழச்சிட்டீங்க பாருங்க. இப்பிடிச் சொல்லிச் சொல்லியே அம்புட்டுப் பேரும் அழுமூஞ்சிகளா அலைறீங்க. இருக்குற கொஞ்ச நாள்ல சந்தோசமா இருந்துட்டுப் போறத உட்டுட்டு சதாகலமும் பொலம்பிக்கிட்டே இருந்து என்னம்மா பெரயோசனம்? பொருளத் தூக்கிட்டுப் போவாகளாம். இம்புட்டு நாளா நானு இப்பிடித்தான இருக்கேன். ஒருத்தரும் ஒரு பொருளக் கூடத் தூக்கிட்டுப் போகலயே... அப்பிடித்தான் தூக்கிட்டுப் போனாத் தான் என்னங்றேன்? ஏதோ இல்லாத கொறைக்குத்தான தூக்கிட்டுப் போயிருப்பாங்க? பிறத்தியார நம்பனும்மா, அப்பத்தான் நம்ம மனசு நல்லா இருக்கும்." சிரித்துக் கொண்டே சொன்னார்.

"இவங்கிட்ட மனுசி பேசுவாளா? பெரிய சந்நியாசி கணக்காப் பேசிக்கிட்டுத் திரிறான். சம்சாரியா இருந்துக்கிட்டு இப்பிடிப் பேசுனா வேலைக்கு ஆகாதுடா. நாளைக்கு ஒனக்கு ஒரு பிள்ள பெறந்தப் பெறகுதான் தெரியும். இப்பத் தெரியாது. ஒன்னையெல்லாம் பத்து மாசம் சொமந்து பெத்து ஆளாக்க எம்புட்டுப் பாடுபட்டுருக்கேன்

தெரிமாட்டா? இப்பிடி விட்டோத்தியாப் பேசுற? ஒனக்கு முடியலைன்னா அவா பாப்பம்மாளையாவது வந்து யாவாரத்தக் கவனிக்கச் சொல்லுடா."

"ஏம்பொண்டாட்டியெல்லாம் வரமாட்டா. அவா வாயும் வகுறுமா இருக்கும்போது நல்லா ரெஸ்ட் எடுக்கனும். இந்தா, இந்த அம்பது ரூவாய வாங்கிட்டு போம்மா. என்னைய ஏம்போக்குல உடும்மா. சும்மா ஒப்பாரி வைக்காத." சொல்லிவிட்டு ஆடுபுலி ஆட்டத்தில் கவனம் செலுத்தினார்.

அப்போது பாப்பம்மாள் அவருக்கு மதிய உணவாக ஒரு தூக்குச் சட்டி நிறைய கேழ்வரகுக் கூழ் கரைத்து எடுத்துக் கொண்டு வந்தாள். அதோடு ஒரு கிண்ணத்தில் உரித்த சின்ன வெங்காயமும் வைத்திருந்தாள். பொய்யஞ்சாமி தெருவோரத்தில் இருந்த அடிகுழாயில் தண்ணீர் அடித்துக் கையைக் கழுவினார். வெங்காயத்தை கடித்துக் கொண்டு கூழைக் குடித்த பிறகு அவரே சென்று அடிகுழாயில் தூக்குச்சட்டியையும் கிண்ணத்தையும் கழுவிக் கொண்டு வந்து மனைவியிடம் கொடுத்தார்.

"இப்ப நானு பஜாருப்பக்கமா யாவாரத்துக்குப் போறேன். சாயந்தரம் கொஞ்சம் லேட்டானாலும் ஆகும். இந்தா, இதுல அரிசி வாங்கிச் சோறாக்கிட்டு எதுனாச்சும் கொழம்பு வச்சுரு. நானு வர லேட்டானா நீயி சாப்புட்டுரு. எனக்காக உக்காந்துக்கிட்டு சாப்புடாம இருக்காத. என்ன?" என்று சொல்லியபடி நூறு ரூபாய் தாளொன்றைத் தந்தார். அதை வாங்கிக்கொண்ட பாப்பம்மாள் அங்கிருந்து சென்றாள்.

தோளில் போட்டிருந்த துண்டை எடுத்து உதறிவிட்டு வாயையும் முகத்தையும் அழுத்தித் துடைத்தபின் காதில் செருகியிருந்த பீடியை எடுத்துப் பற்றவைத்துக் கொண்டார். துண்டைத் தலையில் தலைப் பாகையாகக் கட்டிக்கொண்டு வண்டியைத் தள்ளிக் கொண்டு பஜார்ப் பக்கமாகச் சென்றார்.

அடுத்த நான்கைந்து நாள்களாக அவரை ஊருக்குள் பார்க்க முடியவில்லை. ஞாயிற்றுக்கிழமை ஊர்ச்சாவடிக்கு முன்னால் வண்டியை நிறுத்திவிட்டு அங்கிருந்த வேப்பமரத்து நிழலில் அமர்ந்து வழக்கமாகப் பேசுவது போல சிறுபிள்ளைகளிடம் கதை பேசிக் கொண்டிருந்தார். அன்று விடுமுறை நாளென்பதால் அவரைச் சுற்றி நிறைய குழந்தைகள் இருந்தார்கள். அவர் இவ்வளவு நாள்களாக எங்கு சென்றிருந்தார் என்று கேட்டார்கள். பக்கத்து ஊர்களுக்குச் சென்று வியாபாரம் செய்துவிட்டு வந்ததாகச் சொன்னார். அப்படிப் பக்கத்து ஊரான மாத்தூருக்குச் சென்றபோது அங்கு மழை பெய்ததாகவும்

அதில் அவர் மாட்டிக் கொண்டதால் திரும்பி வருவதற்கு நாளாகி விட்டதாகவும் சொன்னார்.

"இங்க நம்மூர்ல எல்லாம் மழ பெய்யலையே." பாபு சொன்னான்.

"அங்க கடுமையான மழடா. அதுனால யாவாரங்கூட சரியாச் செய்ய முடியல. ரெண்டாவது போயி ஒரு வாரம் ஆகிப்போச்சா... அதுனால வீட்டப்பாத்து வந்துரலாம்னு நெனச்சேன். சரி ஊருக்குப் போறதுக்குள்ள ஒரு குளியலப் போட்டுட்டு துணிமணிகளத் தொவச்சுட்டு வந்துரலாம்னு ஊரடில இருந்து ஒரு கெணத்துக்குப் போனேன். உள்ள எறங்கிக் குளிச்சுட்டு துணிகளத் தொவச்சுட்டு படியேறலாம்னு பாத்தா படக்குன்னு படி வழுக்கித் தண்ணிக்குள்ள உழுந்துட்டேன். வெளிய வரவே முடியல." சொல்லிவிட்டு நிறுத்தினார்.

அனைவரும் அவரையே அமைதியாகப் பார்த்துக் கொண்டிருந்தனர். அந்த அமைதியைக் கலைத்து வல்லரசு கேட்டான்.

"எதுக்கு வெளிய வரமுடியல? நீச்சலடுச்சுக்குட்டு வெளிய வரவேண்டியதுதான மாமா?"

"ஏலேய் நீச்சல் தெருஞ்சாத்தானடா அடுச்சுக்குட்டு வெளிய வரமுடியும்?"

இதைக் கேட்டு அங்கிருந்த அனைவரும் சிரித்தனர்.

"அப்ப ஒங்களுக்கு நீச்சல்கூட தெரியாதா? ஐயய்யோ நாங்க சின்னப் பிள்ளைங்க; எங்களுக்கே முங்கு நீச்சு, நிலா நீச்செல்லாம் அடிக்கத் தெரியும். நீங்க இவ்ளோ பெரிய ஆளு; உங்களுக்கு நீச்சலடிக்கக் கூடத் தெரியல. சேய்." எல்லாப் பிள்ளைகளும் ஒன்றாகச் சேர்ந்து கத்தினார்கள்.

அருகில் சீட்டாடிக் கொண்டிருந்த சீனித் தாத்தா சொன்னார்.

"இப்பத் தெருஞ்சிக்கிட்டீங்களா ஒங்க பொய்யஞ்சாமியோட வகுசய? சும்மா ஒங்ககிட்ட இல்லாதது பொல்லாததெல்லாஞ் சொல்லி ஏமாத்து வேல செய்யுறது. நம்ம கிராமத்துல பெறந்துட்டு நீச்சலடிக்கத் தெரியலைன்னா கேவலமா இல்ல? நீங்கதான் கேளுங்க. இனிமேற்பட்டாவது அவஞ்சொல்ற புளுகு மூட்டைகள நம்பாதீங்க."

"அவரு கெடக்காரு வயசான தாத்தா. நானு இன்னும் சொல்லியே முடிக்கலையே. அதுக்குள்ள கத்துனா எப்பிடி? நீச்சலு தெரியலைன்னா

என்ன? நானு கெணத்துக்குள்ள இருந்து எப்பிடி வந்தம்னு இன்னும் சொல்லி முடிக்கலையே." பொய்யஞ்சாமி நிதானமாகக் கூறினார்.

"சரி, இப்பச் சொல்லுங்க. எப்பிடி வெளிய வந்தீங்க?" எல்லாரும் ஒரே குரலில் உரக்கக் கேட்டார்கள்.

"எப்பிடியா? துணிமணியெல்லாம் நல்லா வருஞ்சு கட்டிக்கிட்டு அப்பிடியே மழத்தூறலப் புடுச்சுக்குட்டு மேல ஏறி வந்துட்டேன்."

"மழத்தூறலையா?" அனைவரும் கத்தினார்கள். அவர்கள் திறந்த வாயை மூட வெகு நேரமாகியது.